ആലപ്പുഴയുടെ സമരപാത

alappuzhayude samarapatha

•

t m thomas isaac

•

first edition
april 2016

•

second edition
november 2017

•

published
chintha publishers, thiruvananthapuram

•

typesetting
star communications, thiruvananthapuram

•

cover
vinod

വിതരണം

ദേശാഭിമാനി ബുക്ക് ഹൗസ്

H O തിരുവനന്തപുരം-695 035
Ph: 0471-2303026, 6063020
www.chinthapublishers.com
chinthapublishers@gmail.com

ബ്രാഞ്ചുകൾ

ഹെഡ്ഡാഫീസ് ബ്രാഞ്ച് കുന്നുകുഴി • സ്റ്റാച്യു തിരുവനന്തപുരം • കെ എസ് ആർ ടി സി ബസ് സ്റ്റേഷൻ ആലപ്പുഴ • കെ എസ് ആർ ടി സി ബസ് സ്റ്റേഷൻ എറണാകുളം • മച്ചിങ്ങൽ ലെയ്ൻ തൃശൂർ • ഐ ജി റോഡ് കോഴിക്കോട് • മാവൂർ റോഡ് കോഴിക്കോട് • എൻ ജി ഒ യൂണിയൻ ബിൽഡിങ് കണ്ണൂർ • സെൻട്രൽ ബസ് ടെർമിനൽ കോംപ്ലക്സ് താവക്കര കണ്ണൂർ

CR - 1765 / 4467
ISBN - 978-93-86364-98-2

ആലപ്പുഴയുടെ സമരപാത

ടി എം തോമസ് ഐസക്

ചിന്ത പബ്ലിഷേഴ്സ്
തിരുവനന്തപുരം-695 035

ടി എം തോമസ് ഐസക്

1953 സെപ്തംബർ 26 ന് കൊടുങ്ങല്ലൂർ കോട്ടപ്പുറത്തു ജനിച്ചു. സ്കൂൾ വിദ്യാഭ്യാസം കൊടുങ്ങല്ലൂർ ഗവ. ബോയ്സ് ഹൈസ്കൂളിൽ. ബിരുദപഠനം എറണാകുളം മഹാരാജാസ് കോളേജിൽ. ജവഹർലാൽ നെഹ്റു സർവ്വകലാശാലയിൽനിന്ന് പി എച്ച് ഡി. തിരുവനന്തപുരത്തെ സെന്റർ ഫോർ ഡവലപ്മെന്റ് സ്റ്റഡീസിൽ ഫെലോ ആയിരുന്നു. ഇപ്പോൾ ഓണററി ഫെലോ.

എസ് എഫ് ഐ സംസ്ഥാന പ്രസിഡന്റ് ആയിരുന്നു. ഇപ്പോൾ സി പി ഐ (എം) കേന്ദ്ര കമ്മിറ്റി അംഗം.

സംസ്ഥാന ആസൂത്രണബോർഡ് അംഗമായും കേരളത്തിലെ ധനകാര്യമന്ത്രിയായും പ്രവർത്തിച്ചിട്ടുണ്ട്.

ജനകീയാസൂത്രണ പ്രസ്ഥാനത്തിന്റെ ശിൽപ്പികളിൽ പ്രമുഖൻ. 2001 മുതൽ കേരള നിയമസഭയിൽ മാരാരിക്കുളം നിയോജകമണ്ഡലത്തെ പ്രതിനിധീകരിക്കുന്നു.

Democracy at Work: A study of Dinesh Beedi Workers Co-operative (Cornell University Press), *Local Democracy and Local Development: Peoples' plan Campaign in Kerala* (Left Word) കൂടാതെ അമേരിക്കൻ, സ്പാനിഷ്, പോർച്ചുഗീസ് എഡിഷനുകളും, *Modernisation and Employment: Coir Industry in Kerala* (Sage), *ദാരിദ്ര്യത്തിന്റെ അർഥശാസ്ത്രം, അർഥശാസ്ത്രം ഹരിശ്രീ, ലോകമുതലാളിത്ത കുഴപ്പം, ലോകബാങ്കും നാണയനിധിയും, വിമോചനസമരത്തിന്റെ കാണാപ്പുറങ്ങൾ, ആഗോള പ്രതിസന്ധിയും ആഗോളവൽക്കരണവും, ഭൂപരിഷ്കരണം ഇനി എന്ത്?, വ്യാജസമ്മതിയുടെ നിർമിതി മാധ്യമവിമർശം 2000-2009* (ചിന്ത പബ്ലിഷേഴ്സ്) *കേരളം മണ്ണും മനുഷ്യനും, കരിയുന്ന കൽപ്പവൃക്ഷം, കീഴടങ്ങലിന്റെ അർഥശാസ്ത്രം* (കേരള ശാസ്ത്രസാഹിത്യ പരിഷത്ത്), *ജനകീയാസൂത്രണം സിദ്ധാന്തവും പ്രയോഗവും* (സംസ്ഥാന ആസൂത്രണ ബോർഡ്), *ജനകീയാസൂത്രണത്തിന്റെ രാഷ്ട്രീയം, മരുപ്പച്ചകൾ ഉണ്ടാകുന്നത്, സാമ്പത്തികബന്ധങ്ങൾ കേന്ദ്രവും കേരളവും* (ഡി സി ബുക്സ്) എന്നിവ പ്രധാന കൃതികൾ.

കേരളം മണ്ണും മനുഷ്യനും 1989 ലെ കേരളസാഹിത്യ അക്കാദമി അവാർഡ് നേടി.

ഉള്ളടക്കം

പ്രസാധകക്കുറിപ്പ്

ഇന്ത്യൻ ദേശീയ പ്രസ്ഥാനത്തിന്റെ നേതൃത്വത്തിലേക്ക് ഉയർന്നു വരാൻ തൊഴിലാളിവർഗ്ഗത്തിന്റെ പാർട്ടിക്കു കഴിഞ്ഞില്ലെങ്കിലും ഇന്ത്യൻ സ്വാതന്ത്ര്യസമരപ്രസ്ഥാനത്തിന് മഹത്തായ സംഭാവന നല്കാൻ തൊഴിലാളിവർഗ്ഗത്തിനും കമ്യൂണിസ്റ്റു പാർട്ടിക്കും കഴിഞ്ഞിട്ടുണ്ട്. ഇവയിലൊന്നാണ് ആലപ്പുഴയിലെ തൊഴിലാളിവർഗ്ഗ വിപ്ലവപ്രസ്ഥാനം. 1938 ലെ പണിമുടക്കിലൂടെ ഒരു സംഘടിത രാഷ്ട്രീയ വർഗ്ഗശക്തിയായി രംഗപ്രവേശം ചെയ്ത തൊഴിലാളിവർഗ്ഗ പ്രസ്ഥാനം തിരുവിതാംകൂറിലെ ദേശീയ സമരത്തിന്റെ നേതൃനിരയിലേക്ക് ഉയർന്നു.

ഈ വളർച്ചയുടെ സുപ്രധാനഘട്ടങ്ങളാണ് *ആലപ്പുഴയുടെ സമര പാത* എന്ന ഈ പുസ്തകത്തിലൂടെ ഡോ. തോമസ് ഐസക് വരച്ചു കാട്ടുന്നത്. ജാതിബോധത്തിൽനിന്നും വർഗ്ഗബോധത്തിലേക്കുള്ള തൊഴിലാളിയുടെ പരിണാമം, ആലപ്പുഴയിലെ ട്രേഡ് യൂണിയൻ പ്രസ്ഥാനത്തിന്റെ ആദ്യകാലചരിത്രം, ആലപ്പുഴയിലെ പണിമുടക്കുകളുടെ വേലിയേറ്റവും പുതിയ അവബോധത്തിന്റെ സൃഷ്ടിയും, തൊഴിലാളിവർഗ്ഗവും ഗ്രാമീണ ജനതയുടെ മേൽ അവർക്കുള്ള മേൽക്കൈ എന്നിവയാണ് ഈ ഗ്രന്ഥത്തിൽ ചർച്ച ചെയ്തിട്ടുള്ളത്.

1996 ൽ ചിന്ത പ്രസിദ്ധീകരിച്ച പുസ്തകത്തിന്റെ പുതിയ പതിപ്പാണ് ഇത്. ഇതിന് വായനക്കാരുടെയിടയിൽ വമ്പിച്ച സ്വീകാര്യതയുണ്ടാവും എന്ന് ഞങ്ങൾ വിശ്വസിക്കുന്നു.

ചിന്ത പബ്ലിഷേഴ്സ്

രണ്ടുവാക്ക്

ആലപ്പുഴക്കാരനാണെങ്കിലും ആലപ്പുഴയുമായുള്ള എന്റെ സജീവ ബന്ധം ആരംഭിക്കുന്നത് സെന്റർ ഫോർ ഡവലപ്പ്മെന്റ് സ്റ്റഡീസിൽ 1979 ൽ ഡോക്ടറൽ ഗവേഷണത്തിന് കയർ-നെയ്ത്ത് വ്യവസായത്തെക്കുറിച്ച് പഠിക്കാൻ തുടങ്ങിയപ്പോഴാണ്. 'വർഗ്ഗസമരവും വ്യവസായഘടനയും- ആലപ്പുഴയിലെ കയർ വ്യവസായത്തെക്കുറിച്ചൊരു പഠനം' എന്നതായിരുന്നു വിഷയം. മുതലാളിയും തൊഴിലാളിയും തമ്മിൽ ഒളിഞ്ഞും തെളിഞ്ഞും നിരന്തരം നടത്തുന്ന സമരം വ്യവസായ സംഘാടനത്തെ എങ്ങനെ ബാധിക്കുന്നുവെന്ന് സോദാഹരണം വിശകലനം ചെയ്യാനാണതിൽ ശ്രമിച്ചത്. അതിന്റെ ഭാഗമായി ആലപ്പുഴയിലെ വർഗ്ഗ പ്രസ്ഥാനങ്ങളെക്കുറിച്ചും സമരങ്ങളെക്കുറിച്ചും ഒട്ടേറെ വിവരങ്ങൾ ശേഖരിക്കേണ്ടിവന്നു. അതിൽ ചെറിയൊരു ഭാഗം മാത്രമേ അക്കാദമിക് പ്രബന്ധ രചനയ്ക്ക് വേണ്ടിവന്നുള്ളൂ. ശേഖരിച്ച വസ്തുക്കളുടെയും രേഖകളുടെയും അടിസ്ഥാനത്തിൽ ആലപ്പുഴയിലെ തൊഴിലാളിവർഗ്ഗ പ്രസ്ഥാനങ്ങളുടെ ചരിത്രം സമഗ്രമായി എഴുതണമെന്ന് ആലോചിച്ചുവെങ്കിലും പല കാരണങ്ങളാൽ അതിന് കഴിഞ്ഞില്ല. എന്നാൽ പല സന്ദർഭങ്ങളിൽ ഏതാനും ലേഖനങ്ങൾ പ്രസിദ്ധീകരിക്കുകയുണ്ടായി. ഇവ തെരഞ്ഞുപിടിച്ച് ഒരു ഗ്രന്ഥമാക്കാൻ തയ്യാറായ സി ഭാസ്കരനോട് പ്രത്യേകം നന്ദി പറയട്ടെ. പുന്നപ്ര വയലാർ സമരത്തിന്റെ അമ്പതാം വാർഷികവേളയിൽത്തന്നെ ഇത് പ്രസിദ്ധീകരിക്കുന്നുവെന്നത് ഒട്ടേറെ കൃതാർത്ഥതയ്ക്ക് ഇടനല്കുന്നു.

പല സന്ദർഭങ്ങളിലായി എഴുതിയതാണെങ്കിലും ഈ ലേഖനങ്ങൾക്ക് ആശയപരമായി ഒരു തുടർച്ചയുണ്ടെന്ന് ഒരുമിച്ചു വായിക്കുമ്പോൾ മനസ്സിലാകും. 'സ്വാതന്ത്ര്യസമര പ്രസ്ഥാനവും കമ്യൂണിസ്റ്റുകാരും' എന്ന

പ്രബന്ധം ആലപ്പുഴയെക്കുറിച്ചുള്ള ഒന്നല്ലെങ്കിലും തുടർന്നുവരുന്ന ലേഖനങ്ങൾക്ക് ഉചിതമായൊരു പശ്ചാത്തലമൊരുക്കുന്നു. സ്വാതന്ത്ര്യസമര പ്രസ്ഥാനത്തിന് മഹത്തായ തനത് സംഭാവനകൾ കമ്മ്യൂണിസ്റ്റുകാർ നല്കിയെങ്കിലും ലെനിൻ വിഭാവനം ചെയ്തതുപോലെ ദേശീയ പ്രസ്ഥാനത്തിന്റെ നേതൃത്വത്തിലേക്ക് ഉയരുന്നതിന് ഇന്ത്യയിൽ പൊതുവെ തൊഴിലാളിവർഗ്ഗത്തിന്റെ പാർട്ടിക്ക് കഴിഞ്ഞില്ല. ഇതിന്റെ കാരണങ്ങളിൽ ചിലവ സൂചിപ്പിച്ചുകൊണ്ടാണ് പ്രബന്ധം അവസാനിക്കുന്നത്.

എന്നാൽ ആലപ്പുഴയിലെ വിപ്ലവാനുഭവങ്ങളുടെ സത്ത നാട്ടിൻപുറങ്ങളിലെ പാവങ്ങളുടെയും ദേശീയ പ്രസ്ഥാനത്തിന്റെയും നേതൃത്വത്തിലേക്കുള്ള തൊഴിലാളിവർഗ്ഗ പ്രസ്ഥാനത്തിന്റെ ഉയർച്ചയാണ്.

1938 ലെ പണിമുടക്കിലൂടെ ഒരു സ്വതന്ത്ര രാഷ്ട്രീയ വർഗ്ഗശക്തിയായി രംഗപ്രവേശം ചെയ്ത തൊഴിലാളി വർഗ്ഗം തിരുവിതാംകൂറിലെ ദേശീയ സമരത്തിന്റെ നേതൃത്വത്തിലേക്ക് പുന്നപ്ര വയലാറിലൂടെ ഉയർന്നു. ഈ വളർച്ചയുടെ സുപ്രധാന ഘട്ടങ്ങളാണ് പിന്നീടുള്ള ലേഖനങ്ങളുടെ പ്രതിപാദന വിഷയം.

'ഈഴവ സാമൂഹ്യ പരിഷ്കരണപ്രസ്ഥാനത്തിലെ വർഗ്ഗീയതയും വിപ്ലവാത്മകതയും' എന്ന ലേഖനത്തിൽ പരിശോധിക്കുന്നത് ജാതി ബോധത്തിൽനിന്ന് വർഗ്ഗ ബോധത്തിലേക്കുള്ള പരിണാമം ആണ്. തൊഴിലാളികളിൽ മഹാഭൂരിപക്ഷവും ഈഴവ സമുദായത്തിൽപ്പെട്ടവരായിരുന്നു. ശ്രീനാരായണ പ്രസ്ഥാനം അവരെ ഗാഢമായി സ്വാധീനിച്ചു. ഇതിനോടൊപ്പം തന്നെ ഫാക്ടറികളിൽ പണിയെടുക്കുന്ന ദിവസക്കൂലിക്കാരെന്ന നിലയിലുള്ള അവരുടെ വ്യക്തിത്വവും സംഘടിതരൂപം കൈക്കൊണ്ടു.

അടുത്ത ലേഖനത്തിൽ *തൊഴിലാളി* പത്രത്തിന്റെ ചരിത്രരൂപേണ ആലപ്പുഴയിലെ ട്രേഡ് യൂണിയൻ പ്രസ്ഥാനത്തിന്റെ ആദ്യകാല ചരിത്രം പരിശോധിക്കുന്നു. ആലപ്പുഴ ഫാക്ടറി തൊഴിലാളികൾ ഒരുതരം ഇരട്ട ജീവിതമാണ് നയിച്ചത്. ഫാക്ടറിക്കുള്ളിൽ തൊഴിലാളി, ഫാക്ടറിക്ക് പുറത്ത് ജാതിസംഘടനയുടെ പ്രവർത്തകർ. ഈ വിഭജനം എങ്ങനെയാണ് ഇല്ലാതായത്? ഫാക്ടറിക്കകത്തും പുറത്തും തൊഴിലാളിവർഗ്ഗ വീക്ഷണം അംഗീകരിക്കുന്ന ബോധത്തിലേക്ക് അവർ ഉയർന്നതെങ്ങനെ? ഇതിന് രണ്ട് വശങ്ങൾ ഉണ്ട്. ഒന്നാമത്തേത്, ഈഴവ സാമൂഹ്യ പരിഷ്കരണ പ്രസ്ഥാനത്തിലെ വിപ്ലവ-പുരോഗമനവശങ്ങളും സങ്കുചിത ജാതീയതയുടെ നിഷേധാത്മക വശങ്ങളും തമ്മിലുള്ള ഏറ്റുമുട്ടൽ, അതിന്റെ വൈരുദ്ധ്യാത്മകതയെ ആലപ്പുഴയിലെ അനുഭവങ്ങളെ കേന്ദ്രീകരിച്ചുകൊണ്ട് സൂക്ഷ്മമായി വിശകലനം ചെയ്യുന്നു.

രണ്ടാമത്തേത്, ആലപ്പുഴയിലെ പണിമുടക്കുകളുടെ വേലിയേറ്റവും ആ സമരങ്ങളിൽ സ്വന്തം ജാതിയിൽ പെട്ടതെങ്കിലും ഈഴവ മുതലാളിമാർ സ്വീകരിച്ച ശത്രുതാപരമായ സമീപനവും ആണ്. ഒരു ജാതിയിൽ പെട്ടവരെങ്കിലും മുതലാളിയും തൊഴിലാളിയും രണ്ട് വർഗ്ഗത്തിൽപ്പെട്ടവരാണെന്ന അവബോധം രൂപപ്പെട്ടു. ഈ തൊഴിലാളിവർഗ്ഗബോധ രൂപീക

രണത്തിന്റെ ഏറ്റവും നിർണ്ണായകമായ ഘട്ടമായിരുന്നു 1938 ലെ പണിമുടക്ക്. ഈ സമരത്തിന്റെ അനുഭവങ്ങളും പാഠങ്ങളും വളരെ വിശദമായി, സമരത്തിന്റെ 43-ാം വാർഷിക വേളയിലെഴുതിയ ലേഖനത്തിൽ പരിശോധിക്കുന്നുണ്ട്. തിരുവിതാംകൂറിന്റെ രാഷ്ട്രീയ രംഗത്തുതന്നെ ഈ പണിമുടക്ക് തൊഴിലാളിവർഗ്ഗത്തിന്റെ കൊടിക്കൂറ ഉയർത്തി.

അവസാന ലേഖനത്തിലെ പ്രതിപാദ്യവിഷയം മുകളിൽ വിവരിച്ച പ്രകാരം സ്വതന്ത്ര രാഷ്ട്രീയ ശക്തിയായി വളർന്നുവന്ന ആലപ്പുഴയിലെ തൊഴിലാളിവർഗ്ഗം ആലപ്പുഴയിലെ ഗ്രാമീണ ജനതയുടെ മേൽ എങ്ങനെ അധീശത്വം നേടി എന്നതാണ്.

ഫാക്ടറി തൊഴിലാളി നാട്ടിൻപുറങ്ങളിലെ ജനങ്ങളുടെ സംഘാടകനും സമരനേതാവും ആയി ഉയർന്നു. നാല്പതുകളിൽ ദൃഢമായി തീർന്ന തൊഴിലാളി- കർഷക സഖ്യമായിരുന്നു പുന്നപ്ര വയലാറിലേക്ക് കുതിച്ചുയരുന്നതിന് ശക്തി പകർന്നത്.

പുന്നപ്ര വയലാർ സമരത്തിന്റെ സംഭവ പരമ്പരകൾ വിവരിക്കുന്നതിന് ശ്രമിച്ചിട്ടില്ല. എന്നാൽ ഈ ലേഖനങ്ങൾ ഒരുമിച്ച് നോക്കുമ്പോൾ ഇന്ത്യൻ തൊഴിലാളിവർഗ്ഗ ചരിത്രത്തിലെ ഏറ്റവും ഉജ്ജ്വലമായ സമരങ്ങളിലൊന്നിലേക്ക് നയിച്ച പാതയിലേക്ക് വെളിച്ചം വീശാൻ പര്യാപ്തമാണെന്ന് കരുതട്ടെ.

അവസാനമായി, ഇനിയും എഴുതിയിട്ടില്ലാത്ത ഗ്രന്ഥത്തിനുവേണ്ടി രേഖകളും വസ്തുതകളും ശേഖരിക്കുന്നതിന് ഒട്ടേറെ സമയം ചെലവഴിച്ച ആലപ്പുഴയിലെയും മുഹമ്മയിലെയും ചേർത്തലയിലെയും കയർ ഫാക്ടറികളിലെ സഖാക്കളോട് എനിക്കുള്ള നിസീമമായ കൃതജ്ഞത രേഖപ്പെടുത്തിക്കൊള്ളട്ടെ...

ടി എം തോമസ് ഐസക്

1

സ്വാതന്ത്ര്യസമരപ്രസ്ഥാനവും കമ്യൂണിസ്റ്റുകാരും

ഇന്ത്യൻ സ്വാതന്ത്ര്യ സമരപ്രസ്ഥാനവും കമ്യൂണിസ്റ്റുകാരും തമ്മിലുള്ള ബന്ധത്തിന് കമ്യൂണിസത്തോളംതന്നെ പഴക്കമുണ്ട്. വികസിത യൂറോപ്യൻ രാജ്യങ്ങളായിരുന്നു തങ്ങളുടെ പ്രവർത്തനമേഖലയെങ്കിലും ഈ രാജ്യങ്ങൾ കീഴടക്കി ചൂഷണം ചെയ്തുകൊണ്ടിരുന്ന അയർലണ്ട്, ഇന്ത്യ തുടങ്ങിയ കോളനി അർദ്ധകോളനി രാജ്യങ്ങളിലെ ജനങ്ങളുടെ സ്വാതന്ത്ര്യത്തിനായുള്ള പോരാട്ടങ്ങളെ മനസ്സിലാക്കുന്നതിന്റെയും അവയോട് യൂറോപ്പിലെ കമ്യൂണിസ്റ്റുകാർ അനുവർത്തിക്കേണ്ട ശരിയായ നയം കരുപ്പിടിപ്പിക്കേണ്ടതിന്റെയും പ്രാധാന്യം മാർക്സും എംഗൽസും വ്യക്തമാക്കിയിട്ടുണ്ട്. അയർലണ്ടിന്റെ സ്വാതന്ത്ര്യത്തിനുവേണ്ടിയുള്ള സമരം ബ്രിട്ടീഷ് തൊഴിലാളി വർഗ്ഗത്തിന്റെകൂടി കടമയായിട്ടാണ് മാർക്സ് വിലയിരുത്തിയത്. 1857 ലെ ഇന്ത്യയിലെ സ്വാതന്ത്ര്യസമരത്തെക്കുറിച്ചുള്ള ലേഖനങ്ങളിൽ കലാപകാരികളോടുള്ള തന്റെ പക്ഷപാതിത്വം മാർക്സ് തെല്ലുപോലും മറച്ചുവയ്ക്കുന്നില്ല.

ബ്രിട്ടീഷുകാർ ഇന്ത്യയെ തിരികെ പിടിച്ചുവെങ്കിലും ആ മഹത്തും മനോജ്ഞവുമായ രാജ്യത്തിന്റെ പുനരുദ്ധാനം ഏറിയോ കുറഞ്ഞോ വിദൂരതയോടുകൂടിയ ഒരു ഭാവിയിൽ നമുക്ക് കാണാതിരിക്കില്ല എന്ന ശുഭാപ്തിവിശ്വാസത്തോടെയാണ് മാർക്സ് 1857 ലെ കലാപത്തെക്കുറിച്ചുള്ള പഠനങ്ങൾ ഉപസംഹരിക്കുന്നത്. ഈ വിമോചനത്തിന്റെ മാർഗ്ഗങ്ങളെയും അദ്ദേഹം സൂചിപ്പിക്കുന്നുണ്ട്:

> ബ്രിട്ടീഷ് ബൂർഷ്വാസി ഇന്ത്യയിൽ അങ്ങിങ്ങായി വിതറിയിട്ടുള്ള പുതിയ സാമൂഹ്യശക്തികളുടെ ഗുണഫലങ്ങൾ ഇന്ത്യക്കാർക്ക് അനുഭവിക്കാറാകണമെങ്കിൽ ഒന്നുകിൽ ഗ്രേറ്റ് ബ്രിട്ടനിലെ ഇപ്പോഴത്തെ ഭരണാധികാരി വർഗ്ഗങ്ങളെ നീക്കി ബ്രിട്ടീഷ് വ്യവസായ

> തൊഴിലാളിവർഗ്ഗം അധികാരത്തിൽ വരണം. അല്ലെങ്കിൽ ഇന്ത്യക്കാർ തന്നെ വേണ്ടത്ര ശക്തി സംഭരിച്ച് ഇംഗ്ലീഷ് നുകത്തെ മുഴുവനായി വലിച്ചെറിയണം.

രണ്ടു പ്രധാനപ്പെട്ട പ്രശ്നങ്ങൾ ഈ പ്രസ്താവനയിൽ കൈകാര്യം ചെയ്യപ്പെടുന്നുണ്ട്. ഒന്നാമത്തേത് കൊളോണിയൽ ഭരണത്തിന്റെ പ്രത്യാഘാതങ്ങളുടെ സ്വഭാവത്തെ സംബന്ധിച്ചുള്ളതാണ്. 'സ്വന്തം പ്രതിച്ഛായയിലുള്ള ലോകം' അതായത് മുതലാളിത്തലോകം കൊളോണിയൽ രാജ്യങ്ങളിൽ സൃഷ്ടിക്കാനുള്ള പാശ്ചാത്യ ബൂർഷ്വാ വർഗ്ഗത്തിന്റെ കഴിവുകളെ മാർക്സ് അതിരുകവിഞ്ഞ് കണ്ടുവെന്നും കൊളോണിയൽ രാജ്യങ്ങളിൽ മുതലാളിത്ത വളർച്ചയ്ക്കുള്ള പ്രതിബന്ധങ്ങളെയും പ്രാക് മുതലാളിത്ത ഘടകങ്ങളെ നിലനിർത്തുന്നതിനായുള്ള കൊളോണിയൽ ഭരണത്തിന്റെ ആവശ്യകതയെയും വേണ്ടത്ര പരിഗണിച്ചിട്ടില്ല എന്നും മറ്റുമുള്ള ആധുനിക ആശ്രിതത്വ സൈദ്ധാന്തികരുടെ (Dependency Theorists) വിമർശനങ്ങൾക്ക് ഈയൊരു പ്രസ്താവന മതി മറുപടിയായി. കൊളോണിയൽ ഭരണം പഴയ ലോകത്തെ തകർക്കുന്നുവെങ്കിലും പുതിയ ലോകത്തെ ഉറപ്പാക്കുന്നില്ല. കൊളോണിയൽ വാഴ്ച അവസാനിപ്പിച്ചുകൊണ്ടല്ലാതെ ഈ രാജ്യങ്ങൾക്ക് പുതിയ ലോകത്തെ നേടാനാവില്ല. കൊളോണിയൽ വാഴ്ചയുടെ അന്ത്യം മുതലാളിത്ത വളർച്ചയ്ക്കു തന്നെ ആവശ്യമാണെന്നു ചുരുക്കം.

രണ്ടാമത്തെ പ്രശ്നം ഇന്ത്യയിൽ നടക്കേണ്ടുന്ന സാമൂഹ്യവിപ്ലവത്തിന്റെ സ്വഭാവത്തെ സംബന്ധിച്ചുള്ളതാണ്. ബ്രിട്ടനിൽ തൊഴിലാളിവർഗ്ഗ വിപ്ലവത്തെ വിഭാവനം ചെയ്യുന്ന മാർക്സ് ഇന്ത്യയിൽ ബ്രിട്ടീഷ് നുകം വലിച്ചെറിയാനുള്ള ഇന്ത്യൻ ജനതയുടെ സമരത്തെയാണ് ദീർഘദർശനം ചെയ്യുന്നത്. ബ്രിട്ടനിൽ നടക്കേണ്ടുന്ന സോഷ്യലിസ്റ്റ് വിപ്ലവത്തിന്റെയും ഇന്ത്യയിൽ നടക്കേണ്ടുന്ന ദേശീയ സ്വാതന്ത്ര്യസമരത്തിന്റെയും വർഗ്ഗപരമായ ഉള്ളടക്കത്തിലെ അന്തരത്തെ വ്യക്തമാക്കുന്നതാണ് മുകളിലുദ്ധരിച്ച മാർക്സിന്റെ പ്രസ്താവന.

ഇന്ത്യയിലെ സ്വാതന്ത്ര്യസമരത്തിന്റെ പ്രഥമ ഘട്ടമായിരുന്നു മാർക്സിന്റെയും എംഗൽസിന്റെയും പഠനത്തിന് പാത്രമായത്. ബ്രിട്ടീഷ് ഭരണത്തിന്റെ കൊള്ളയും ചൂഷണവും ജനതയെയാകെ പാപ്പരീകരിച്ചത്. ക്ഷാമവും പട്ടിണിയും അവരെ വലച്ചത്, അധികാരവും ആഢംബരോപാധികളും നഷ്ടപ്പെട്ടതുമൂലം മുൻ ഭരണവർഗ്ഗങ്ങൾ തന്നെ അസ്വസ്ഥരായത് അങ്ങനെ ഇന്ത്യയിലെ എല്ലാ ജനവിഭാഗങ്ങൾക്കിടയിലും നീറിപ്പിടിച്ച ബ്രിട്ടീഷ് വിരുദ്ധവികാരം- ഇതാണ് ദേശീയ കലാപമായി പൊട്ടിപ്പുറപ്പെട്ടത്. സ്ഥാനഭ്രഷ്ടരാക്കപ്പെട്ടതോ ആ ഭീഷണി നേരിടുന്നതോ ആയ ഫ്യൂഡൽ പ്രഭുക്കന്മാരായിരുന്നു കലാപത്തിന് നേതൃത്വം നല്കിയത്. അവരുടെ ആത്യന്തിക ലക്ഷ്യമാകട്ടെ പഴയ ഇന്ത്യയുടെ പുനഃസ്ഥാപനമായിരുന്നു. ഈ നേതൃത്വത്തോടോ ലക്ഷ്യത്തോടോ ആയിരുന്നില്ല മാർക്സിന്റെ ആഭിമുഖ്യം എന്ന് പറയേണ്ടതില്ലല്ലോ. സമരത്തിന്റെ പ്രാഥമിക ലക്ഷ്യ

മായ ബ്രിട്ടീഷ് ഭരണത്തിനറുതി വരുത്തുക എന്നത് ഇന്ത്യൻ ജനതയുടെ ഭാവി സമരങ്ങൾക്കും യൂറോപ്പിലെ വിപ്ലവപ്രസ്ഥാനത്തിന്റെ മുന്നേറ്റത്തിനും സഹായകരമായിരിക്കും എന്നദ്ദേഹം കണ്ടു. ലോക മുതലാളിത്തത്തിനെതിരായ സമരത്തിൽ അധീശരാജ്യങ്ങളിലെ സോഷ്യലിസ്റ്റ് വിപ്ലവങ്ങളും അധീനരാജ്യങ്ങളിലെ ദേശീയ വിപ്ലവങ്ങളുമായുള്ള ബന്ധം അഗാധമായ ഉൾക്കാഴ്ചയോടെ മാർക്സ് കാണുന്നു.

അധീനരാജ്യങ്ങളിലെ ദേശീയ സമരങ്ങളോട് യൂറോപ്പിലെ കമ്യൂണിസ്റ്റുകാരുടെ നിലപാട് നിർവ്വചിക്കുക എന്നതായിരുന്നു. മാർക്സിനു നേരിടേണ്ടിവന്ന കടമയെങ്കിൽ ലെനിന്റെ കാലമായപ്പോഴേക്കും ഒരു പുതിയ പ്രശ്നവുംകൂടി ഉയർന്നുവന്നു. "അധീനരാജ്യങ്ങളിലെ കമ്യൂണിസ്റ്റുകാർ ആ രാജ്യങ്ങളിലെ ദേശീയ വിപ്ലവങ്ങളോട് എന്ത് നിലപാട് സ്വീകരിക്കണം?" ഇതൊരു സങ്കീർണ്ണമായ ചോദ്യമാണ്. അധീനരാജ്യങ്ങളിൽ മുതലാളിയും തൊഴിലാളിയും എന്ന രണ്ട് പുതിയ സാമൂഹ്യവർഗ്ഗങ്ങൾ രൂപം കൊള്ളാത്തിടത്തോളം ഈ ചോദ്യത്തിന് പ്രസക്തിയില്ല. ഇവ രണ്ടും കൊള്ളാത്തിടത്തോളം ഈ ചോദ്യത്തിന് പ്രസക്തിയില്ല. ഇവ രണ്ടും രൂപം കൊണ്ടു കഴിഞ്ഞാലാകട്ടെ, തമ്മിൽ അടിസ്ഥാനപരമായ വൈരുദ്ധ്യവും നിലവിൽ വരുന്നു. ഈ വൈരുദ്ധ്യത്തെയും വിദേശ മേധാവിത്തവുമായുള്ള വൈരുദ്ധ്യത്തെയും എങ്ങനെ സമരസപ്പെടുത്താം? മുതലാളിമാർ ചരിത്രപരമായ കടമ നിർവ്വഹിക്കുന്നതിൽ എത്രമാത്രം പ്രാപ്തരാണ്?

ഒട്ടേറെ പരിമിതികളോടും പരാധീനതകളോടും കൂടിയാണെങ്കിലും ഇന്ത്യയിൽ മുതലാളിത്ത ഉല്പാദനം നാമ്പെടുത്തു. പാഴ്സികൾ, മാർവാടികൾ, ഗുജറാത്തി, ബനിയന്മാർ, ചെട്ടിയാന്മാർ തുടങ്ങിയ പരമ്പരാഗത കച്ചവട സമുദായങ്ങളിൽനിന്നായിരുന്നു ഇന്ത്യൻ മുതലാളിമാരിൽ നല്ലൊരു പങ്ക് ഉയർന്നുവന്നത്. തുണിവ്യവസായത്തിലേക്കും പിന്നീട് ചണം പഞ്ചസാര വ്യവസായങ്ങളിലേക്കും ഇവരുടെ പ്രവർത്തനമേഖല വിപുലമായി. ബ്രിട്ടീഷ് ഭരണാധികാരികൾ ഇന്ത്യൻ വ്യവസായികളോട് കാണിച്ചിരുന്ന വിവേചനങ്ങളും ഇറക്കുമതി കറൻസി നയങ്ങളും അവരിൽ അതൃപ്തിയുളവാക്കി. ലങ്കാഷെയറിൽ നിന്നുള്ള വെല്ലുവിളി 1865 ൽ ബോംബെ ഇന്ത്യൻ മില്ലുടമസംഘത്തിന്റെ ജന്മം അനിവാര്യമാക്കി 19-ാം നൂറ്റാണ്ടിന്റെ അവസാനദശകമായപ്പോഴേക്കും മറ്റ് പലയിടങ്ങളിലും ഇന്ത്യാക്കാരുടെ ചേംബർ ഓഫ് കമേഴ്സുകളും വ്യവസായ സംഘടനകളും രൂപംകൊണ്ടിരുന്നു.

ഈ നവജാത ബൂർഷ്വാ വർഗ്ഗത്തിന്റെ ആശയ വക്താക്കളാവട്ടെ തങ്ങളുടെ വർഗ്ഗത്തിന്റെ പ്രായത്തേക്കാൾ കവിഞ്ഞ ഉറച്ച നിലപാടും ഉൾക്കാഴ്ചയും ഉള്ളവരായിരുന്നു. വളർച്ച പ്രാപിച്ച യൂറോപ്യൻ ലിബറലിസത്തിന്റെയും ക്ലാസിക്കൽ അർത്ഥശാസ്ത്രത്തിന്റെയും ആശയ അടിത്തറയിൽ നിന്നുകൊണ്ട് ഇന്ത്യയിലെ വിദേശ ചൂഷണത്തെ റാനഡേയും നവറോജിയും ദത്തും അതിസമർത്ഥമായി ചൂണ്ടിക്കാട്ടി. സാമ്രാജ്യത്വ ചൂഷണത്തെക്കുറിച്ചുള്ള ഈ ചിട്ടയായ ബൂർഷ്വാവിമർശനത്തിന് സമശീർഷമാ

യവ പില്ക്കാലത്തുപോലും അപൂർവ്വമായേ ഉണ്ടായിട്ടുള്ളൂ എന്നു പറഞ്ഞാൽ അത് അതിശയോക്തിയാവില്ല.

കാർഷിക മേഖലയാണെങ്കിൽ കുഴപ്പങ്ങൾ മൂർച്ഛിക്കുകയായിരുന്നു. 1881 ൽ മാർക്സ് നടത്തിയ താഴെ പറയുന്ന വിമർശനത്തെ സമകാലീന ഗവേഷണങ്ങൾ പൂർണ്ണമായും ശരിവയ്ക്കുന്നുണ്ട്.

> ഇന്ത്യയിൽ ഒരു പൊതു കലാപമായിട്ടില്ലെങ്കിലും ഗൗരവം നിറഞ്ഞ കുഴപ്പം വളരുകയാണ്.... ക്ഷാമകാലം അതിന്റെ സമ്മർദ്ദം ചെലുത്തിക്കൊണ്ടിരിക്കുന്നു. അതിന്റെ അളവ് യൂറോപ്പിലുള്ളവർക്ക് സംശയിക്കാൻ വയ്യാത്തത്ര വലുതാണ്. യഥാർത്ഥത്തിൽ അവിടെ ഒരു ഗൂഢാലോചന നടക്കുകയാണ്. എന്തോ നീറിപ്പിടിക്കുകയാണെന്ന് ബ്രിട്ടീഷ് ഗവൺമെന്റിനറിയാം.

1885 ലെ ഇന്ത്യൻ നാഷണൽ കോൺഗ്രസ്സിന്റെ രൂപീകരണം ഇവയോടൊപ്പമുള്ള ഒരു പ്രതികരണമായിരുന്നു. ദത്തും മറ്റും പ്രചരിപ്പിച്ച ഇന്ത്യൻ സാമ്പത്തിക ദേശീയതയായിരുന്നു കോൺഗ്രസ്സിന്റെ ആശയ അടിത്തറ. ഇവ നേടുന്നതിനായി സ്വീകരിച്ച മാർഗ്ഗങ്ങളാവട്ടെ ഏറ്റവും മിതവാദപരവും ബ്രിട്ടീഷുകാരുമായി സഹകരിച്ചുകൊണ്ടുള്ളതുമായിരുന്നു. ബ്രിട്ടീഷ് ഭരണാധികാരികളിൽ പലരും ഉരുണ്ടുകൂടിക്കൊണ്ടിരിക്കുന്ന സാമൂഹ്യപ്രതിസന്ധിക്കൊരു സേഫ്റ്റി വാൽവായിട്ടാണ് കോൺഗ്രസിനെ കണ്ടത്. ഈ സന്തുലനാവസ്ഥയുടെ ക്ഷണം സംഭവിച്ചത് കോൺഗ്രസിനകത്തെ ലാൽ-ബാൽ-പാൽമാരുടെ നേതൃത്വത്തിലുള്ള തീവ്രവാദികളുടെ വളർച്ചയോടെയാണ്. ബ്രിട്ടീഷ് സാമ്രാജ്യത്വവും ഇന്ത്യൻ മുതലാളിമാരും തമ്മിൽ വർദ്ധിച്ചുവന്ന വൈരുദ്ധ്യങ്ങളുടെ ഒരു പ്രതിഫലനവും കൂടിയായിരുന്നു ഇത്.

1908 ലെ തിലകന്റെ അറസ്റ്റും അതിനെതിരെ ബോംബെയിലെ തൊഴിലാളികളുടെ പണിമുടക്ക് പ്രതിഷേധവും ഇന്ത്യൻ രാഷ്ട്രീയത്തിലേക്കുള്ള പുതിയൊരു വർഗ്ഗത്തിന്റെ രംഗപ്രവേശം കൂടി ആയിരുന്നു. ഇന്ത്യൻ തൊഴിലാളിവർഗ്ഗത്തിന്റെ നാടകീയമായ അരങ്ങേറ്റം ലെനിന്റെ ശ്രദ്ധയ്ക്കു പാത്രീഭവിച്ചു. സോവിയറ്റു വിപ്ലവത്തിൽനിന്നും അന്തർദ്ദേശീയ കമ്യൂണിസ്റ്റു പ്രസ്ഥാനത്തിൽനിന്നും ആവേശമുൾക്കൊണ്ടുകൊണ്ട് ഇന്ത്യൻ തൊഴിലാളികളുടെ ആശയാഭിലാഷങ്ങൾക്കു സംഘടിത രൂപംനല്കുന്ന ചെറു കമ്യൂണിസ്റ്റ് ഗ്രൂപ്പുകളും ഉയർന്നുവന്നു. ഇവയിൽ പ്രഥമവും പ്രധാനവും 1920 അവസാനത്തോടുകൂടി സോവിയറ്റ് യൂണിയനിലെ താഷ്കണ്ടിൽ രൂപീകൃതമായ ഇന്ത്യൻ കമ്യൂണിസ്റ്റ് ഗ്രൂപ്പാണ്. ഈ കമ്യൂണിസ്റ്റുകാർ ബൂർഷാ ദേശീയപ്രസ്ഥാനത്തോട് സ്വീകരിക്കേണ്ടുന്ന നിലപാടെന്തായിരിക്കണം എന്നതായിരുന്നു കമ്യൂണിസ്റ്റ് ഇന്റർനാഷണലിന്റെ രണ്ടാം കോൺഗ്രസിൽ ലെനിൻ അഭിമുഖീകരിച്ച പ്രശ്നം.

> ഏതു ദേശീയ പ്രസ്ഥാനവും ബൂർഷാ ജനാധിപത്യ പ്രസ്ഥാനമായേ വരികയുള്ളൂ. എന്നതിന് സംശയമില്ല. എന്തുകൊണ്ടെന്നാൽ

> പിന്നണി രാജ്യങ്ങളിലെ ബഹുഭൂരിപക്ഷം ജനങ്ങൾ കൃഷിക്കാരാണ്. അവർ പ്രതിനിധാനം ചെയ്യുന്നത് ബൂർഷ്വാ സാമൂഹ്യ ബന്ധങ്ങളെയാണുതാനും. ഈ പിന്നണി രാജ്യങ്ങളിൽ തൊഴിലാളിവർഗ്ഗ പാർട്ടികൾ ഉയർന്നുവരികയാണെങ്കിൽപ്പോലും കർഷക പ്രസ്ഥാനവുമായി വ്യക്തമായ കൂട്ടുകെട്ടുണ്ടാക്കിയും അതിന് ഫലപ്രദമായ പിന്തുണ നല്കിയുമല്ലാതെ ഒരു കമ്യൂണിസ്റ്റ് നയവും കമ്യൂണിസ്റ്റ് അടവുകളും അംഗീകരിക്കാൻ ഈ പാർട്ടികൾക്ക് കഴിയുകയില്ല (ലെനിൻ).

ദേശീയ സ്വാതന്ത്ര്യത്തിന് വേണ്ടിയുള്ള പോരാട്ടത്തിൽ കാർഷിക വിപ്ലവത്തിനുള്ള മർമ്മപ്രധാനമായ സ്ഥാനത്തിലാണ് ലെനിന്റെ ഊന്നൽ. 1857 ലെ കലാപത്തിന്റെ പരാജയത്തെത്തുടർന്ന് സാമ്രാജ്യത്വവാഴ്ചയുടെ നെടുംതൂണുകളായി രൂപാന്തരപ്പെട്ട ജന്മിവർഗ്ഗങ്ങൾക്കെതിരെയുള്ള പോരാട്ടം ദേശീയ വിമോചനത്തിന് അനുപേക്ഷണീയമായ ഘടകമായി ത്തീർന്നു. ഒരർത്ഥത്തിൽ കർഷക ജനസാമാന്യത്തിന്റെ മേൽ അധീശത്വം നേടുന്നതിനായി മുതലാളി വർഗ്ഗവും തൊഴിലാളിവർഗ്ഗവും തമ്മിൽ നടന്ന തുടർച്ചയായ സമരമാണ് ഇന്ത്യൻ സ്വാതന്ത്ര്യസമരത്തിലെ ഒരു പ്രധാന ധാര.

ഈ സമരത്തിൽ എങ്ങനെ വിജയം കൈവരിക്കാം? ബൂർഷ്വാ ദേശീയ പ്രസ്ഥാനത്തിൽനിന്ന് പൂർണ്ണമായും വേറിട്ടു നിന്നുകൊണ്ട് തൊഴിലാളി കർഷക സംഘടനകൾ കെട്ടിപ്പടുക്കണം എന്നതായിരുന്നു ഇന്ത്യൻ കമ്യൂണിസ്റ്റുകാരുടെ നേതാവായ എം എൻ റോയിയുടെ നിലപാട്. ഇതിൽനിന്ന് വ്യത്യസ്തമായിരുന്നു ലെനിന്റെ സിദ്ധാന്തം. ബൂർഷ്വാ ദേശീയ പ്രസ്ഥാനവുമായി ബന്ധപ്പെട്ടു പ്രവർത്തിച്ചുകൊണ്ടുതന്നെ കൃഷിക്കാരെയും തൊഴിലാളികളെയും സ്വതന്ത്ര വിപ്ലവ ശക്തികളായി വളർത്തിയെടുക്കുക എന്നതാണ് കമ്യൂണിസ്റ്റുകാരുടെ കടമ. ബൂർഷ്വാ നേതൃത്വവുമായി സഹകരിക്കുമ്പോൾത്തന്നെ തീക്ഷ്ണമായ സമരവും അവരോട് വേണ്ടിവരും.

പിന്നീടുള്ള കോമിന്റേൺ കോൺഗ്രസുകൾ ഈ ലെനിനിസ്റ്റ് ധാരണയെ മാറി വന്ന പരിതഃസ്ഥിതികൾക്കനുസൃതമായി കൂടുതൽ മൂർത്തമായി വികസിപ്പിച്ചു. ഇതു സംബന്ധിച്ചുള്ള വിവാദങ്ങളെയോ കോമന്റേണിന്റെ തന്നെ നിലപാടുകളിൽ വന്ന മാറ്റങ്ങളെയോ പരിശോധിക്കുവാൻ ഇവിടെ ഒരുമ്പെടുന്നില്ല. അവയുടെയെല്ലാം പൊതുഘടകങ്ങൾ ഇവയായിരുന്നു.

1. എല്ലാ സാമ്രാജ്യത്വവിരുദ്ധ ശക്തികളുടെയും ഒരു ഐക്യമുന്നണി.
2. തൊഴിലാളി-കർഷക വർഗ്ഗ സംഘടനകളുടെ സ്വതന്ത്ര വളർച്ച
3. ബൂർഷ്വാ ചാഞ്ചാട്ടങ്ങൾക്കെതിരെയുള്ള വിമർശനം.
4. സാമ്രാജ്യത്വവിരുദ്ധ ഐക്യമുന്നണിയുടെ നേതൃത്വത്തിലേക്ക് തൊഴിലാളിവർഗ്ഗം ഉയരേണ്ടതിന്റെ ആവശ്യകത.

ഈ ലെനിനിസ്റ്റ് തന്ത്രത്തിന്റെ ഉജ്ജ്വലമായ ഒരു മാതൃകയായിരുന്നു മൗവിന്റെ നേതൃത്വത്തിൽ നടന്ന മഹത്തായ ചൈനീസ് വിപ്ലവം. ഇന്ത്യയിലാകട്ടെ ദേശീയ പ്രസ്ഥാനത്തിന്റെ നേതൃത്വത്തിലേക്ക് ഉയരുന്നതിന് കമ്യൂണിസ്റ്റുകാർക്ക് കഴിഞ്ഞില്ല.

എന്നിരുന്നാലും ഇന്ത്യയിലെ കമ്യൂണിസ്റ്റുകാർ സ്വാതന്ത്ര്യസമര പ്രസ്ഥാനത്തിന് മഹത്തായ തനത് സംഭാവനകൾ നല്കിയിട്ടുണ്ട്.

1. ശാസ്ത്രീയ വിപ്ലവ ദേശീയ വിമോചന പരിപ്രേക്ഷ്യം:

സാമ്രാജ്യത്വ വിരുദ്ധ സമരത്തെ തൊഴിലാളിവർഗ്ഗത്തിന്റെ കാഴ്ചപ്പാടിൽ പരിശോധിക്കുകയും അതിനനുസൃതമായ ഒരു പരിപാടി ഉയർത്തുകയും ചെയ്തു എന്നതാണ് കമ്യൂണിസ്റ്റുകാരുടെ അടിസ്ഥാന സംഭാവന. ചാഞ്ചാട്ടമില്ലാത്ത ഒരു സാമ്രാജ്യവിരുദ്ധ പരിപാടിക്ക് വേണ്ടി തുടർച്ചയായി കമ്യൂണിസ്റ്റുകാർ നടത്തിവന്ന സമരം ഇന്ത്യൻ ദേശീയപ്രസ്ഥാനത്തിന്റെ ഗതിയെ ഗണ്യമായി സ്വാധീനിക്കുകയുണ്ടായി. സോഷ്യലിസത്തെക്കുറിച്ച് മാത്രമല്ല പൂർണ്ണസ്വാതന്ത്ര്യത്തെക്കുറിച്ചുള്ള സങ്കല്പനങ്ങൾ ഉയർത്തുന്നതിൽ മുന്നിട്ടുനിന്നത് കമ്യൂണിസ്റ്റുകാരായിരുന്നു. 1921 ലെ അഹമ്മദാബാദ് കോൺഗ്രസിലും 1922 ലെ ഗയാ കോൺഗ്രസിലും കമ്യൂണിസ്റ്റുകാർ വിതരണം ചെയ്ത മാനിഫെസ്റ്റോകളിലൂടെയാണ് പൂർണ്ണസ്വാതന്ത്ര്യദേശീയ സർക്കാർ എന്ന മുദ്രാവാക്യം ആദ്യമായി കോൺഗ്രസ് വേദികളിൽ മുഴങ്ങിയത്. 1930 ൽ മാത്രമേ പൂർണ്ണ സ്വരാജ് കോൺഗ്രസിന്റെ ലക്ഷ്യമായി അംഗീകരിക്കപ്പെടുകയുണ്ടായിരുന്നുള്ളൂ. കാർഷിക പ്രശ്നത്തെയും ജാതി നിർമ്മാർജ്ജനത്തെയും വിപ്ലവകരമായ രീതിയിൽ സ്വാതന്ത്ര്യസമരത്തോട് ബന്ധപ്പെടുത്തുന്നതിന് കമ്യൂണിസ്റ്റുകാർ പരിശ്രമിച്ചു. ഇവയോടൊപ്പം സ്വാതന്ത്ര്യസമരത്തിന്റെ അന്തർദ്ദേശീയ പശ്ചാത്തലത്തെ ഏറ്റവും ഉൾക്കാഴ്ചയോടുകൂടി വിലയിരുത്തിയതും കമ്യൂണിസ്റ്റുകാരായിരുന്നു. കൊളോണിയൽ രാജ്യങ്ങളിലെ വിമോചനപ്രസ്ഥാനങ്ങളും മുതലാളിത്ത രാജ്യങ്ങളിലെ തൊഴിലാളിവർഗ്ഗവും വിപ്ലവ സോവിയറ്റ് യൂണിയനും സാമ്രാജ്യാധിപത്യത്തിനെതിരായ ഒരു മഹത്തായ ഐക്യനിരയാണ് കമ്യൂണിസ്റ്റുകാർ ദർശിച്ചത് സോവിയറ്റ് ഏജന്റുമാർ തുടങ്ങിയ പുലഭ്യം പറച്ചിലുകൾക്കൊന്നിനും തങ്ങളുടെ സാർവ്വദേശീയ നിലപാടുകളിൽ നിന്ന് കമ്യൂണിസ്റ്റുകാരെ പിന്തിരിപ്പിക്കുന്നതിന് പര്യാപ്തമായിരുന്നില്ല.

2. കർഷക പ്രസ്ഥാനം:

ജന്മിമാരുടെ ഭൂസ്വത്ത് മുഴുവൻ പ്രതിഫലമില്ലാതെ ഏറ്റെടുക്കുന്ന വിപ്ലവകരമായ പരിപ്രേക്ഷ്യം ഉയർത്തിയത് കമ്യൂണിസ്റ്റുകാരാണ്. ബൂർഷ്വാ ദേശീയ നേതൃത്വത്തിൽനിന്ന് സ്വതന്ത്രമായുള്ള ഒരു കർഷക പ്രസ്ഥാനം വളർത്തിയെടുക്കുന്നതിൽ അവർ വിജയിച്ചു. 1936 ൽ രൂപീകൃതമായ കിസാൻസഭയിൽ ഒരു വർഷംകൊണ്ട് 5 ലക്ഷം കൃഷിക്കാരാണ് അംഗങ്ങളായി ചേർന്നത്. തുടർന്ന് ഇന്ത്യയിൽ പരക്കെ കുടിയിറ

ക്കലിനെതിരായും നിർബ്ബന്ധ പിരിവുകൾക്കും വേലയ്ക്കും എതിരായും പാട്ടം കുറിക്കുന്നതിന് വേണ്ടിയും കർഷക സമരങ്ങൾ നീറിപ്പിടിക്കുക യുണ്ടായി. അഖിലേന്ത്യാ കിസാൻസഭയുടെ പ്രമേയങ്ങൾ ഇന്ത്യൻ കർഷക പ്രസ്ഥാനത്തിന്റെ വർദ്ധിച്ചുവരുന്ന സമരോത്സുകതയുടെ ഉത്തമ നിദർശനങ്ങളാണ്. എന്നാൽ രാജ്യത്താസകലം ഉണർന്നുകൊണ്ടിരുന്ന കൃഷിക്കാരനെ ദേശവ്യാപകമായ ഒരു നികുതി പാട്ട നിഷേധ പരിപാടി യിൽ കൂട്ടിയിണക്കുന്നതിന് കഴിഞ്ഞില്ല. കൃഷിക്കാരെ ജന്മി-ബൂർഷ്വാ പരി മിതികൾ ലംഘിക്കാതെ നിലയ്ക്കു നിർത്തുന്നതിൽ ഗാന്ധിജി പ്രകടി പ്പിച്ച പാടവത്തിന് തുല്യമായിട്ടുള്ളത് അവരെ ആവേശം കൊള്ളിച്ച് ദേശീയ സമരത്തിൽ ഇറക്കുന്നതിന് ഗാന്ധിജി പ്രകടിപ്പിച്ച വൈദഗ്ദ്ധ്യം ഒന്നു മാത്രമാണ്. 1920-22 കാലത്തെയും 1930-31 കാലത്തെയും ബഹു ജനപ്രസ്ഥാനങ്ങൾ പിൻവലിച്ചതിനുള്ള പ്രധാന കാരണങ്ങളിൽ ഒന്ന് കൃഷിക്കാർ പാട്ട നിഷേധസമരത്തിലേക്ക് വഴുതിപ്പോവുമോ എന്നുള്ള ആശങ്കയായിരുന്നു. ജന്മിവിരുദ്ധ മുദ്രാവാക്യങ്ങൾ ഉയരാതിരിക്കുന്നതിന് കോൺഗ്രസ് നേതൃത്വം ദത്തശ്രദ്ധരായിരുന്നു. ദേശീയ ഐക്യത്തിന് വിഘാതമായിരിക്കും അതെന്നതായിരുന്നു അവരുടെ നിലപാട്.

3. ട്രേഡ് യൂണിയൻ പ്രസ്ഥാനം:

കർഷക പ്രസ്ഥാനത്തിന്റെ കാര്യത്തിലെന്നപോലെ ട്രേഡ് യൂണി യൻ പ്രസ്ഥാനം അതിരുവിട്ട് പോകരുത് എന്നത് ഗാന്ധിജിയുടെ നിർബ്ബ ന്ധമായിരുന്നു. എന്നാൽ കമ്യൂണിസ്റ്റുകാരെ സംബന്ധിച്ചിടത്തോളം തൊഴി ലാളികളെ സ്വതന്ത്രവർഗ്ഗശക്തിയായി ദേശീയ പ്രസ്ഥാനത്തിന്റെ നേതൃ സ്ഥാനത്തേക്ക് ഉയർത്തുകയായിരുന്നു ലക്ഷ്യം. ട്രേഡ് യൂണിയനുകളാ യിരുന്നു കമ്യൂണിസ്റ്റുകാരുടെ മുഖ്യപ്രവർത്തന മേഖലകളിലൊന്ന്. ഇരു പതുകളിലെ റെയിൽവേ സമരങ്ങൾ. 1928 ലെയും 1929 ലെയും സുപ്ര സിദ്ധ ബോംബെ തുണിമിൽ സമരങ്ങൾ ഇവയിലെല്ലാം കമ്യൂണിസ്റ്റുകാർ സുപ്രധാന പങ്ക് വഹിക്കുകയുണ്ടായി. ഔദ്യോഗിക കോൺഗ്രസുകാരാ വട്ടെ ഈ സമരങ്ങളോട് അലംഭാവം പുലർത്തുകയോ അടിച്ചമർത്തുന്ന തിന് കൂട്ടുനില്ക്കുകയോ ആണ് ചെയ്തത്. തൊഴിലാളികളുടെ സവി ശേഷ സമരായുധമായ പണിമുടക്കല്ല. മറിച്ച് മുതലാളിക്കും തൊഴിലാ ളിക്കും ഒരുമിക്കാൻ കഴിയുന്ന ഹർത്താലായിരുന്നു ഗാന്ധിജിയുടെ സമ രായുധം. മുതലാളിയാവട്ടെ തൊഴിലാളിയുടെ വർഗ്ഗശത്രുവല്ല ട്രസ്റ്റി മാത്ര മാണ്. വർഗ്ഗസമരം പ്രചരിപ്പിക്കുന്ന ട്രേഡ് യൂണിയൻ കോൺഗ്രസിനെ തിരായി ഗാന്ധി സേവനസംഘത്തിന് കീഴിൽ ഒരുപ്രത്യേക ലേബർ യൂണി യൻ സംഘടിപ്പിക്കുമെന്ന് പട്ടേൽ പ്രസ്താവിക്കുകയുണ്ടായി. ഗാന്ധിജി യാവട്ടെ തന്റെ വർഗ്ഗസഹകരണ സങ്കല്പങ്ങൾക്കനുസൃതമായി അഹമ്മ ദാബാദിലെ 'മിൽ മജൂർ മഹാജൻ' സംഘടിപ്പിക്കുകയും ചെയ്തു. എന്നാൽ കമ്യൂണിസ്റ്റുകാരുടെ നേതൃത്വത്തിൽ വ്യവസായ കേന്ദ്രങ്ങളിൽ പലയിടത്തും സുസംഘടിതമായ ട്രേഡ് യൂണിയൻ പ്രസ്ഥാനം ഉയർന്നു

വന്നു. അവ സാമ്രാജ്യവിരുദ്ധ സമരത്തിൽ തൊഴിലാളികളെ സജീവമായി അണിനിരത്തുകയും ചെയ്തു.

4. യുദ്ധാനന്തര വിപ്ലവ മുന്നേറ്റം:

സ്വതന്ത്രമായ വർഗ്ഗ സംഘടനകൾ കെട്ടിപ്പടുക്കുക മാത്രമല്ല, ബ്രിട്ടീഷുകാർക്കെതിരായ പ്രത്യക്ഷസമരത്തിലും കമ്യൂണിസ്റ്റുകാർ സജീവമായ പങ്ക് വഹിക്കുകയുണ്ടായി. കമ്യൂണിസ്റ്റ് നേതാക്കളെല്ലാവരുംതന്നെ ദേശീയ പ്രസ്ഥാനത്തിനകത്തെ ഏറ്റവും സമരോത്സുക പാരമ്പര്യത്തിന്റെ ഉടമകളായിരുന്നു. മുപ്പതുകളിൽ കോൺഗ്രസിനകത്തും പുറത്തും പ്രവർത്തിച്ച കമ്യൂണിസ്റ്റുകാരും കോൺഗ്രസിനുള്ളിലെ ഇടതുപക്ഷക്കാരും തമ്മിലുള്ള സഹകരണം ദേശീയ പ്രസ്ഥാനത്തിനകത്തു വളരെയേറെ സ്വാധീനം ചെലുത്തുകയുണ്ടായി. 1929 ൽ കൽക്കത്താ കോൺഗ്രസിൽ സുഭാഷ് ചന്ദ്രബോസിന് നല്കിയ പിന്തുണ, 1935 ലെ ഭരണ ഭേദഗതി തള്ളിക്കളയാനുള്ള സമ്മർദ്ദം, മന്ത്രിസഭാ രൂപീകരണത്തിനെതിരായ നിലപാട് തുടങ്ങിയവയിലെല്ലാം ഈ സഹകരണം നിഴലിച്ച് കാണാം. കോൺഗ്രസ് മന്ത്രിസഭകളാകട്ടെ ഈ പ്രസ്ഥാനത്തിന്റെ വർഗ്ഗസ്വഭാവത്തിനനുയോജ്യമാംവിധം തൊഴിലാളി കർഷക വിരുദ്ധ നിലപാടുകൾ സ്വീകരിച്ചപ്പോൾ അതിനെതിരെ സമരം ചെയ്യുന്നതിന് കമ്യൂണിസ്റ്റുകാർ നിർബ്ബന്ധിതരായി. രണ്ടാം ലോകമഹായുദ്ധം പൊട്ടിപ്പുറപ്പെട്ടതിനെ തുടർന്ന് സാമ്രാജ്യയുദ്ധത്തിനെതിരായി ബഹുജനങ്ങളെ അണിനിരത്തുന്നതിനും യുദ്ധഭാരം ജനങ്ങളുടെ മേൽ അടിച്ചേല്പിക്കുന്നതിനെതിരായും മുന്നിട്ടു നിന്നത് കമ്യൂണിസ്റ്റുകാരായിരുന്നു. പണിമുടക്കുകളുടെ ഒരു വേലിയേറ്റം തന്നെയുണ്ടായി. യുദ്ധം തുടങ്ങി ഒരു വർഷം കഴിഞ്ഞ് 1940 ഒക്ടോബറിൽ മാത്രമാണ് കോൺഗ്രസ് പേരിന് ഒരു പ്രതീകാത്മക വ്യക്തിസത്യാഗ്രഹ പരിപാടി ആരംഭിച്ചത്.

എന്നാൽ സ്വാതന്ത്ര്യസമരത്തിൽ ഇന്ത്യൻ കമ്യൂണിസ്റ്റുകാരുടെ ഏറ്റവും ഉജ്ജ്വലമായ പങ്ക് യുദ്ധാനന്തര വിപ്ലവ മുന്നേറ്റത്തിലാണ് പ്രകടമായത്. 1946 ഫെബ്രുവരിയിൽ ബോംബെയിലെ നാവിക കലാപം ഇന്ത്യയിലെ സ്ഫോടനാത്മകമായ സ്ഥിതിവിശേഷത്തെ തെളിയിച്ചു. പട്ടാളക്കാർ കോൺഗ്രസിന്റെ ലീഗിന്റെയും കൊടികളോടൊപ്പം ചെങ്കൊടിയും ഉയർത്തി എന്നത് ശ്രദ്ധേയമാണ്. കമ്യൂണിസ്റ്റ് പാർട്ടി ഒരു പൊതു പണിമുടക്കിലൂടെ പട്ടാളക്കാർക്ക് പിന്തുണ നല്കി. 250 ൽപ്പരം ജനങ്ങളാണ് ബോംബെയിൽ ബ്രിട്ടീഷുകാരാൽ വധിക്കപ്പെട്ടത്. നാവിക കലാപത്തെ അപലപിക്കുന്നതിനേ കോൺഗ്രസ് തയ്യാറായുള്ളൂ.

നാവിക കലാപം ഒറ്റപ്പെട്ട ഒരു സംഭവമായിരുന്നില്ല. കേരളത്തിലെ പുന്നപ്ര വയലാർ സമരം ബംഗാളിലെ തേഭാഗാ സമരം, ആന്ധ്രയിലെ തെലങ്കാനാ സമരം എന്നിങ്ങനെ പൊട്ടിപ്പുറപ്പെട്ട സായുധ സമരങ്ങൾ ഇന്ത്യൻ സ്വാതന്ത്ര്യ സമരത്തിലെ പ്രമുഖ അദ്ധ്യായങ്ങളാണ്. ഇവയിൽ തെലങ്കാന ലെനിൻ വിഭാവനം ചെയ്ത കർഷക സോവിയറ്റുകളുടെ ദിശ

യിൽ ബഹുദൂരം മുന്നേറി. 11,000 ചതുരശ്ര കിലോമീറ്റർ വിസ്തൃതി വരുന്ന 3000 ഗ്രാമങ്ങൾ മോചിപ്പിക്കപ്പെട്ടു. 10 ലക്ഷം ഏക്കർ ഭൂമി പുനർവിതരണം ചെയ്യപ്പെട്ടു. കർഷക തൊഴിലാളികളുടെ മിനിമം കൂലി നിശ്ചയിക്കപ്പെട്ടു. 13-18 മാസക്കാലം ഭരണം ഗ്രാമീണ കർഷക കമ്മിറ്റികളുടെ പക്കലായിരുന്നു. ഈ സമര വേലിയേറ്റം ഇന്ത്യയിൽ നിന്നുള്ള ബ്രിട്ടീഷ് പിൻവാങ്ങലിന് വേഗത കൂട്ടിയെന്നതിൽ തർക്കമില്ല.

ഈ നേട്ടങ്ങൾ ഒന്നും സ്വാതന്ത്ര്യപ്രസ്ഥാനത്തിന്റെ നേതൃത്വത്തിലേക്ക് ഉയരുന്നതിൽ ഇന്ത്യയിലെ കമ്യൂണിസ്റ്റുകാർക്കുണ്ടായ പരാജയത്തെ ഇല്ലാതാക്കുന്നില്ല. ഇതിന്റെ കാരണങ്ങൾ സങ്കീർണ്ണവും അവയുടെ വിശദീകരണം ഈ ഗ്രന്ഥകർത്താവിന്റെ കഴിവുകൾക്കപ്പുറവുമാണ്. എന്നിരുന്നാലും താഴെ പറയുന്നവ സവിശേഷ പരിഗണന അർഹിക്കുന്നുണ്ടെന്നു പറയാം.

കാഴ്ചപ്പാടിലുണ്ടായ ദൗർബല്യങ്ങൾ:

ദേശീയ വിമോചന പ്രസ്ഥാനങ്ങൾ സംബന്ധിച്ചുള്ള ലെനിന്റെ തീസിസ് ഇന്ത്യയിൽ നല്കിയ വ്യാഖ്യാനങ്ങൾക്കു പലപ്പോഴും ഒരു പ്രധാനപ്പെട്ട ദൗർബല്യമുണ്ടായിരുന്നു. ഇന്ത്യൻ മുതലാളിവർഗ്ഗത്തിന്റെ സ്വഭാവവും സാമ്രാജ്യ വിരുദ്ധ കഴിവുകളെയുംകുറിച്ചുള്ള വിലയിരുത്തലുകൾ അയഥാർത്ഥമായിരുന്നു. ഉദാഹരണത്തിന് ഇരുപതുകളുടെ അന്ത്യത്തിൽ ഇന്ത്യൻ മുതലാളിവർഗ്ഗത്തിന്റെ സാമ്രാജ്യ വിരുദ്ധ ഉള്ളടക്കം ചോർന്നു പോയിരിക്കുന്നുവെന്നുള്ള നിഗമനത്തിൽ കമ്യൂണിസ്റ്റുകാർ എത്തിച്ചേർന്നു. ജിയാങ് കൈഷെക്കിന്റെ ചൈനയിൽ നടത്തിയ പ്രതിവിപ്ലവ വഞ്ചന ഇത്തരം ഒരു വിലയിരുത്തലിനെ സ്വാധീനിച്ചു കാണണം. കാരണമെന്തായാലും ഇത് ബൂർഷ്വാ ദേശീയ പ്രസ്ഥാനത്തോടു തികച്ചും നിഷേധാത്മകമായ നിലപാട് സ്വീകരിക്കുന്നതിനും നിയമലംഘന പ്രസ്ഥാനത്തിന്റെ കാലത്ത് വിദേശ മേധാവിത്വത്തിനെതിരായി അണിനിരന്ന ഇന്ത്യൻ ജനതയുടെ മേൽ ബൂർഷ്വാ നേതൃത്വത്തിന്റെ പിടി മുറുക്കുന്നതിനും സഹായകരമായി.

ഈ ദൗർബല്യം തിരുത്തിക്കൊണ്ട് 1934 ൽ ഒരു പുതിയ പരിപാടി പാർട്ടി സ്വീകരിച്ചു. ഗൂഢാലോചന കേസിൽ തടവിൽ കഴിഞ്ഞ കമ്യൂണിസ്റ്റ് നേതാക്കൾ ജയിൽ മോചിതരായി വന്നതും സാർവ്വദേശീയ കമ്യൂണിസ്റ്റ് പ്രസ്ഥാനത്തിൽ നിന്നുള്ള ഉപദേശങ്ങളും ഈ തെറ്റുതിരുത്തൽ പ്രക്രിയയ്ക്ക് സഹായകമായി. ഇത് ദേശീയ പ്രസ്ഥാനവുമായുള്ള വിമർശനാത്മക സഹകരണത്തിന്റെ ഒരു പുതിയ കാലഘട്ടം തുറന്നു. കമ്യൂണിസ്റ്റ് പ്രസ്ഥാനം രാജ്യവ്യാപകമായി പന്തലിക്കാനും തുടങ്ങി.

കോൺഗ്രസ് കാലാകാലങ്ങളിൽ ബ്രിട്ടീഷുകാരുമായി എത്തിച്ചേരുന്ന ഒത്തുതീർപ്പുകൾ കീഴടങ്ങലുകളല്ല, മറിച്ച് ബൂർഷ്വാ പരിമിതികൾ സമരത്തിന് മുമ്പിൽ സൃഷ്ടിക്കുന്ന പരിധികളാണെന്ന വസ്തുതയെ പൂർണ്ണമായി മനസ്സിലാക്കുന്നതിനു കഴിഞ്ഞില്ല. ഒത്തുതീർപ്പ്- സമരം - ഒത്തു

തീർപ്പ് ഈ ഒരു അടവ് ദേശീയ പ്രസ്ഥാനത്തിന്റെ വർഗ്ഗപരമായ ബല ഹീനതയിൽനിന്ന് ഉടലെടുക്കുന്നതാണ്. ഇതിൽ ഒത്തുതീർപ്പിനെ കീഴട ങ്ങലായി വിലയിരുത്തുന്നതുപോലെ തന്നെ പിശകാണ് സമരം പുതിയ ഒത്തുതീർപ്പിനുള്ള തയ്യാറെടുപ്പ് മാത്രമാണെന്ന് വിസ്മരിക്കുന്നത്. ആദ്യ ത്തേത് ബൂർഷ്വാ വർഗ്ഗത്തിന്റെ സാമ്രാജ്യവിരുദ്ധ കഴിവിനെ അവഗണി ക്കുമ്പോൾ രണ്ടാമത്തേത് ബൂർഷ്വാ വർഗ്ഗത്തിന്റെ പരിമിതികളെ വിസ്മ രിക്കുന്നു.

രണ്ടാമത്തെ വീഴ്ചയുടെ ഉത്തമ ഉദാഹരണം ക്വിറ്റിന്ത്യാ സമരത്തെ തുടർന്നുള്ള കാലമാണ്. ക്വിറ്റിന്ത്യാ സമരകാലത്തെ കമ്മ്യൂണിസ്റ്റുകാരുടെ സെക്ടേറിയൻ നിലപാടുകളുടെ വിമർശനം സർവ്വസാധാരണമാണ്. എന്നാൽ ഇതിലേറെ പ്രധാനമായി എനിക്ക് തോന്നുന്നത് ക്വിറ്റിന്ത്യാ സമ രത്തിന്റെ യഥാർത്ഥ സ്വഭാവത്തെ തുറന്നുകാണിക്കുന്നതിൽ കമ്മ്യൂണിസ്റ്റു പാർട്ടിക്ക് നേരിട്ട പരാജയമാണ് ഒത്തുതീർപ്പ് - സമരം - ഒത്തുതീർപ്പ് ചങ്ങലയിലെ ഒരു സമര കണ്ണി മാത്രമായിരുന്നു എന്നതല്ലേ യാഥാർത്ഥ്യം. കോൺഗ്രസുകാർ തന്നെ ക്വിറ്റിന്ത്യാ സമരത്തെ കൈയൊഴിഞ്ഞു. ഗാന്ധിജി ഇന്ത്യാ സർക്കാരിനെഴുതിയ കത്തുകൾ തെളിവായിട്ടു നിര ത്താനാവും. നെഹ്റു, പട്ടേൽ, ജി ബി പന്ത് തുടങ്ങിയവരുടെ പ്രസ്താവ നകൾ തെളിവായിട്ടു നിരത്താനാവും ബൂർഷ്വാ നേതൃത്വത്തിന്റെ സമ രോത്സുകതയിലുള്ള ശുഭാപ്തിവിശ്വാസമാണ് കോൺഗ്രസ്-ലീഗ് ഐക്യം ദേശീയ വിമോചനത്തിനായുള്ള അടിസ്ഥാന ഉപാധിയും മാർഗ്ഗവുമായി ഉയർത്തുന്നതിന് കമ്മ്യൂണിസ്റ്റ് പാർട്ടിക്ക് പ്രേരകമായിത്തീർന്നത്. ഇത്തരം വ്യാമോഹങ്ങൾമൂലം യുദ്ധത്തെത്തുടർന്ന് ഉളവായ വിപ്ലവ സാഹചര്യ ങ്ങളെ ശരിയായി വിലയിരുത്തുന്നതിനോ അവയ്ക്കനുസൃതമായ അട വുമാറ്റങ്ങൾ വരുത്തുന്നതിനോ കഴിയാതെ പോയി.

ഇപ്രകാരം ബൂർഷ്വാ ദേശീയ പ്രസ്ഥാനത്തിനോടു ശരിയായ നില പാടുകൾ കരുപ്പിടിപ്പിക്കുന്നതിൽ വന്ന പാളിച്ചകൾ-ഒന്നുകിൽ തികച്ചും നിഷേധാത്മകമായ നിലപാട് സ്വീകരിക്കുക അല്ലെങ്കിൽ അതിൽ അലിഞ്ഞ് ചേർന്നു വ്യാമോഹങ്ങൾക്കടിമപ്പെടുക. ഇന്ത്യയിലെ കമ്മ്യൂണിസ്റ്റ് പ്രസ്ഥാനത്തിന്റെ പുരോഗതിക്ക് പ്രതിബന്ധങ്ങളായിത്തീർന്നു.

ഇന്ത്യയിലെ മൂർത്തമായ പരിതഃസ്ഥിതികൾ മനസ്സിലാക്കുന്നതി ലുള്ള പരാജയം:

മാർക്സിസം - ലെനിനിസത്തെ ഇന്ത്യയിൽ പ്രയോഗിക്കുന്നതിനു ശ്രമിച്ച കമ്മ്യൂണിസ്റ്റുകാർക്ക് ഒട്ടേറെ തനതായ പ്രശ്നങ്ങൾ നേരിടേണ്ടി വന്നു. ഇന്നു പിന്തിരിഞ്ഞു നോക്കുമ്പോൾ അവയിൽ പലതിനെയും പറ്റി യുള്ള വിശദീകരണങ്ങൾ യാന്ത്രികമായിപ്പോയിട്ടില്ലേ എന്നു സംശയിക്കേ ണ്ടിയിരിക്കുന്നു.

എ. ഇന്ത്യൻ പ്രാക് മുതലാളിത്ത സമൂഹത്തിന്റെ അടിസ്ഥാന ശില യായ ജാതി വ്യവസ്ഥയെക്കുറിച്ചു പല മാർക്സിസ്റ്റുകാരും പുലർത്തിയി

രുന്ന യാന്ത്രിക ധാരണകൾക്ക് ദൃഷ്ടാന്തമാണ് ഡാങ്കെയുടെ *പൗരാണിക കമ്യൂണിസത്തിൽനിന്ന് അടിമത്തത്തിലേക്ക്* എന്നുള്ള ഗ്രന്ഥം. ജാതി വ്യവസ്ഥയെയും പരമ്പരാഗത ഇന്ത്യൻ സമൂഹത്തെയുംകുറിച്ചുള്ള ആഴത്തിലുള്ള പഠനങ്ങൾ ദുർല്ലഭമാണ്. ഈ സൈദ്ധാന്തിക പോരായ്മ ഇന്ത്യൻ കാർഷിക പ്രശ്നവും ജാതിയും കെട്ടുപിണഞ്ഞു കിടക്കുന്നതിൽ നിന്നുളവാകുന്ന പ്രശ്നങ്ങളെ പലതിനെയും പ്രായോഗികമായി അവഗണിക്കുന്നതിലേക്കെത്തി.

ബി. വർഗ്ഗീയ ഭിന്നിപ്പുകൾക്ക് ഇന്ത്യയിൽ നൂറ്റാണ്ടുകളുടെ ചരിത്രമുണ്ട്. വർഗ്ഗീയ ചേരിതിരിവുകൾ ഇന്ത്യൻ ദേശീയ വിമോചന പ്രസ്ഥാനത്തിലുണ്ടായ സ്വാധീനത്തെ വിവരിക്കേണ്ടതില്ല. ഒത്തുതീർപ്പ്-സമരം-ഒത്തുതീർപ്പ് അടവുകളും കോൺഗ്രസിലെ ഹിന്ദു യാഥാസ്ഥിതികരും മുസ്ലീം ലീഗിന് മുസ്ലീം ജനവിഭാഗങ്ങളെ തങ്ങളുടെ കൊടിക്കീഴിലാക്കുന്നതിനു സഹായകരമായി. സമഗ്രമായ കാർഷിക വിപ്ലവത്തിനും വിട്ടുവീഴ്ചയില്ലാത്ത സാമ്രാജ്യവിരുദ്ധ സമരത്തിനും മാത്രമേ ഹിന്ദു-മുസ്ലീം ഐക്യം ഉറപ്പാക്കാനാവൂ. എന്നാൽ കോൺഗ്രസിനെയും മുസ്ലീം ലീഗിനെയും ഒരേപോലെ വിലയിരുത്തിയത് യാഥാർത്ഥ്യങ്ങൾക്ക് നിരക്കുന്നതായില്ല. ഇന്ത്യയെ പിളർക്കുന്നതിന് സാമ്രാജ്യത്വത്തിന്റെ ഒരു കരുവായി ലീഗ് മാറിക്കൊണ്ടിരിക്കുകയായിരുന്നു എന്ന യാഥാർത്ഥ്യം കാണാൻ കഴിയാതെ പോയി.

സി. ഇതുമായി വളരെയേറെ ബന്ധപ്പെട്ട ഒന്നായിരുന്നു. ദേശീയ പ്രശ്നത്തെക്കുറിച്ച് എടുത്ത നിലപാട്. സ്വയം നിർണ്ണയാവകാശം സംബന്ധിച്ച നിലപാടിനെ ഫലത്തിൽ ദേശീയ പ്രശ്നത്തെ സാമ്രാജ്യത്വവുമായുള്ള സമരത്തിൽനിന്ന് ബന്ധം വിടർത്തിയാണ് പരിശോധിച്ചത്. 1947 ലെ മൂർത്തമായ സാഹചര്യത്തിൽ പാകിസ്ഥാൻ വാദത്തെ അംഗീകരിക്കുകയല്ലാതെ മറ്റു മാർഗ്ഗമുണ്ടായിരുന്നില്ല. പക്ഷേ, ഈ പ്രായോഗിക പോംവഴിക്ക് മറ്റു മാർഗ്ഗമുണ്ടായിരുന്നില്ല. പക്ഷേ, ഈ പ്രായോഗിക പോംവഴിക്ക് നല്കിയ സൈദ്ധാന്തിക വിശദീകരണങ്ങൾ ആശയക്കുഴപ്പം ഉണ്ടാക്കുന്നതിനേ ഉതകുമായിരുന്നുള്ളൂ.

ഡി. തൊഴിലാളിവർഗ്ഗ സാർവ്വദേശീയതയെ ദേശീയ കടമകളുമായി കൂട്ടിയിണക്കുന്നതിൽ ചിലപ്പോഴെങ്കിലും വൈകല്യങ്ങൾ സംഭവിക്കുകയുണ്ടായി. ഇതിലേറ്റവും പ്രധാനം ക്വിറ്റിന്ത്യാ സമരത്തോട് എടുത്ത നിലപാടാണ്. യുദ്ധത്തിന്റെ മാറ്റത്തിന് വന്നുചേർന്ന സാഹചര്യത്തെ ശരിയായി വിലയിരുത്തിയെങ്കിലും സമരത്തിൽ ഇറങ്ങിയ കോൺഗ്രസുകാരെ വ്യക്തിപരമായി ജാപ്പ് ഏജന്റുമാരും മറ്റുമായി ചിത്രീകരിച്ചത് അസംബന്ധമാണെന്ന് പറയേണ്ടതില്ലല്ലോ. ക്വിറ്റിന്ത്യാ സമരത്തിന് നേതൃത്വം നല്കിയവരുടെയും പങ്കാളികളുടെയും ദേശാഭിമാനപരമായ വികാരങ്ങളെ വേണ്ടത്ര പരിഗണിക്കുകയുണ്ടായില്ല.

ഗാന്ധിസത്തിന്റെ സ്വാധീനവലയത്തിനെതിരെ ഫലപ്രദമായി പോരാടുന്നതിലുണ്ടായ പരാജയം ഇന്ത്യയുടെ ഗ്രാമീണ സംസ്കാരത്തിന്റെ സവി

ശേഷതകളെ മനസ്സിലാക്കുകയും അവയ്ക്കനുസൃതമായി ശൈലികളും രീതികളും ഉടുപ്പിലും നടപ്പിലും വികാരത്തിലും വിചാരത്തിലുമെല്ലാം അദ്ദേഹം സ്വീകരിച്ചു. മതപരതയും ആർഭാടരാഹിത്യവും തുടങ്ങി അദ്ദേഹത്തിന്റെ പിന്തിരിപ്പൻ നിലപാടുകൾ ഇ എം എസ് വിശദീകരിക്കുന്നതുപോലെ ആധുനിക ദേശീയപ്രസ്ഥാനവുമായി ഗ്രാമീണ കോടികളെ സന്ധിപ്പിക്കുന്നതിനുള്ള പാലമായി. ബഹുജനങ്ങളെ സമരനിരകളിലേക്ക് കൊണ്ടുവന്ന അദ്ദേഹം അഹിംസാ സിദ്ധാന്തപ്രയോഗത്തിലൂടെ സമര നിരകളെ കർശനമായി നിയന്ത്രിച്ച് നിർത്തി. മാർക്സിസ്റ്റ് തത്ത്വശാസ്ത്രത്തെ ഗ്രാമീണ ലക്ഷങ്ങളിലേക്ക് പകരുന്നതിന് കമ്യൂണിസ്റ്റുകാർക്ക് കഴിഞ്ഞില്ല. ഗാന്ധിയൻ സ്വാധീനം നിലനിന്നു.

രണ്ടു ഘടകങ്ങൾ മാർക്സിസ്റ്റ് ആശയപ്രചാരണത്തിന് പ്രതിബന്ധങ്ങൾ സൃഷ്ടിച്ചിട്ടുണ്ട്. ഒന്നാമത്തേത് പ്രാങ് മുതലാളിത്ത സാമൂഹ്യ ആശയങ്ങൾക്കു സമൂഹത്തിൽ ഉണ്ടായിരുന്ന നീരാളിപ്പിടുത്തമാണ്. കാർഷിക ഘടന ജാതിമത ഘടകങ്ങളുമായി അഭേദ്യമായി കെട്ടിപ്പിണഞ്ഞു കിടക്കുകയായിരുന്നു. ഫാക്ടറികൾക്കുള്ളിൽ ജാതി-മത പരിഗണനകളുടെ സ്വാധീനങ്ങൾ പരിമിതമായിരുന്നു. ജാതി-മത പരിഗണനകൾക്കതീതമായുള്ള ട്രേഡ് യൂണിയനുകളുടെ വളർച്ച സാധാരണമായിരുന്നു. എന്നാൽ ഫാക്ടറികൾ പ്രാങ് മുതലാളിത്ത സമുദ്രങ്ങളിലെ തുരുത്തുകൾ മാത്രമായിരുന്നു. തൊഴിലാളി ഫാക്ടറിക്ക് വെളിയിൽ ഏതെങ്കിലും ജാതിയുടെയോ മതത്തിന്റെയോ അംഗമായി തുടർന്നു. ഈ ജീവിത സാഹചര്യങ്ങൾ ഫാക്ടറിക്ക് വെളിയിലുള്ള ബന്ധങ്ങളെ തൊഴിലാളിയെന്ന വർഗ്ഗ നിലപാടിൽ നിന്നുകൊണ്ട് വീക്ഷിക്കുന്നതിൽനിന്നും അവനെ തടഞ്ഞു. പ്രാങ് മുതലാളിത്ത സ്വാധീനങ്ങൾ തൊഴിലാളിവർഗ്ഗ രാജകീയ ബോധത്തിന്റെ രൂപീകരണത്തിന് ശക്തമായ ഒരു വിലങ്ങുതടിയായിത്തീർന്നു.

രണ്ടാമതായി, ദേശീയ വിമോചനപ്രസ്ഥാനം രാഷ്ട്രീയത്തിന്റെ മുഖ്യധാരയായി തീർന്ന വേളയിലാണ് ഇന്ത്യയിലെ തൊഴിലാളിവർഗ്ഗം രൂപം കൊള്ളുന്നത്. പൊതുവായുള്ള വിദേശീയ ശത്രു ആഭ്യന്തരമായ വൈരുദ്ധ്യങ്ങളെ മൂടി വയ്ക്കുന്നതിന് ഏവരെയും പ്രേരിപ്പിക്കുന്നു. ഇത് ഏകമാന സ്വഭാവത്തിലുള്ള സമൂഹത്തെക്കുറിച്ചുള്ള പരമ്പരാഗത വ്യാമോഹങ്ങളെ ഉദ്ദീപിപ്പിക്കുന്നു. ഇന്ത്യൻ മുതലാളി വർഗ്ഗത്തിന്റെ ആശയപരമായ ദൈഷണ്യത്തെക്കുറിച്ച് നേരത്തെത്തന്നെ സൂചിപ്പിച്ചിട്ടുള്ളതാണല്ലോ.

കമ്യൂണിസ്റ്റ് പാർട്ടിയുടെ സംഘടനാപരമായ ദൗർബല്യം:

ആശയപരവും അടവുപരവുമായ ദൗർബല്യങ്ങൾ മാത്രമല്ല, സംഘടനാ പരമായ ദൗർബല്യങ്ങളും കാണാതിരുന്നുകൂട. ഇന്ത്യൻ നാഷണൽ കോൺഗ്രസ് രൂപീകൃതമായി 35 വർഷത്തിനുശേഷം മാത്രമാണ് ഔപചാരികമായ കമ്യൂണിസ്റ്റ് ഗ്രൂപ്പുകൾ രൂപംകൊള്ളുന്നത്. അവയുടെ രൂപീകരണം ഭരണാധികാരികളിൽ ഭയാശങ്കകൾ ഉയർത്തി. 1920 മുതൽ

1929 വരെയുള്ള പെഷവാർ, ലാഹോർ, മീറത് തുടങ്ങി ഒട്ടനവധി ഗൂഢാലോചനക്കേസുകളിൽ കമ്യൂണിസ്റ്റ് നേതാക്കന്മാരെ അവർ വേട്ടയാടി. എല്ലാ കാലത്തും മൂന്നിലൊന്ന് നേതാക്കന്മാരെങ്കിലും ജയിലിലായിരുന്നു. യഥാർത്ഥം പറഞ്ഞാൽ മീറത് കേസിലെ പ്രതികൾ ജയിൽമോചിതരായി വന്ന മുപ്പതുകളുടെ മദ്ധ്യംവരെയും കേന്ദ്രീകൃതമായ ഒരു കമ്യൂണിസ്റ്റു പ്രസ്ഥാനം പ്രവർത്തിച്ചതേയില്ല. ദേശവ്യാപകമായ കണ്ണികളോടു കൂടി പ്രായോഗികമായി പ്രവർത്തനം ആരംഭിക്കാൻ കഴിഞ്ഞത് ഔപചാരിക ഗ്രൂപ്പുകളുടെ രൂപീകരണത്തിന് ശേഷം ഒരു വ്യാഴവട്ടം കഴിഞ്ഞ് മാത്രമായിരുന്നു. ചൈനയെ അപേക്ഷിച്ച് കൂടുതൽ കേന്ദ്രീകൃതവും ശക്തവുമായ സാമ്രാജ്യ സർക്കാരിന്റെ സാന്നിദ്ധ്യം ഇതിനൊരു കാരണമായിരുന്നു.

1937 ലെ കോൺഗ്രസ് പ്രവിശ്യാ സർക്കാരുകൾക്കു കീഴിലാണ് പരിമിതമായ തോതിൽ പ്രവർത്തന സ്വാതന്ത്ര്യം ലഭിച്ചത്. രണ്ടാം ലോക മഹായുദ്ധം ആരംഭിച്ചതോടെ പാർട്ടി വീണ്ടും ഒളിവിൽ പോകാൻ നിർബ്ബന്ധിതമായി. സ്വാതന്ത്ര്യസമരകാലം മൊത്തത്തിൽ എടുത്താൽ കമ്യൂണിസ്റ്റു പാർട്ടി വളരെ ചുരുങ്ങിയ കാലം ഒഴിച്ച് നിയമവിരുദ്ധ പാർട്ടിയായിരുന്നു. തൊഴിലാളിവർഗ്ഗ പാർട്ടിയെ കൂടാതെ തൊഴിലാളിവർഗ്ഗ നേതൃത്വം അസാദ്ധ്യമാണെന്ന് ചരിത്രം നമ്മെ പഠിപ്പിക്കുന്നു. ഇത്തരം ഒരു പാർട്ടി ദേശവ്യാപകമായ പ്രവർത്തനം ആരംഭിച്ചത് 1930 കളുടെ മദ്ധ്യത്തോടുകൂടി മാത്രമാണെന്നതാണ് ഒരുപക്ഷേ, ഇന്ത്യയിലെ കമ്യൂണിസ്റ്റ് പ്രസ്ഥാനത്തിന്റെ ഏറ്റവും പ്രധാനപ്പെട്ട ദൗർബല്യം.

2

ഈഴവ - സാമൂഹ്യ പരിഷ്കരണ പ്രസ്ഥാനത്തിലെ വർഗ്ഗീയതയും വിപ്ലവാത്മകതയും

ഒരു കേരളീയ ഗ്രാമത്തിൽ സാമൂഹ്യവിപ്ലവം എന്ന എ അയ്യപ്പന്റെ പുസ്തകം പ്രസിദ്ധമാണ്. ഈ നൂറ്റാണ്ടിൽ കേരളീയ ഗ്രാമങ്ങളിൽ ഉയർന്ന ബൂർഷ്വാ സാമൂഹ്യ പരിവർത്തനത്തിന്റെ അലകളെ ഒരു ഗ്രാമത്തിന്റെ അനുഭവ പശ്ചാത്തലത്തിൽ വിവരിക്കുകയാണ് എ അയ്യപ്പൻ ചെയ്യുന്നത്. മുപ്പതുകളുടെ അന്ത്യത്തിൽ ഈ ഗ്രാമത്തെക്കുറിച്ച് ഒരു പഠനം നടത്തിയ എ അയ്യപ്പന് അമ്പതുകളായപ്പോഴേക്കും വന്നുചേർന്ന സാമൂഹ്യമാറ്റങ്ങളെ വിപ്ലവത്തിൽ കുറഞ്ഞൊന്നുമായി കാണാൻ കഴിഞ്ഞില്ല. പഴയ ജന്മി-നാടുവാഴി ഭൂവുടമ ബന്ധുക്കളുടെ തകർച്ച, കയർ കുടിൽ വ്യവസായത്തിന്റെയും കയർ മുതലാളിമാരുടെയും വളർച്ച, പുത്തൻ മൂല്യങ്ങളുടെയും ആശയങ്ങളുടെയും ഉയർച്ച, ആകെ ഒരു സാമൂഹ്യ-സാംസ്കാരിക നവോന്മേഷം ഈ സാംസ്കാരിക സാമൂഹ്യ നവോത്ഥാനത്തിന്റെ പ്രബലധാര ശ്രീനാരായണ ഗുരുവിന്റെ ചിന്തകളും ഈഴവ സാമൂഹ്യ പരിഷ്കരണ പ്രസ്ഥാനവുമായിരുന്നു. ജാതിരാക്ഷസനെ നശിപ്പിക്കുന്നതിനും പുതിയൊരു സാഹോദര്യം വളർത്തുന്നതിനും ഭൂതകാലത്തെ യുക്തിചിന്ത കൊണ്ട് അളക്കുന്നതിനും അവർ തുനിഞ്ഞു. സമത്വത്തിന്റെയും സാഹോദര്യത്തിന്റെയും സ്വാതന്ത്ര്യത്തിന്റെയും കാറ്റ് ഈഴവ സാമൂഹ്യ പരിഷ്കരണ പ്രസ്ഥാനത്തിലൂടെ കടന്നുവന്നു.

എന്നാൽ തൃശൂരിനടുത്ത ഈ ഗ്രാമം ഇന്ന് സന്ദർശിക്കുന്ന ഒരാൾക്ക് കാണാൻ കഴിയുന്ന ചിത്രം എന്താണ്? പഴയ ഭൂപ്രഭുക്കൾക്കു പകരം പുത്തൻ ഭൂപ്രഭുക്കൾ ഉയർന്നുവന്നിരിക്കുന്നു. ഇവരുടെ ഭൂമിയുടെ വിസ്തീർണ്ണം പഴയ ജന്മിയുടെ അത്രയും ഇല്ലെങ്കിലും നാട്ടിലെ ചിട്ടി സ്ഥാപനങ്ങൾ, കച്ചവടസ്ഥാപനങ്ങൾ, എണ്ണ-പൊടി മില്ലുകൾ ഇവയെല്ലാം അവരുടേതാണ്. പഴയ നെല്പാടങ്ങളിൽ തെങ്ങുകൾ സ്ഥാനം പിടിച്ചിട്ടു

ണ്ടെങ്കിലും കാർഷികോല്പാദനം വർദ്ധിക്കുകയല്ല കുറയുകയാണ് അടുത്ത കാലത്തുണ്ടായത്. കയർ വ്യവസായമാവട്ടെ, പഴയതുപോലെ ചിന്നിച്ചിതറി കുടിൽവ്യവസായമായിത്തന്നെ കഴിയുന്നു. സാമൂഹ്യരംഗത്ത് കയർതൊഴിലാളികളുടെയും കർഷകതൊഴിലാളികളുടെയും സംഘടനകൾ പുതുതായി രംഗത്തു വന്നിട്ടുണ്ട്. പക്ഷേ, പഴയ ജാതിസംഘടനകളും സ്ഥാപനങ്ങളും പഴയ പ്രഭാവം വീണ്ടെടുക്കാൻ ശ്രമിക്കുകയാണ്. മാറ്റത്തിന്റെ ഉന്മേഷത്തിനു പകരം മരവിപ്പിന്റെയും ജീർണ്ണതയുടെയും പുഴുക്കുത്തുകൾ ആ ഗ്രാമത്തിലെ സാംസ്കാരിക രംഗമാകെ പടർന്നിട്ടില്ലേ എന്ന് നാം സംശയിച്ചുപോകും. എ അയ്യപ്പൻ ആവേശംകൊണ്ട സാമൂഹ്യ വിപ്ലവം ഇനിയും പൂർത്തിയാകേണ്ടിയിരിക്കുന്നു.

ഇത് ഒരു ഗ്രാമത്തിന്റെ മാത്രം കഥയല്ല. കേരളത്തിന്റെ തന്നെ കഥയാണ്. മുതലാളിത്തത്തിന്റെ വളർച്ച തുടങ്ങിവെച്ച സാമൂഹ്യവിപ്ലവം ഇനിയും പൂർത്തീകരിക്കുന്നതിനും അവിടെ നിന്ന് മുന്നോട്ടു പോകുന്നതിനും ആ സാമൂഹ്യ വിപ്ലവത്തിന്റെ മുഖ്യസ്രോതസ്സുകളായി ഒരു കാലത്ത് പ്രവർത്തിച്ച ജാതിപ്രസ്ഥാനങ്ങൾക്ക് ഇന്ന് എന്തെങ്കിലും പങ്ക് വഹിക്കാനുണ്ടോ? ജാതിസംഘടനകളും വർഗ്ഗസംഘടനകളും തമ്മിൽ പണ്ടുണ്ടായിരുന്ന ബന്ധം ഇന്ന് സാദ്ധ്യമാണോ? പഴയ ഈഴവ സാമൂഹ്യ പരിഷ്കരണ പ്രസ്ഥാനത്തിന്റെ ഇന്നത്തെ ജാതീയ അവശിഷ്ടങ്ങൾക്ക് നമ്മുടെ നാട്ടിലെ ജനാധിപത്യ വിപ്ലവം പൂർത്തീകരിക്കുന്നതിന് എന്തെങ്കിലും പങ്കു വഹിക്കാനാകുമോ? ഈ ചോദ്യങ്ങൾക്ക് ഉത്തരം നല്കണമെന്നുണ്ടെങ്കിൽ ഈഴവ സാമൂഹ്യ പരിഷ്കരണ പ്രസ്ഥാനത്തിലെ ജാതീയവും വിപ്ലവകരവുമായ ഘടകങ്ങളുടെ വളർച്ചയെ വേർതിരിച്ച് പഠിക്കണം. ഇവയും വളർന്നുവന്ന പുതിയ വർഗ്ഗരാഷ്ട്രീയവും അതിന്റെ സംഘടനകളുമായുള്ള ബന്ധവും ചരിത്രപരമായി വിശകലനം ചെയ്യണം. ഇതിനുള്ള ഒരു ശ്രമമാണ് ഈ അദ്ധ്യായത്തിൽ നടത്തുന്നത്. തിരു-കൊച്ചി പ്രദേശത്തെ അനുഭവങ്ങളുടെ പശ്ചാത്തലത്തിലാണ് ഇതിനു ശ്രമിക്കുന്നത്. മലബാറിലെ പ്രത്യേകതകൾ ഇവിടെ ചർച്ച ചെയ്യപ്പെടുന്നില്ല.

പത്തൊൻപതാം നൂറ്റാണ്ടിന്റെ തുടക്കത്തിലെ സാമൂഹ്യ ശ്രേണിയിൽ ഈഴവരുടെ സ്ഥാനം സവർണ്ണരായ നായന്മാരുടെയും ഏറ്റവും താഴെ പടിയിലുള്ള പുലയരുടെയും മദ്ധ്യേയായിരുന്നു. സംസ്കൃത പണ്ഡിതന്മാർ, ആയുർവ്വേദ വൈദ്യന്മാർ, കച്ചവടക്കാർ തുടങ്ങിയ ചുരുക്കം ചിലർ ഈഴവ സമുദായത്തിലുണ്ടായെങ്കിലും അവർ മുഖ്യമായും വെറും പാട്ടക്കാർ, കൈവേലക്കാർ, നെയ്ത്തുകാർ, മദ്യ ഉല്പാദകർ, കയർ ജോലിക്കാർ തുടങ്ങിയ നാനാവിധ ഗ്രാമീണ തൊഴിലുകാരായിരുന്നു. അവരുടെ ഉല്പാദന പ്രവർത്തനങ്ങളും സാമ്പത്തിക ചക്രവാളങ്ങളും ഗ്രാമീണ സമ്പദ് വ്യവസ്ഥയുടെ പരിമിതമായ ആവശ്യങ്ങളിൽ ഒതുങ്ങിക്കിടന്നു. കേന്ദ്രീകൃത രാജവാഴ്ചയുടെ ഉദയവും അതിനെത്തുടർന്ന് പത്തൊമ്പതാം നൂറ്റാണ്ടിൽ ഉണ്ടായ കാർഷിക ബന്ധങ്ങളിലെ മാറ്റങ്ങളും ലോകകമ്പോളവുമായുള്ള തിരുവിതാംകൂറിന്റെ സംയോജനവും തുടർന്നുള്ള കാർഷി

കമേഖലയുടെ വാണിജ്യവല്ക്കരണവും കാർഷിക ബന്ധ വ്യവസായങ്ങളുടെ വളർച്ചയും എല്ലാംകൂടി തിരുവിതാംകൂറിന്റെ സമ്പദ് ഘടനയിലും സമൂഹത്തിലും വമ്പിച്ച പരിവർത്തനങ്ങൾ ഉണ്ടാക്കിത്തീർത്തു. ഇവ ഒരു ചെറിയ വിഭാഗം ഈഴവർ ഭൂവുടമകളാകാനും ഉയർന്ന കുടിയായ്മസ്ഥാനങ്ങൾ കരസ്ഥമാക്കാനും ഇടയാക്കി. ഗണ്യമായൊരു വിഭാഗം ഈഴവരെ ചെറുകിട കച്ചവടക്കാരും മുതലാളിമാരും ആയി ഉയരാൻ കേരകൃഷിയുടെയും കേരോല്പന്ന സംസ്കാരത്തിന്റെയും വളർച്ചയെ സഹായിച്ചു. വൈവിദ്ധ്യമാർന്ന തൊഴിലുകളിലുണ്ടായിരുന്ന പരമ്പരാഗതമായ വൈദഗ്ദ്ധ്യം ഈഴവർക്ക് സമ്പദ്ഘടനയുടെ ആധുനീകരണംമൂലം ഉയർന്നു വന്ന പുതിയ ജോലികളിലേക്കും തൊഴിലുകളിലേക്കും പ്രവേശിക്കുന്നതിന് സഹായിച്ചു. പൊതുവെ സമൂഹത്തിലെ സാമ്പത്തിക സ്ഥിതിയിലുണ്ടായ വളർച്ച പഴയ ജാതി പള്ളിക്കൂടങ്ങൾക്കും കളരികൾക്കും ഒരു പുതുജീവൻ നല്കി. സാക്ഷരത വർദ്ധിച്ചു. മിഷനറി സ്ഥാപനങ്ങളിലൂടെയും മറ്റ് ആധുനിക ഇംഗ്ലീഷ് വിദ്യാഭ്യാസവും സമുദായത്തിലേക്ക് കടന്നുചെന്നു. ഇംഗ്ലീഷ് വിദ്യാഭ്യാസം സിദ്ധിച്ച കുലീനരുടെ ഒരു സമൂഹം ഈഴവരുടെ ഇടയിൽ ഉയർന്നുവന്നു.

എന്നാൽ, സാമൂഹ്യപദവിയുടെ കാര്യത്തിലാവട്ടെ ബ്രാഹ്മണനെ 32 അടി ദൂരത്തിലും നായരെ പതിനാറടി ദൂരത്തിലും തീണ്ടുന്ന അവർണ്ണ ജാതിക്കാരായി തന്നെ ഈഴവർ തുടർന്നു. ആലുംമൂട്ടിൽ ചാന്നാർ തിരുവിതാംകൂറിലെ കുബേരന്മാരിലൊരാളായിരുന്നു. പക്ഷേ, ചാന്നാർക്ക് മാവേലിക്കര അമ്പലപ്പാതയിൽ വന്നാൽ കാറിൽ നിന്നിറങ്ങേണ്ടിയിരുന്നു. നായർ ഡ്രൈവർ കാർ ഓടിച്ച് തീണ്ടൽപാതയുടെ പരിധിക്കപ്പുറം കൊണ്ടു ചെല്ലുന്നിടംവരെ ഒരിടവഴിയിലൂടെ നടന്നേ ചാന്നാർക്ക് യാത്ര തുടരാൻ കഴിയുമായിരുന്നുള്ളൂ. ഡോ. പല്പു വളരെ ഉന്നതമായ നിലയിൽ വൈദ്യപരീക്ഷ പാസായെങ്കിലും 'ശ്രീപത്മനാഭന്റെ നാലുചക്രം' വാങ്ങാനുള്ള വിധിയുണ്ടായിരുന്നില്ല. ഡോ. പല്പുവിന് മൈസൂർ സർക്കാർ സർവ്വീസിൽ ജോലിയന്വേഷിച്ച് പോകേണ്ടിവന്നു. കായംകുളം കിഴക്കേ കമ്പോളത്തിന്റെ നല്ലൊരു ഭാഗം ടി കെ മാധവന്റെ അച്ഛന്റെ വകയായിരുന്നു. പക്ഷേ, കൊച്ചുമാധവന് അച്ഛന്റെ സ്ഥലത്തുകൂടി ചെരിപ്പ് ഊരിയേ നടക്കാൻ അനുവാദമുണ്ടായിരുന്നുള്ളൂ. സർക്കാർ വരുമാനത്തിൽ തുച്ഛമല്ലാത്തൊരു തുക ഈഴവരുടെ നികുതിയായിരുന്നെങ്കിലും സർക്കാർ ജോലിയും വിദ്യാഭ്യാസവും റോഡും അവർക്ക് നിഷിദ്ധമായിരുന്നു. സവർണ്ണമേധാവിത്ത സാമൂഹ്യ പാരമ്പര്യങ്ങളും സ്ഥാപനങ്ങളും പുതിയ ഈഴവ മുതലാളിവർഗ്ഗത്തിന്റെ വളർച്ചയ്ക്ക് തടസ്സമായിത്തീർന്നു.

ഈഴവരുടെ ജാതീയമായ ആചാരങ്ങളും മര്യാദകളും വ്യവസായത്തിന്റെയും കച്ചവടത്തിന്റെയും പുതിയ യുഗത്തിൽ തികച്ചും അർത്ഥശൂന്യമായിക്കഴിഞ്ഞിരുന്നു. അവ ജാതി-ഗ്രാമ സമ്പദ് വ്യവസ്ഥയുടെ പ്രാങ് മുതലാളിത്ത യുക്തികൾക്ക് മാത്രമാണ് അനുയോജ്യമായിരുന്നത്. പുതിയ മുതലാളിത്ത യുഗത്തിന്റെ അലംഘനീയ നിയമം മൂലധന സംഭരണമാണ്.

മാർക്സ് പറഞ്ഞതുപോലെ, അതുമാത്രമാണ് മോശയുടെയും പ്രവാചകരുടെയും നിയമം! പണമില്ലാത്തവൻ പിണമാണ്. പക്ഷേ, പുലകുളി, താലികെട്ടു കല്യാണം, തിറകുളി അടിയന്തിരം, പുളികുടി തുടങ്ങി നിരവധി ആചാരമര്യാദകൾ ഒരു ജന്മത്തിലെ സമ്പാദ്യം മുഴുവൻ ആ തലമുരയിൽത്തന്നെ ധൂർത്തടിച്ചു തീർക്കാൻ പര്യാപ്തമായിരുന്നു. ഭൂതകാലത്തിന്റെ ഈ മര്യാദകൾ എല്ലാം തുടച്ചുമാറ്റിയെങ്കിലേ മുതലാളിത്ത മത്സരത്തിൽ മുന്നോട്ടുപോകാൻ കഴിയുമായിരുന്നുള്ളൂ.

ചുരുക്കത്തിൽ, പഴയ ജാതി സമൂഹം ഈഴവർക്ക് പൈതൃകമായി നല്കിയ ആചാരങ്ങളും സാമൂഹ്യ പദവിയും അവരുടെ പുതിയ സാമ്പത്തികനിലയ്ക്കും അഭിവൃദ്ധിക്കും പ്രതിബന്ധമായിത്തീർന്നു. ഈ വൈരുദ്ധ്യം മൂർച്ഛിച്ചപ്പോഴാണ് ഇന്നലെയുടെ ശരികളെല്ലാം തെറ്റായിത്തീർന്നത്. അലംഘനീയങ്ങളായ ജാതിനിയമങ്ങൾ ചോദ്യം ചെയ്യപ്പെടാൻ തുടങ്ങിയത്. ഈഴവ സാമൂഹ്യ പരിഷ്കരണ പ്രസ്ഥാനം ഉയർന്നുവന്നത്.

അതായത്, ഈഴവ സാമൂഹ്യ പരിഷ്കരണ പ്രസ്ഥാനത്തിന്റെ ഉറവിടം സമൂഹത്തിൽ വന്ന സാമ്പത്തിക മാറ്റങ്ങളാണ്. തിരുവിതാംകൂറിൽ നിലവിലിരുന്ന സവർണ്ണജാതി-ജന്മി-നാടുവാഴി മേധാവിത്തത്തിനെതിരെയുള്ള ഈ പുതിയ മുന്നേറ്റത്തെ ഇതിനു മുമ്പുണ്ടായിട്ടുള്ള ചാന്നാർ ലഹള പോലുള്ള കലാപങ്ങളിൽനിന്നു വേർതിരിക്കുന്ന ഘടകം പ്രസ്ഥാനത്തിന്റെ ബൂർഷ്വാ നേതൃത്വമാണ്. യഥാർത്ഥത്തിൽ തിരുവിതാംകൂറിലെ ബൂർഷ്വാ വിപ്ലവം ഈഴവ സാമൂഹ്യ പരിഷ്കരണപ്രസ്ഥാനത്തിൽ നിന്നാരംഭിക്കുന്നു എന്ന് വേണമെങ്കിൽ പറയാം. ബൂർഷ്വാ നേതൃത്വത്തിന് മുഴുവൻ ഈഴവ ജനസാമാന്യത്തെയും സമരരംഗത്തിറക്കാൻ കഴിഞ്ഞു. തിരുവിതാംകൂർ കണ്ടിട്ടുള്ളതിലേക്ക് ഏറ്റവും വലിയ ജനകീയ മുന്നേറ്റത്തിലേക്ക് അത് വഴിതെളിച്ചു. ബൂർഷ്വാ വർഗ്ഗത്തിന് ജനസാമാന്യത്തെയാകെ ആവേശം കൊള്ളിക്കാനും സമരരംഗത്തിറക്കാനും കഴിഞ്ഞത് അവർ ഉയർത്തിയ മുദ്രാവാക്യങ്ങൾ ഈഴവ ജനസാമാന്യത്തിന്റെയാകെ വികാരങ്ങളെ പ്രതിഫലിപ്പിച്ചതുകൊണ്ടാണ്. മുസ്ലീം-സുറിയാനി ക്രിസ്ത്യാനി മുതലാളിമാരുടേതിനെ അപേക്ഷിച്ച് ഭൂതകാലത്തിന്റെ ചങ്ങലകൾ കൂടുതൽ തടസ്സം സൃഷ്ടിച്ചത് ഈഴവ മുതലാളിയുടെ മുന്നേറ്റത്തിനായിരുന്നു. അതുകൊണ്ട് പഴയ ലോകത്തെ തകർക്കുന്നതിന് ഈഴവ മുതലാളിയുടെ ആവേശത്തിന് മറ്റു മുതലാളിവിഭാഗങ്ങളേക്കാൾ തീവ്രതയുണ്ടായിരുന്നു. എന്നു മാത്രമല്ല മുസ്ലീം-ക്രിസ്ത്യൻ മുതലാളി വിഭാഗങ്ങളെപ്പോലെ കർക്കശമായ മത ചട്ടക്കൂടിന്റെ നിയന്ത്രണങ്ങൾക്കു വിധേയമായിരുന്നില്ല. ഈഴവ സമുദായം മറിച്ച് അവരുടെ സമരം തങ്ങളെ സമൂഹത്തിന്റെ താഴെ പടികളിലേക്ക് തള്ളിനീക്കിയ മതവിശ്വാസങ്ങൾക്കും അവയുടെ ചട്ടക്കൂടുകൾക്കും എതിരായിരുന്നു. തന്മൂലം മറ്റു ജാതീയ സാമൂഹ്യ പരിഷ്കരണ പ്രസ്ഥാനങ്ങളെ അപേക്ഷിച്ച് ഈഴവ സമുദായ പ്രസ്ഥാനത്തിന് ബൂർഷ്വാ റാഡിക്കലിസത്തിന്റെ സ്വഭാവം ഉണ്ടായിത്തീർന്നു. ഇതാകട്ടെ,

ജനസാമാന്യത്തെ മസരരംഗത്തിറക്കുന്നതിന് ആവശ്യവുമായിരുന്നു. എന്നാൽ ഈഴവ മുതലാളിവർഗ്ഗത്തിന്റെ ബലഹീനതയും പരിമിതികളും ഈ ബൂർഷ്വാ റാഡിക്കലിസത്തിന്റെ യുക്തിപൂർണ്ണമായ വളർച്ച അസാദ്ധ്യമാക്കിത്തീർത്തു. തന്മൂലം തികച്ചും വിരുദ്ധങ്ങളായ നിരവധി ആശയധാരകളുടെ സങ്കലനമാണ് ഈഴവ സാമൂഹ്യ പരിഷ്കരണ പ്രസ്ഥാനത്തെ പരിശോധിക്കുന്ന ഒരു വിദ്യാർത്ഥിക്ക് കാണാൻ കഴിയുക.

വ്യത്യസ്തവും പരസ്പര വിരുദ്ധങ്ങളുമായ ഈ ധാരകളെല്ലാം അവയുടെ ഉത്ഭവകേന്ദ്രമായി സ്വയം പ്രഖ്യാപിച്ചത് ശ്രീനാരായണഗുരു ചിന്തകളെയാണ്. ഗുരുചിന്തകളുടെ പുനർവ്യാഖ്യാനങ്ങളായാണ് അവ രംഗപ്രവേശം ചെയ്തത്. അതുകൊണ്ട് ശ്രീനാരായണഗുരുവിന്റെ പ്രബോധനങ്ങളെയും അവയുടെ വിജയകാരണങ്ങളെയുംകുറിച്ചുള്ള ഒരന്വേഷണത്തിന് ഇവിടെ വളരെയേറെ പ്രസക്തിയുണ്ട്.

താത്വികമായി ശ്രീനാരായണൻ ശാങ്കര പാരമ്പര്യത്തിൽപ്പെട്ട ഒരു അദ്വൈതവാദിയായിരുന്നു. എന്നാൽ ശ്രീനാരായണൻ ജീവിച്ച കാലം ശങ്കരാചാര്യരുടേതിൽനിന്ന് തികച്ചും വ്യത്യസ്തമായിരുന്നു. ആശാൻ പാടിയതുപോലെ പഴയ ചട്ടങ്ങളെ മാറ്റാനുള്ള ശക്തികൾക്കു ബലം വർദ്ധിച്ചു വന്ന കേരളത്തിലായിരുന്നു ശ്രീനാരായണഗുരു ജീവിച്ചത്. "കേവലമാചര നൂലുകളെല്ലാം പഴകിപ്പോയി, കെട്ടി നിർത്താൻ കഴിയാത്ത ദുർബ്ബലചരടിൽ ജനത നില്ക്കാ" എന്നതായിരുന്നു സ്ഥിതി. 'പൂജ്യരാം വൈദികന്മാർക്ക്' മാറ്റത്തിനായുള്ള മൊഴി കേട്ടില്ലെന്ന് നടിക്കാൻ കഴിഞ്ഞേക്കാം. പക്ഷേ, അവർണ്ണ ജാതിയിൽ ജനിച്ച ഗുരുവിന് കഴിയുമായിരുന്നില്ല. തന്മൂലം ശ്രീനാരായണ ഗുരുവിന്റെ അദ്വൈത വ്യാഖ്യാനത്തിൽ കാലത്തിന്റെ പുതിയ മൊഴികൾ മാറ്റൊലിക്കൊണ്ടു.

അദ്വൈതം മുറുകെ പിടിച്ചപ്പോഴും ഇഹലോകകാര്യങ്ങളിൽ ഗുരു ശ്രദ്ധ പതിപ്പിച്ചു. വ്യക്തിപരമായി ശ്രീനാരായണൻ ശ്രീശങ്കരനെപ്പോലെ ജ്ഞാനമാർഗ്ഗാചാരിയായിരുന്നു. എന്നാൽ സാധാരണക്കാർക്ക് ഭക്തിമാർഗ്ഗവും മോക്ഷമാർഗ്ഗവും പര്യാപ്തമായിരുന്നു. അങ്ങനെയാണ്, വാഗ്ഭടാനന്ദഗുരുദേവനെപ്പോലെയുള്ളവരിൽനിന്നു വ്യത്യസ്തമായി വ്യക്തിദൈവങ്ങളും അമ്പലങ്ങളും പൂജാകർമ്മങ്ങളും ശ്രീനാരായണ ഗുരുവിന്റെ ഭക്തിമണ്ഡലത്തിൽ സ്ഥാനം പിടിക്കുന്നത്. ബ്രാഹ്മണവിധിപ്രകാരം നിശ്ചയിക്കപ്പെട്ടിട്ടുള്ള ഓരോ മനുഷ്യന്റെയും കർമ്മമെന്ന നില സ്വീകരിക്കാൻ ഗുരു വിസമ്മതിച്ചു. ബ്രഹ്മം മാത്രമാണല്ലോ കേവലമായ സത്യം. ഇഹലോകത്തിലെ എല്ലാ വിശ്വാസങ്ങളും ധാർമ്മിക ന്യായങ്ങളും ആപേക്ഷികം മാത്രമാണ്. അവ മാറ്റപ്പെടാവുന്നുമാണ്. "ഒരു ജാതി ഒരു മതം ഒരു ദൈവം മനുഷ്യന്" വേദാന്തിയുടെ പുനർവ്യാഖ്യാനത്തിലേക്ക് കടന്നുവരുന്നത് ഈ യുക്തിയിലൂടെയാണ്. ഏതെങ്കിലും സാമൂഹ്യഘടന ഒരാളുടെ യഥാർത്ഥ വിളി കേൾക്കുന്നതിന് തടസ്സം നില്ക്കുന്നുവെങ്കിൽ അതിനെതിരെ സമരം ചെയ്യേണ്ടത് അയാളുടെ കടമ മാത്രമാണെന്നും സിദ്ധിക്കുന്നു. തന്മൂലം സുപ്രസിദ്ധമായ മറ്റൊരു ഗുരുസൂത്രം "സംഘ

ടിച്ചു ശക്തരാകുക; വിദ്യയിലൂടെ സ്വതന്ത്രരാവുക"

പ്രത്യക്ഷത്തിൽ ശ്രീനാരായണഗുരുവിന്റെ കർമ്മപദ്ധതി വളരെ യാഥാസ്ഥിതികമായി തോന്നിയേക്കാം. പക്ഷേ, ഈഴവരെ തീണ്ടാപ്പാടകലെ നിർത്തിയിരുന്ന ബ്രാഹ്മണ്യ സാമൂഹ്യ ശ്രേണിക്കെതിരായ ഒരു യുദ്ധപ്രഖ്യാപനമായിരുന്നു അത് എന്ന് മറക്കാൻ പാടില്ല. തന്മൂലം ഈ കർമ്മപരിപാടിക്ക് മുഴുവൻ ഈഴവ ജനസാമാന്യത്തെയും ആകർഷിക്കാൻ കഴിഞ്ഞു. ബ്രാഹ്മണ്യവല്ക്കരണത്തിന്റെ വിജയം ഈഴവരിൽ ഒരു പുതിയ അഭിമാനബോധം ഉളവാക്കി. വേദങ്ങളിൽ ഗുരുവിന് ഉണ്ടായിരുന്ന പാണ്ഡിത്യംമൂലം പുതിയ നടപടികളെയും ആചാരങ്ങളെയും വേദ പുനർവ്യാഖ്യാനങ്ങളിലൂടെ ആധികാരികമാക്കാനും ഉല്പതിഷ്ണുക്കളായ ഈഴവേതര ജനങ്ങളുടെ ബഹുമാനം ആർജ്ജിക്കാനും കഴിഞ്ഞു. അങ്ങനെയാണ് അരുവിക്കര ക്ഷേത്രപ്രതിഷ്ഠ കാലത്തെ 'നാണുസ്വാമി' 'ശ്രീനാരായണഗുരുസ്വാമി' ആയി വളർന്നത്. അതോടെ ശ്രീ നാരായണഗുരു ഈഴവസമൂഹത്തിലെമ്പാടും ഉയർന്നുവന്ന പ്രതിഷേധ പ്രസ്ഥാനങ്ങളെ ആധികാരികമാക്കുന്നതിന്റെ ഒരു പുതിയ ധാർമ്മിക കേന്ദ്രമായിത്തീർന്നു. പ്രവൃത്തിക്ക് വേദോദ്ധാരണിയുടെ പിൻബലം ആവശ്യമില്ല. ഗുരുവചനത്തിന്റെ പുനർവ്യാഖ്യാനം മതി എന്നുവന്നു.

സി വി കുഞ്ഞിരാമനെപ്പോലെയുള്ള സാമുദായിക ആചാര പരിഷ്കർത്താക്കൾക്ക് യാഥാസ്ഥിതിക ഈഴവരെ ചെറുത്തുതോല്പിക്കാൻ കഴിഞ്ഞതിന്റെ കാരണങ്ങളിലൊന്ന് ഗുരു അവരുടെ പരിശ്രമങ്ങൾക്ക് നല്കിയ പിന്തുണ ആയിരുന്നു എന്നു കാണാം. സമുദായമദ്ധ്യത്തിലുണ്ടായിരുന്ന ഗുരുവിന്റെ ധാർമ്മികശക്തി തന്നെയായിരുന്നു സഹോദരനയ്യപ്പനും അദ്ദേഹത്തിന്റെ മിശ്രഭോജനപ്രസ്ഥാനത്തിനും താങ്ങായിത്തീർന്നത്. ഈ ധാർമ്മികബലത്തെ ഉപയോഗപ്പെടുത്തുന്നതിനാണ് 1903 ൽ താൻ ഏഴു വർഷം മുൻപ് സ്ഥാപിച്ച ഈഴവ മഹാസഭ പിരിച്ചുവിട്ട് "ശ്രീനാരായണ ധർമ്മ പരിപാലന യോഗം" രൂപീകരിക്കാൻ ഡോ. പല്പു തയ്യാറായത്. മലയാളി മെമ്മോറിയലിനെത്തുടർന്ന് ജാതി വിവേചനത്തിന് എതിരെ ഡോ. പല്പു നടത്തിയ ഈഴവ മെമ്മോറിയൽ പ്രക്ഷോഭത്തിന്റെ അനുഭവങ്ങൾ, മതപാരമ്പര്യത്തിൽ രൂഢമൂലമായ ഒരു സമൂഹത്തിൽ ജനങ്ങളെ ഇളക്കുന്നതിന് മതഗുരുക്കന്മാരുടെ കഴിവ് സംബന്ധിച്ച ശ്രീ വിവേകാനന്ദ നിലപാടിലേക്ക് ഡോ. പല്പുവിനെ എത്തിച്ചു. ഈ വിശ്വാസം അദ്ദേഹത്തെ അപ്പോഴേക്കും തന്റെ വേദപാണ്ഡിത്യത്താലും ഋഷിതുല്യ ജീവിത രീതികളാലും മതപരിഷ്കരണ ശ്രമങ്ങളാലും സമുദായശ്രദ്ധ ആകർഷിച്ചു കഴിഞ്ഞിരുന്ന ശ്രീനാരായണഗുരുവിലേക്ക് നയിച്ചു. അങ്ങനെയാണ് 1903 ൽ ശ്രീനാരായണഗുരു അദ്ധ്യക്ഷനും ബംഗാളി നവോത്ഥാനത്തിന്റെ കേന്ദ്രമായിരുന്ന കൽക്കത്തയിലെ വാസത്തിനുശേഷം മടങ്ങിയെത്തിയ കുമാരനാശാൻ സെക്രട്ടറിയുമായി എസ് എൻ ഡി പി യോഗം രൂപീകൃതമായത്. ഡോ. പല്പു പരിപാലിക്കാൻ ആഗ്രഹിച്ച ധർമ്മത്തിന് ഗുരുവിന്റെ മതചിന്തകളുമായി പറയത്തക്ക ബന്ധം ഒന്നും ഉണ്ടാ

യിരുന്നില്ല. തായാട്ട് ശങ്കരൻ ചൂണ്ടിക്കാണിച്ചതുപോലെ "ഭൗതികമായ നേട്ടങ്ങൾക്കുവേണ്ടി ഒരു ആത്മീയ പ്രതിഭാസത്തെ കിട്ടാവുന്നിടത്തോളം ഉപയോഗപ്പെടുത്തുകയാണ് അദ്ദേഹം ചെയ്തത്. ഡോ. പല്പുവിനെ സംബന്ധിച്ചിടത്തോളം "ഈ യോഗം മുഖേന നാം ശ്രമിക്കേണ്ടത് സർവ്വ പ്രകാരത്തിലും നമ്മുടെ ജാതിയുടെ അഭിവൃദ്ധിക്ക് വേണ്ടി മാത്രമാണ്." ഈഴവ ജനതയുടെ ആത്മീയ അഭിവൃദ്ധിയേക്കാൾ ഡോ. പല്പുവിന്റെ ശ്രദ്ധ അവരുടെ സാമ്പത്തിക മുന്നേറ്റവും അതിനൊത്ത രീതിയിൽ മുതലാളിത്ത സംസ്കാരം ആർജ്ജിക്കലുമായിരുന്നു. സെക്രട്ടറിയായിരുന്ന ചിന്നസ്വാമിയും ഈ നിലപാടിനെ ശരിവെച്ചു. ഈ യോഗം അർത്ഥത്തിൽ കേവലം മലയാളത്തിലെ 'ഈഴവ മഹാജനയോഗം' ആകുന്നു. എന്നാൽ ഇതിന്റെ നാമം ഈ അർത്ഥത്തെ വെളിപ്പെടുത്തുന്നില്ലതന്നെ. ആ നാമത്തിന് പ്രയോജനാന്തരമുണ്ട്. മതത്തെ അധികം സംബന്ധിക്കാത്ത ഒരു സ്ഥാപനവും എത്രതന്നെ ബലവത്തരമായിരുന്നാലും, ഇന്ത്യയിൽ അതിന്റെ ഉദ്ദിഷ്ട ഫലങ്ങളെ തൃപ്തികരമാംവണ്ണം പ്രദർശിപ്പിച്ചിട്ടില്ല എന്നുള്ളതും നാം മുമ്പുതന്നെ കണ്ടിരിക്കുന്നുവല്ലോ. സ്വജാതിയിൽ ഇത്രയും യോഗ്യനായ ഒരു മതാചാര്യനെ ലഭിച്ചത് നമ്മുടെ സമുദായത്തിന് ഇപ്പോൾ ഉണ്ടായ ഭാഗ്യങ്ങളിൽ ഏറ്റവും പ്രധാനമായ ഒന്നാണ്.... ഈ അപൂർവ്വമായ സൗകര്യത്തെ നാം ഇപ്പോൾ ന്യായമായി ഉപയോഗിച്ച് സഫലീകരിച്ച് കൊള്ളുന്നില്ലെങ്കിൽ അത് നമുക്ക് ഒരിക്കൽ നിശ്ചയമായും അപരിഹാര്യമായ നഷ്ടമായും കഠിനമായ പശ്ചാത്താപത്തിന് കാരണമായും തീരും.

ഉയർന്നുവന്നുകൊണ്ടിരുന്ന ഈഴവ ബൂർഷ്വാശക്തികൾ ശ്രീനാരായണഗുരുവിൽ തങ്ങളുടെ നേതാവിനെ ദർശിച്ചു. ഗുരുവിന്റെ കൊടിക്കീഴിലായി അവരുടെ യുദ്ധം. ഗുരുചിന്തകളായി മുദ്രാവാക്യസൂക്തങ്ങൾ ഗുരുനാമത്തിലായി ജനങ്ങളെ അണിനിരത്തൽ.

ശ്രീനാരായണഗുരുവിന്റെ അദ്ധ്യക്ഷ പദവി ഈഴവ സമുദായത്തിലെ പ്രമുഖരായവരെയെല്ലാം എസ് എൻ ഡി പി യോഗത്തിലേക്ക് ആകർഷിക്കുന്നതിനും യോഗത്തെ സമുദായത്തിന്റെ മൊത്തത്തിലുള്ള സംഘടനയായി ഉയർത്തുന്നതിനും സഹായിച്ചു. എന്നാൽ ഈഴവ സാമൂഹ്യ പരിഷ്കരണ പ്രസ്ഥാനത്തിന്റെ ആദ്യദശകങ്ങളെ സവിസ്തരം പഠിക്കുന്ന ഒരു വിദ്യാർത്ഥിയുടെ ശ്രദ്ധ ആകർഷിക്കുന്ന വസ്തുത പ്രാദേശിക സംഘടനകളും അവയുടെ മുൻകൈയുമാണ്. ഈഴവ സാമൂഹ്യ പരിഷ്കരണ പ്രസ്ഥാനം ഇത്രമാത്രം സമ്പന്നവും വൈവിദ്ധ്യമാർന്നതുമാക്കിത്തീർക്കുന്നതിലും ഇത് വളരെ പ്രധാനപ്പെട്ട പങ്ക് വഹിച്ചിട്ടുണ്ട്. 1920 ൽ ഇത്തരം നൂറിൽപ്പരം പ്രാദേശിക സംഘടനകൾ കേരളത്തിൽ പ്രവർത്തിച്ചിരുന്നു. എസ് എൻ ഡി പി യോഗത്തിന്റെ മെമ്പർമാർ കേരളത്തിലുടനീളം പരന്നുകിടന്നെങ്കിലും വളരെ ഉയർന്ന അംഗത്വഫീസ് സംഘടനയുടെ അംഗത്വം ഒരുപറ്റം കുലീനരുടേതുമാത്രമാക്കി ഒതുക്കി. ഏറ്റവും ചുരുങ്ങിയ അംഗത്വ ഓഹരി 25 രൂപ ആയിരുന്നു. നാലോഹരിയെങ്കിലും ഉണ്ടാ

യിരുന്നവർക്കേ വോട്ടുണ്ടായിരുന്നുള്ളൂ. മാനേജിങ് കമ്മിറ്റിയിലേക്ക് തിരഞ്ഞെടുക്കപ്പെടാൻ 20 ഓഹരിയെങ്കിലും ഉണ്ടായിരിക്കണമായിരുന്നു. 1927 ൽ ടി കെ മാധവന്റെ ഉത്സാഹത്താൽ വിളിച്ചുകൂട്ടപ്പെട്ട ആലപ്പുഴ സംഘടനാ കോൺഫറൻസിനുശേഷം മാത്രമാണ് യോഗം ഒരു ബഹുജനസംഘടനയായി രൂപാന്തരപ്പെടുന്നത്. അതോടുകൂടി സാധാരണ കർഷകരും തൊഴിലാളികളും യോഗത്തിന്റെ സജീവപ്രവർത്തകരായി മാറി. സാധാരണഗതിയിൽ ആലപ്പുഴ തൊഴിലാളികളുടെ പ്രതിനിധികളായി യോഗം ബോർഡിലേക്ക് ഒന്നോ രണ്ടോ പേരെ തിരഞ്ഞെടുക്കുമായിരുന്നു. അങ്ങനെയാണ് സി കെ വേലായുധനും വി കെ വേലായുധനും എസ് എൻ ഡി പി യോഗം നേതാക്കളായി ഉയർന്നുവന്നത്.

മുപ്പതുകൾക്ക് മുമ്പ് നടന്ന പൗരസ്വാതന്ത്ര്യ പ്രക്ഷോഭങ്ങളുടെ പിന്നിലെ പ്രേരകശക്തി പ്രധാനമായും മുകളിൽ സൂചിപ്പിച്ച പ്രാദേശിക സംഘടനകളായിരുന്നു. പ്രാദേശിക പ്രക്ഷോഭങ്ങളും സമ്മർദ്ദങ്ങളുമാണ്. പബ്ലിക് റോഡിലെ തീണ്ടൽ പലയിടത്തും നിർമ്മാർജ്ജനം ചെയ്തത്. തീണ്ടൽ നടപ്പാക്കണമെന്ന് ശഠിക്കുന്ന സവർണ്ണരെ കായികമായി നേരിടാൻ പ്രതിജ്ഞാബദ്ധമായ ചേർത്തലയിലെ 'സംക്രാന്തി പത്തുകാർ ഈഴവ പ്രാദേശിക സമ്മർദ്ദഗ്രൂപ്പുകൾക്ക് നല്ലൊരു ഉദാഹരണമാണ്. വ്യക്തിപരമായ ഇഷ്ടാനിഷ്ടപ്രകാരം വസ്ത്രങ്ങൾ ധരിക്കാനും ആഭരണങ്ങൾ അണിയാനും കുട ആദികൾ കൊണ്ടു നടക്കാനുമുള്ള സ്വാതന്ത്ര്യങ്ങൾ ഈഴവർ ഇങ്ങനെയാണ് നേടിയെടുത്തത്. ഡോ. പല്പുവിന്റെ മെമ്മോറിയൽ പ്രക്ഷോഭവും പ്രാദേശിക പെറ്റീഷനുകളും സമരങ്ങളും സർക്കാരിനെക്കൊണ്ട് കൂടുതൽ കൂടുതൽ പൊതുവിദ്യാലയങ്ങൾ അവർക്ക് തുറന്നുകൊടുക്കാൻ നിർബ്ബന്ധിതമാക്കി. സവർണ്ണമേധാവിത്തത്തിന് മുട്ടുമടക്കി ജീവിച്ചിരുന്ന ഈഴവ സമുദായത്തിന്റെ ഈ പുതിയ തന്റേടം പലപ്പോഴും പ്രാദേശിക സാമുദായിക ലഹളകളായി കലാശിച്ചു. ഇവയിൽ ഏറ്റവും കുപ്രസിദ്ധം 1903 ൽ പറവൂർ മുതൽ ഹരിപ്പാടുവരെയുള്ള പ്രദേശങ്ങളിൽ പടർന്നുപിടിച്ച നായരീഴവ ലഹളയായിരുന്നു. ഈ ലഹളയ്ക്ക് ശേഷമാണ് സംസ്ഥാനത്തെ പൊതുവിദ്യാലയങ്ങളിൽ മിക്കവാറും എല്ലാത്തിലും തന്നെ അവർക്ക് പ്രവേശനം നല്കിക്കൊണ്ടുള്ള മിച്ചലിന്റെ വിദ്യാഭ്യാസകോഡ് രൂപംകൊണ്ടത്.

പൗരസ്വാതന്ത്ര്യത്തിന് വേണ്ടിയുള്ള ഈഴവരുടെ ഈ സമരങ്ങൾക്ക് റവന്യൂ ഡിപ്പാർട്ടുമെന്റിൽ സർക്കാർ ഉദ്യോഗങ്ങൾ നേടുന്നതിനായുള്ള മുസ്ലീങ്ങളുടെയും ക്രിസ്ത്യാനികളുടെയും പ്രക്ഷോഭങ്ങളുമായി ഒന്നിച്ചു ചേർന്നു. ദേവസ്വം റവന്യൂ ഡിപ്പാർട്ടുമെന്റിന്റെ ഭാഗമായിരുന്നതിനാൽ അവർണ്ണർക്കും അഹിന്ദുക്കൾക്കും സർക്കാർ ഉദ്യോഗം നിഷിദ്ധമായിരുന്നു. ഇതിനെതിരായുള്ള പ്രക്ഷോഭം 1920 ൽ രൂപംകൊണ്ട പൗരാവകാശ ലീഗിന്റെ നേതൃത്വത്തിലാണ് നടന്നത്. ഈ പ്രക്ഷോഭത്തിന്റെ ഒരു പ്രത്യേകത സവർണ്ണജാതിക്കാരായ ചങ്ങനാശ്ശേരി പരമേശ്വരൻപിള്ള പോലുള്ള നേതാക്കന്മാരും സമരത്തിന്റെ മുന്നിലുണ്ടായിരുന്നു എന്നതാ

ണ്. സത്യഗ്രഹ പ്രക്ഷോഭ ഭീഷണിയുടെ പശ്ചാത്തലത്തിൽ സർക്കാർ ദേവസ്വം റവന്യൂ ഡിപ്പാർട്ടുമെന്റിൽനിന്നു വിഭജിച്ചു മാറ്റുകയും അതു വഴി സർക്കാരുദ്യോഗത്തിന് അഹിന്ദുക്കൾക്കും അവർണ്ണർക്കുമുണ്ടായിരുന്ന വിലക്ക് മാറ്റുകയും ചെയ്തു.

ഈ പ്രക്ഷോഭത്തിലൂടെ നേതൃത്വത്തിലേക്ക് ഉയർന്നുവന്ന ടി കെ മാധവനാണ് പൗരാവകാശ പ്രക്ഷോഭത്തിന്റെ അടുത്ത ഘട്ടമായ ക്ഷേത്രപ്രവേശന സമരത്തിന് നേതൃത്വം നല്കിയത്. കേരളത്തിലെ അവർണ്ണരുടെ പൗരാവകാശ നിഷേധം ഇന്ത്യൻ നാഷണൽ കോൺഗ്രസിന്റെ ഒരു സജീവ പ്രക്ഷോഭ പ്രശ്നമാക്കി മാറ്റുന്നതിന് ടി കെ മാധവൻ ദീർഘമായ പരിശ്രമത്തിലൂടെ വിജയിച്ചു. ഗാന്ധിജിയുടെ നിർദ്ദേശപ്രകാരം അമ്പലത്തിൽ കയറാനുള്ള അവകാശം, അമ്പലറോഡിലൂടെ നടക്കാനുള്ള അവകാശമാക്കി ചുരുക്കി. അതുപോലും അനുവദിക്കാൻ സവർണ്ണ യാഥാസ്ഥിതികന്മാർ തയ്യാറായില്ല. ഈ പശ്ചാത്തലത്തിലാണ് സുപ്രസിദ്ധമായ വൈക്കം സത്യഗ്രഹം നടന്നത്. തികച്ചും, ഗാന്ധിയൻ സത്യഗ്രഹ മുറകളനുസരിച്ച് സംഘടിപ്പിക്കപ്പെട്ട ആ സമരം താമസിയാതെ രാജ്യത്തിന്റെ നാനാഭാഗത്തുനിന്നും വളണ്ടിയർമാർ പങ്കെടുത്ത ദേശീയ പ്രാധാന്യമുള്ള ഒരു സമരമായി ഉയർന്നു. കേരളത്തിലുടനീളമുള്ള ഈഴവരിൽ വൈക്കം സത്യഗ്രഹം ഒരു പുതിയ ആവേശം ഉണർത്തി. എന്നാൽ ഒരു വർഷവും എട്ടു മാസവും നീണ്ടുനിന്ന സത്യഗ്രഹസമരം ആവശ്യങ്ങൾ ഭാഗികമായി മാത്രം നേടി അവസാനിപ്പിക്കേണ്ടിവന്നു.

നല്ലൊരു ശതമാനം ഈഴവരും കോൺഗ്രസിന്റെ തണുപ്പൻ സമര പരിപാടികളിൽ അസംതൃപ്തരായിരുന്നു. ഇ മാധവനെപ്പോലുള്ളവരാകട്ടെ ഗാന്ധിജിയുടെ വർണ്ണാശ്രമ ധർമ്മ നിലപാടുകളെ രൂക്ഷമായി വിമർശിക്കുകയും ചെയ്തു. വേണ്ടിവന്നാൽ ബലം പ്രയോഗിച്ച് ക്ഷേത്രങ്ങളിൽ പ്രവേശിക്കുന്നതിന് ചേർത്തലയിലെ വിപ്ലവ ലീഗ് പോലുള്ള സംഘടനകൾ രൂപംകൊണ്ടു. പലയിടത്തും 'ക്ഷേത്രപ്രവേശന പ്രക്ഷോഭം', 'ക്ഷേത്രത്യാഗ' പ്രക്ഷോഭമായി രൂപാന്തരപ്പെട്ടു. മദ്യവർജ്ജനപ്രസ്ഥാനം രൂക്ഷമായി ശ്രീനാരായണഗുരുവിനെ സംബന്ധിച്ചിടത്തോളം മദ്യവർജ്ജനം ഈഴവരുടെ ബ്രാഹ്മണവല്ക്കരണ പ്രക്രിയയുടെ ഒരുപടവായിരുന്നു. ടി കെ മാധവനെപ്പോലുള്ളവരാകട്ടെ ഗാന്ധിയൻ പരിപാടിയുമായി ഈഴവ പ്രസ്ഥാനത്തെ കൂട്ടി യോജിപ്പിക്കുന്നതിനുള്ള ഒരു വേദിയായിട്ടാണ് ഇതിനെ കണ്ടത്. 1921 മുതൽ മദ്യവർജ്ജനപ്രസ്ഥാനം എസ് എൻ ഡി പി യോഗത്തിന്റെ ഒരു പ്രധാന പ്രവർത്തന പരിപാടിയായി ത്തീർന്നു. 1929 മുതൽ ചേർത്തലയിലെ മദ്യവർജ്ജന പ്രസ്ഥാനം ഒരു സർക്കാർ വിരുദ്ധ ലഹളയായിപ്പോലും രൂപാന്തരംകൊണ്ടു.

വൈക്കം സത്യഗ്രഹത്തിന് ശേഷം പ്രക്ഷോഭത്തിനുണ്ടായ പിന്നോട്ടടി മുപ്പതുകളുടെ ആദ്യം ഉയർന്നുവന്ന നിവർത്തന പ്രക്ഷോഭത്തോടെയാണ് നികത്തപ്പെട്ടത്. ക്ഷേത്രപ്രവേശന സമരത്തിന്റെ പരാജയവും സർക്കാർ ഉദ്യോഗത്തിലും നിയമസഭാ പ്രാതിനിദ്ധ്യത്തിലുമുള്ള വിവേച

നവും സവർണ്ണ ജാതിക്കാരുടെയും സവർണ്ണ ദേശീയ നേതാക്കന്മാരുടെയും ആത്മാർത്ഥതയെക്കുറിച്ച് ഈഴവരിൽ സംശയമുളവാക്കി. പട്ടിക പരിശോധിച്ചാൽ അവർണ്ണ ജാതിക്കാരും അഹിന്ദുക്കളും അന്നനുഭവിച്ച ജാതിവിവേചനത്തിന്റെ വ്യക്തമായ ചിത്രം കാണാൻ കഴിയും (പട്ടിക നോക്കുക)

തിരുവിതാംകൂറിലെ വിവിധ സമുദായങ്ങളുടെ ജനസംഖ്യ. സർക്കാർ ഉദ്യോഗസ്ഥന്മാർ, നിയമസഭാ പ്രതിനിധികൾ എന്നിവയുടെ വിവരണം

(ശതമാനക്കണക്ക് ബ്രാക്കറ്റിൽ കൊടുത്തിരിക്കുന്നു)

പട്ടിക

ജനസംഖ്യ (1931) (ലക്ഷങ്ങളിൽ)		സർക്കാർ ഉദ്യോഗം	ലെജിസ്ലേറ്റീവ് അസംബ്ലിയിലെ തിരഞ്ഞെടുക്കപ്പെട്ട അംഗങ്ങൾ			
			1922	1925	1928	1931
ആകെ	50.95(100.00)	24,728(100.00)	23 (100.00)	23(100.00)	23(100.00)	23(100.00)
നായർ	8.68 (17.04)	13,435(54.33)	12(53.17)	13(56.52)	14(60.87)	15(65.2)
ഈഴവർ	8.70(17.8)	913(3.69)	0(0.00)	0(0.00)	0(0.00)	0(0.00)
മറ്റധകൃതർ	9.20(18.08)	422(1.71)	0(0.00)	0(0.00)	0(0.00)	0(0.00)
മറ്റ് അധകൃതരേതർ	4.79(9.4)	5.527(21.26)	4(17.39)	3(13.04)	2(8.70)	1(4.35)
ക്രിസ്ത്യാകൾ	16.05(31.50)	4.042(16.35)	7(30.43)	7(30.43)	6(26.09)	3(13.00)
മുസ്ലീങ്ങൾ	3.53(693)	613(2.48)	0(0.00)	0(0.00)	0(0.00)	0(0.00)
മറ്റുള്ളവർ	0.004(0.00)	46(0.19)	0(0.00)	0(0.00)	0(0.00)	0(0.00)

ഈ വിവേചനം സംബന്ധിച്ച് അവർണ്ണരുടെയിടയിലുണ്ടായിരുന്ന തീക്ഷ്ണമായ ബോധത്തെക്കുറിച്ചും പ്രതിഷേധത്തെക്കുറിച്ചും സവർണ്ണരായ ദേശീയ നേതാക്കൾക്ക് ശരിയായ ധാരണ ഉണ്ടായിരുന്നില്ല. ധാരണ ഉണ്ടായിരുന്നെങ്കിൽ തന്നെ അതുപ്രകാരമുള്ള ഒരു കർമ്മപദ്ധതിക്ക് രൂപംനല്കുന്നതിൽ അവർ പരാജയപ്പെട്ടു. അവർണ്ണരുടെ ശരിയും ന്യായവുമായ ആവശ്യങ്ങൾ പ്രതിഫലിപ്പിക്കുന്ന ഒരു സെക്യുലർ ജനാധിപത്യ പ്രസ്ഥാനത്തിന്റെ അഭാവം മനസ്സിലാക്കണമെങ്കിൽ തിരുവിതാംകൂറിലെ മുതലാളിത്ത വളർച്ചയുടെ പ്രത്യേകതകൾ പരിശോധിക്കണം. പരമ്പരാഗത ജാതി-വർഗ്ഗ ഐക്യത്തിന്റെ തകർച്ചയെത്തുടർന്ന് ഈഴവരെപ്പോലുള്ള അവർണ്ണ ജാതിക്കാരിൽനിന്നും അഹിന്ദുക്കളായ ക്രിസ്ത്യാനികളിൽനിന്നും മുസ്ലീങ്ങളിൽ നിന്നുമാണ് പുതിയ മുതലാളിവർഗ്ഗം തിരുവിതാംകൂറിൽ ഉയർന്നുവന്നത്. തങ്ങളുടെ ഭൂമിയും സ്ഥാനമാനങ്ങളും വിലയ്ക്കുവാങ്ങിയ ക്രിസ്ത്യാനി പുതുപ്പണക്കാർക്കെതിരെ നായർ

പ്രഭുത്വം വർഗ്ഗീയവികാരം ഉയർത്തിവിട്ടു. ഭരണത്തിലും നിയമനിർമ്മാണത്തിലും തങ്ങൾക്കുണ്ടായിരുന്ന സ്വാധീനം നിലനിർത്തുന്നതിനുള്ള ഒരു പിന്മാറ്റ യുദ്ധത്തിലായിരുന്നു അവർ. പാപ്പരീകരിക്കപ്പെട്ടുകൊണ്ടിരുന്ന നായർ ഇടത്തരക്കാരെയും പാവപ്പെട്ടവരെയും ഇതിൽ പങ്കാളികളാക്കുന്നതിൽ അവർ വിജയിക്കുകയും ചെയ്തു. തങ്ങളുടെ ജാതി അവശതകൾ സംബന്ധിച്ച് നായർ സമുദായ നേതാക്കന്മാർ പ്രകടിപ്പിച്ച നിസ്സംഗമനോഭാവവും ജാതിമേധാവിത്തബോധവുമായിരുന്നു ജാതി രാഷ്ട്രീയത്തെക്കുറിച്ച് ആശങ്ക പുലർത്തിയ സി കേശവനെപ്പോലുള്ള പല ഈഴവ നേതാക്കളെയും ജാതിവിവേചനത്തിനെതിരെ വർഗ്ഗീയസംഘടനകളിൽനിന്നു പടവെട്ടാൻ പ്രേരിപ്പിച്ചത്. ഈ പ്രവണത നിവർത്തനപ്രക്ഷോഭത്തിലാണ് മൂർദ്ധന്യാവസ്ഥയിൽ എത്തിയത്. ഇത് 1919 - 25 കാലത്തെ പൗരാവകാശ പ്രക്ഷോഭങ്ങളിലൂടെ ഉയർന്നുവന്നുകൊണ്ടിരുന്ന സെക്യുലർ ഐക്യത്തെ തുരങ്കം വച്ചു. ഈ സംഭവവികാസം തിരുവിതാംകൂറിലെ പിന്നീടുണ്ടായ മുഴുവൻ രാഷ്ട്രീയ വളർച്ചയെയും കാര്യമായി സ്വാധീനിച്ച ഘടകങ്ങളിലൊന്നാണ്.

1932 ൽ ഈഴവ രാഷ്ട്രീയ ലീഗ് രൂപംകൊണ്ടു. ഇതുപോലുള്ള മറ്റു സംഘടനകൾ ക്രിസ്ത്യാനികളുടെയും മുസ്ലീങ്ങളുടെയും ഇടയിലും രൂപംകൊണ്ടു. ഇവയെല്ലാം സംയുക്ത രാഷ്ട്രീയ സഭ എന്ന പേരിൽ ഒന്നിക്കുകയും സർക്കാർ ഉദ്യോഗത്തിലും നിയമസഭയിലും ജാതി സംവരണം മുദ്രാവാക്യമായി ഉയർത്തിക്കൊണ്ട് സമരരംഗത്തിറങ്ങുകയും ചെയ്തു. ഈ പ്രക്ഷോഭം തിരുവിതാംകൂറിലെ മുൻചൊന്ന സമുദായങ്ങളിലെ മുഴുവൻ ജനസാമാന്യത്തെയും ഒരു സംസ്ഥാന രാഷ്ട്രീയസമരത്തിലേക്ക് വലിച്ചിറക്കി. 1933 ലെ നിയമസഭാ തിരഞ്ഞെടുപ്പ് സംയുക്ത രാഷ്ട്രീയ സഭ വിജയകരമായി ബഹിഷ്കരിച്ചു. തിരഞ്ഞെടുപ്പിനുശേഷം ജനവിരുദ്ധ അസംബ്ലി പിരിച്ചുവിടണമെന്ന ആവശ്യവുമായി പ്രക്ഷോഭം തുടർന്നു. നിവർത്തന പ്രക്ഷോഭകാരികളുടെ ആവശ്യങ്ങൾ അനുവദിച്ചുകൊടുക്കാൻ സർക്കാർ നിർബ്ബന്ധിതമായി. 1935 ൽ സർക്കാർ ഉദ്യോഗത്തിൽ സംവരണം ഏർപ്പെടുത്തുകയും നായർ ബ്രിഗേഡിലെ ഉദ്യോഗം എല്ലാ ജാതിക്കാർക്കും തുറന്നുകൊടുക്കുകയും ചെയ്തു. 1936 ലെ അസംബ്ലി തിരഞ്ഞെടുപ്പിൽ പിന്നോക്ക ജാതിക്കാർക്ക് സംവരണം ഏർപ്പെടുത്തുകയും വോട്ടവകാശ നിബന്ധനകൾ ചുരുക്കുകയും ചെയ്തു. ഈ വർഷം അവസാനമായപ്പോഴേക്കും പ്രസിദ്ധമായ ക്ഷേത്രപ്രവേശന വിളംബരവും ഉണ്ടായി.

നിവർത്തന പ്രക്ഷോഭത്തിനോട് ഒരു വിട്ടുവീഴ്ചാ മനോഭാവം പ്രകടിപ്പിക്കുന്നതിന് സർക്കാരിനെ നിർബ്ബന്ധിതമാക്കിയ ഘടകങ്ങളിൽ ഒന്ന് മത പരിവർത്തന പ്രസ്ഥാനമായിരുന്നു. മതപരിവർത്തന പ്രസ്ഥാനം ഈഴവ സാമൂഹ്യ പരിഷ്കരണ പ്രസ്ഥാനത്തിലെ ആശയധാരകളിലും വലിയ സ്വാധീനം ചെലുത്തി. സാമൂഹ്യ സ്വാതന്ത്ര്യത്തിനുവേണ്ടിയുള്ള മത പരിവർത്തനത്തിന്റെ ചരിത്രം 19-ാം നൂറ്റാണ്ടിന്റെ ആദ്യകാല മിഷ

നറി പ്രവർത്തനങ്ങളിൽ നിന്നു വേണമെങ്കിൽ തുടങ്ങാം. വൈക്കം സത്യ ഗ്രഹത്തിന്റെ പരാജയത്തെത്തുടർന്ന് സി വി കുഞ്ഞിരാമനെപ്പോലുള്ള വർ 'ഈഴവർ' ക്രിസ്തുമതത്തിലേക്ക് ചേരണമെന്ന് വാദിച്ചു തുടങ്ങി. ഡോ. കമാൽ പാഷാ തയ്യലിനെപ്പോലുള്ളവരാകട്ടെ ഇസ്ലാംമതം സ്വീക രിക്കണമെന്നാണ് വാദിച്ചത്. സിക്കുമതത്തിൽ ആവേശം കൊണ്ട കെ സി കുട്ടനെപ്പോലുള്ളവരും വിരളമല്ലായിരുന്നു. സി കൃഷ്ണനും കൂട്ടരും ബുദ്ധമത പ്രസ്ഥാനക്കാരായിരുന്നു. കുമാരനാശാനെയും കെ അയ്യ പ്പനെയും പോലുള്ള ഈഴവ നേതാക്കന്മാരുടെ ബൗദ്ധികമായ വളർച്ച യിൽ ബുദ്ധമതം വമ്പിച്ച സ്വാധീനം ചെലുത്തി. മതപരിവർത്തനം സംബ ന്ധിച്ച പ്രമേയങ്ങൾ എസ് എൻ ഡി പി യോഗത്തിന്റെ കോൺഫറൻസു കളിൽ ഔപചാരികമായിപ്പോലും ചർച്ചയ്ക്കെടുക്കപ്പെട്ടു. എന്നാൽ, ക്ഷേത്രപ്രവേശന വിളംബരത്തോടുകൂടി മതപരിവർത്തനപ്രസ്ഥാനം ക്ഷീണിച്ചുതുടങ്ങി.

എന്നാൽ മതപരിവർത്തന പ്രസ്ഥാനം ഇളക്കിവിട്ട ആശയപരമായ കോളിളക്കങ്ങൾ ശക്തിപ്പെടുകയാണുണ്ടായത്. ഈഴവരെ ചാക്കിട്ടു പിടി ക്കാനുള്ള വിവിധ മതക്കാരുടെ തരംതാഴ്ന്ന ശ്രമങ്ങൾ എല്ലാ മതങ്ങളു ടെയും നിരർത്ഥകതയിലേക്കാണ് വിരൽ ചൂണ്ടിയത്. ആലപ്പുഴയിലാവട്ടെ, മതപരിവർത്തന ശ്രമങ്ങൾ മുസ്ലീങ്ങളും ക്രിസ്ത്യാനികളും തമ്മിലുള്ള രൂക്ഷമായ ഒരു വർഗ്ഗീയ ലഹളയായിപ്പോലും അധഃപതിച്ചു.

ഈ മതനിഷേധ പ്രവണതയെ ശക്തിപ്പെടുത്തിയ മറ്റൊരു ഘടകം യുക്തിവാദമായിരുന്നു. മതപരിവർത്തനവാദികൾക്ക് താന്താങ്ങളുടെ മത ങ്ങളുടെ മേന്മയെ മതഗ്രന്ഥങ്ങളും സൂത്രവാക്യങ്ങളും ഉദ്ധരിച്ച് ന്യായീ കരിച്ചാൽ മാത്രം മതിയായിരുന്നില്ല. മറിച്ച് അവയ്ക്ക് യുക്തിയുടെ ഒരു പരിവേഷവും കൂടി കൊടുക്കേണ്ടിയിരുന്നു. യുക്തിവാദത്തിന്റെ പിൻവാ തിലിലൂടെയുള്ള ഈ കടന്നുവരവ് ഇ മാധവന്റെ *സ്വതന്ത്രസമുദായം* എന്ന പുസ്തകത്തിലേക്കു നയിച്ചു. അഖിലകേരള തിയ്യ യുവ ജനസംഘം എന്ന പേരിൽ സംഘടിച്ച ഉല്പതിഷ്ണുക്കളായ ഈഴവ യുവജനങ്ങളുടെ ബൈബിളായിത്തീർന്നു ഈ ഗ്രന്ഥം. അതോടെ കെ അയ്യപ്പൻ തുടങ്ങി വച്ച യുക്തിവാദചിന്തകൾ ഒരു ബഹുജനപ്രസ്ഥാനത്തിന്റെ തത്ത്വശാസ്ത്ര മായിത്തീർന്നു. ഇ മാധവൻ എല്ലാ മതങ്ങളെയും തള്ളിപ്പറഞ്ഞു. ഈഴ വർ എല്ലാ ജാതികളുടെയും മതങ്ങളുടെയും പരിധികൾക്കുപുറത്ത് ഒരു സ്വതന്ത്ര സമുദായമായി നിലകൊള്ളണമെന്ന് അദ്ദേഹം വാദിച്ചു. അശാ സ്ത്രീയവും അധാർമ്മികവും അയുക്തികവുമായ മതത്തെ തള്ളി പറഞ്ഞു കൊണ്ട് ആർക്കും ഒരു നഷ്ടവും വരാൻ പോകുന്നില്ല. ഉദാഹരണത്തിന് വത്തിക്കാന്റെ ഔദ്യോഗിക പ്രാർത്ഥനകളുടെ എതിർപ്പുകളെല്ലാം ഉണ്ടാ യിരുന്നിട്ടും സോവിയറ്റ് യൂണിയനിലുണ്ടായ വമ്പിച്ച മുന്നേറ്റം നിരീശ്വര വാദത്തിന്റെ വിജയപ്രഖ്യാപനമല്ലേ? ഇങ്ങനെയായിരുന്നു സോവിയറ്റ് യൂണിയനും അതിന്റെ നേതാവ് ലെനിനും ഇ മാധവന്റെ സ്വതന്ത്രസമു

ദായത്തിലേക്ക് കടന്നുവന്നത്. *സ്വതന്ത്രസമുദായത്തിന്റെ* ആദ്യപതിപ്പിലെ ലോകഗുരുക്കന്മാരുടെ ചിത്രങ്ങളിലൊന്ന് ലെനിനിന്റേതായിരുന്നു.

സോവിയറ്റ് വിപ്ലവത്തിന്റെ അലകൾ കേരളക്കരയിലെത്താൻ അധികനാൾ എടുത്തില്ല. 1919 ൽ തന്റെ മിശ്രഭോജന പ്രക്ഷോഭത്തിന്റെ മദ്ധ്യത്തിൽനിന്നുകൊണ്ട് കെ അയ്യപ്പൻ നവവർഷത്തോടു ഉദ്ഘോഷിച്ചു.

“ദാരിദ്ര്യഭീതിയാൽത്തന്നെ
ജഗത്തിന്റെ
സ്നേഹമില്ലായ്മകൾ മിക്കവയും
ഭൂരിജനത്തിന്റെ ദാരിദ്ര്യം
നീക്കുന്ന
വേലകൾ നല്ലപോൾ ചെയ്യു-
വാനായ്
നൂതന വർഷമേ നീ
പറഞ്ഞിടുന്നു.
കേരളവാസി ജനങ്ങളോടായ്
എങ്ങനെ രാജ്യത്തിൻ ദാരിദ്ര്യ
വൈഷമ്യം
നീങ്ങുമെന്നോരുന്നില്ലൊന്നും
ഞങ്ങൾ
ദൂരെ വടക്കുപടിഞ്ഞാറു
നിന്നൂതും
മാരുതനേതോ പുതിയ
മാർഗ്ഗം
ഓതുന്നുണ്ടാവാമവിടെയീ
കാര്യത്തിൽ
വേലകളേറെ നടക്കുന്നത്രെ.
പാവങ്ങൾക്കാശ്വാസമേകുമാ
സന്ദേശം.
ഓതുക നൂതന വർഷമേ നീ”

വടക്കുപടിഞ്ഞാറുനിന്നു വീശുന്ന മാരുതൻ ഓതുന്ന സന്ദേശം റഷ്യൻ വിപ്ലവത്തിന്റേതല്ലാതെ മറ്റെന്തായിരുന്നു? ആ വർഷം തന്നെയെഴുതിയ *ഈഴവോൽബോധനം* എന്ന കവിതയിൽ അയ്യപ്പൻ യുവജനങ്ങളോട് ആഹ്വാനം ചെയ്യുന്നത് വായിക്കൂ:

“നിങ്ങളെപ്പോലുള്ള യുവാക്ക-
ളേറെക്കാലം
ഭംഗിയില്ലാതെ ചെയ്ത ഘോരമാം
ത്യാഗത്തിന്റെ
ഫലമായത്രേ മഹാദാസ്യത്തിൽ കേണ, റഷ്യാ-
ധരണി വിശ്വോത്തര സ്വാതന്ത്ര്യ സുഭഗയായ്

സകല ഭോഗക്ഷമരായുള്ള-
യെത്ര യെത്ര
യുവതീയുവാക്കന്മാർ തങ്ങടെ
രാജ്യത്തിന്റെ
അവശസ്ഥിതി പോക്കി
സ്വാതന്ത്ര്യം സ്ഥാപിക്കുവാൻ
അവിടെ ജീവിതങ്ങൾ
സാമോദം ബലിചെയ്താർ
രചിപ്പിൻ വേഗം നിങ്ങളി-
വിടെ സഖാക്കളേ
ശ്രവിക്കിൻ രോമം ചീർക്കും
താദൃശ്യ ചിത്രങ്ങൾ."

'സഖാക്കളേ', എന്ന സംബോധന മലയാള സാഹിത്യത്തിൽ പ്രത്യക്ഷപ്പെടുന്നത് ഒരുപക്ഷേ, ഈ കവിതയിലൂടെ ആയിരിക്കണം.

എല്ലാവിധ സാമൂഹ്യ അനീതികളെയും ഉച്ചനീചത്വങ്ങളെയും ദുഷ്പ്രഭുത്വത്തെയും ഇല്ലായ്മ ചെയ്യുന്നതിൽ വിജയിച്ച സോവിയറ്റ് യൂണിയൻ അയ്യപ്പന്റെ മനം കവർന്നു. വൈക്കം സത്യഗ്രഹത്തിന്റെ ലഹരിയിൽ ആലപ്പുഴയിലെ കയർ തൊഴിലാളികളോട് അയ്യപ്പൻ പ്രസംഗിച്ചു: "റഷ്യക്കാർ അവരുടെ രാജകുടുംബത്തെത്തന്നെ വകവരുത്തിക്കൊണ്ട് സ്വാതന്ത്ര്യം നേടിയതുപോലെ, പട്ടാളക്കാരന്റെ തോക്കോ പൊലീസുകാരന്റെ ബാറ്റൺ തടിയോ മഹാരാജാവിനെത്തന്നെയോ കൂസാതെ നിങ്ങൾ സമരം ചെയ്യണം." ആശങ്കാകുലനായ ദിവാൻ നോട്ടെഴുതി. "ഇവിടെ കമ്യൂണിസ്റ്റാശയങ്ങൾ പ്രചരിച്ചു തുടങ്ങിയിരിക്കുന്നു, മനുഷ്യാവകാശസമത്വത്തെക്കുറിച്ച് പ്രസംഗിക്കുന്നു."

മുകളിൽ വിവരിച്ച ചിന്താധാരകൾ ശ്രീനാരായണഗുരുവിന്റെ അദ്വൈത മതചിന്തകളിൽനിന്ന് ഭിന്നമാണെന്ന് പറയേണ്ടതില്ലല്ലോ. എന്നാൽ ഈ പുതിയ ഉല്പതിഷ്ണുക്കൾക്കും ശ്രീനാരായണൻ ഗുരുവായിത്തന്നെ തുടർന്നു. കാരണം ഗുരുപ്രബോധനങ്ങളുടെ സത്ത സാമൂഹ്യനീതിക്കുവേണ്ടിയുള്ള സമരമായിരുന്നു. തങ്ങളുടെ യുക്തിവാദ നിലപാടുകൾക്കുപോലും ഗുരുവിന്റെ ഉദ്ധരണികളുടെ പിൻബലത്തിലൂടെ ആധികാരികത്വം നല്കുന്നതിന് പുതിയ ചിന്താസരണികളുടെ പ്രവാചകർ മടിച്ചില്ല. ഇ മാധവൻ "ജാതി വേണ്ട മതം വേണ്ട ദൈവം വേണ്ട മനുഷ്യന്" എന്ന മുദ്രാവാക്യം "ഒരു ജാതി ഒരു മതം, ഒരു ദൈവം മനുഷ്യന്' എന്ന ഗുരു സൂക്തത്തിന്റെ പുനരാഖ്യാനമാണെന്ന് സ്ഥാപിക്കുന്നതിന് സ്വതന്ത്രസമുദായത്തിന്റെ രണ്ടു പേജോളം ചെലവാക്കുകയുണ്ടായി. മാധവന്റെ അഭിപ്രായത്തിൽ ഗുരുവിന്റെ ശരിയല്ലെന്ന് തോന്നുന്ന നിലപാടുകൾ തള്ളിപ്പറയുന്നതിൽ തെറ്റില്ല. കാരണം അതാണ് ഗുരുപ്രബോധനങ്ങളുടെ ആത്മാവ്. ഇത്തരത്തിലുള്ള ഗുരുചിന്തയുടെ പുനരാഖ്യാനങ്ങളുടെ ആവിർഭാവത്തിന് പിന്നിലെ പ്രധാന പ്രേരകശക്തി നാം ഇതി

നകം കണ്ടതുപോലെ പ്രായോഗിക പ്രവർത്തനങ്ങളുടെയും പ്രക്ഷോഭങ്ങളുടെയും പുതിയ അവശ്യസമ്മർദ്ദങ്ങളാണ്. അതോടൊപ്പംതന്നെ അന്യചിന്താസരണികളുടെ ബുദ്ധിപരമായ സ്വാധീനവും കണക്കിലെടുക്കേണ്ടതുണ്ട്. പാശ്ചാത്യ ലിബറലിസം, ആധുനിക വിദ്യാഭ്യാസത്തിലെ യുക്തിചിന്തയും ശാസ്ത്രവും, ബുദ്ധമതത്തിലെ അജ്ഞേയതാവാദം, ശിവയോഗിയുടെ പ്രബോധനങ്ങളിലെ ചാർവാക പക്ഷപാതിത്വം, ദേശീയ പ്രസ്ഥാനത്തിൽനിന്നും സോവിയറ്റ് വിപ്ലവത്തിൽനിന്നും ഉയർന്നുവന്ന ദേശീയ വിപ്ലവസരണികൾ തുടങ്ങിയവ എല്ലാം ഈഴവ വിപ്ലവാത്മകതയെ കരുപ്പിടിപ്പിക്കുന്നതിൽ വലിയ പങ്കുവഹിച്ചിട്ടുണ്ട്.

രാഷ്ട്രീയ പ്രക്ഷോഭരംഗത്തും വളർച്ചയുടെ വിവിധ ഘട്ടങ്ങൾ നമുക്ക് കാണാൻ കഴിയും. ഡോ. പല്പുവിന്റെയും കുമാരനാശാന്റെയും കാലത്തെ ഇതിലെ ഒന്നാമത്തെ ഘട്ടമായി കരുതാം. ഇവർ സവർണ്ണ ജാതി മേധാവിത്തത്തിനെതിരെയുള്ള സമരത്തിൽ നിലയുറപ്പിച്ചവരായിരുന്നു. എന്നാൽ സാമ്രാജ്യത്വത്തെ ഈ സമരത്തിൽ ഒരു സഖ്യശക്തിയായാണ് കണ്ടത്. ഒരു പരിധിവരെ രാജാധികാരത്തെയും ഈ ധാരണയോടെയാണ് അവർ നോക്കിക്കണ്ടത്. പടിഞ്ഞാറൻ ലിബറൽ വിദ്യാഭ്യാസവും മിഷണറിമാരും അവർണ്ണരുടെ ഇടയിലെ നവോത്ഥാനത്തിന് സഹായിച്ചിട്ടില്ലേ? ചാന്നാർ ലഹളക്കാലത്ത് ബ്രിട്ടീഷ് ഇടപെടലല്ലേ സവർണ്ണ മേധാവികളെ നിലയ്ക്കു നിർത്തിയത്. ഇങ്ങനെപോയി അവരുടെ യുക്തി വർണ്ണവ്യവസ്ഥയ്ക്ക് ജീർണ്ണിച്ച മാമൂലുകൾക്കുമെതിരെയുള്ള ബ്രിട്ടീഷ് ഭരണത്തിന്റെ സ്വാധീനങ്ങളുമായുള്ള സഹകരണനയം രാജാറാം മോഹൻ റോയ് തുടങ്ങിയ സാമൂഹ്യ പരിഷ്കർത്താക്കളിൽ നിന്നാരംഭിക്കുന്ന ദേശീയ പാരമ്പര്യത്തിന് തികച്ചും അനുസൃതമായിരുന്നു എന്നു കൂടി പറയേണ്ടതുണ്ട്. സവർണ്ണ ദേശീയ നേതാക്കളുടെ ജാതി ചിന്തയും ചാഞ്ചാട്ടങ്ങളും അവരെക്കുറിച്ച് ഈഴവരെ സംശയാലുക്കളാക്കി എന്നു സൂചിപ്പിക്കുകയുണ്ടായല്ലോ. വർണ്ണമേധാവിത്തം നിലനില്ക്കുന്ന സ്വരാജ്യം പൊള്ളയാണ്. ഇതാണ് കുമാരനാശാന്റെ താഴെ കൊടുത്തിരിക്കുന്ന സുപ്രസിദ്ധ കവിതാശകലത്തിന്റെ പശ്ചാത്തലം.

"എന്തിന്നു ഭാരത ധരേ-
കരയുന്നു, പാര-
തന്ത്ര്യം നിനക്കു വിധികല്പി-
തമാണു തായേ,
ചിന്തിക്കിൽ ജാതി മദിരാ-
ന്ധരടിച്ചു തമ്മി-
ലന്തപ്പെടും തനയരെന്തിനയേ
സ്വരാജ്യം."

എങ്കിൽത്തന്നെയും ആശാൻ കേരളത്തിലെ ബൂർഷ്വാ വിപ്ലവത്തിന്റെ ശുക്രനക്ഷത്രമായിട്ടാണ് പരിഗണിക്കപ്പെട്ടു വരുന്നത്. കാരണം അദ്ദേഹത്തിന്റെ കവിതയുടെ സത്ത ഭൂതകാലമൂല്യങ്ങളോടും ഘടനകളോടുമുള്ള

വെല്ലുവിളിയായിരുന്നു. ലിബറലിസമായിരുന്നു ആ കവിതകളുടെ ജീവ രക്തം. റൊമാന്റിക് പാരമ്പര്യത്തിന്റെ പുതുചാലുകളിലൂടെയാണ് അവ ഒഴുകിയത്.

കുമാരനാശാന്റെ സെക്രട്ടറി സ്ഥാനത്യാഗത്തിനുശേഷം യോഗം ക്രമേണ രാഷ്ട്രീയ നിലപാടുകളും സമരോത്സുക പരിപാടികളും സ്വീക രിച്ചുതുടങ്ങി. ഇവയിലൂടെ സജീവമാക്കപ്പെട്ട ജാതിവിരുദ്ധ പ്രക്ഷോഭങ്ങളെ സാമ്രാജ്യവിരുദ്ധസമരങ്ങളുമായി കോർത്തിണക്കാൻ ശ്രമിച്ച ഒരു പുതിയ പറ്റം നേതാക്കന്മാർ ഉയർന്നുവന്നു. ഈപാരമ്പര്യത്തിന്റെ ഏറ്റവും നല്ല ഉദാഹരണം ടി കെ മാധവനാണ്. ഒരു തികഞ്ഞ ഗാന്ധിഭക്തനായ ടി കെ മാധവനായിരുന്നു ജാതി വിരുദ്ധ സമരത്തെയും കോൺഗ്രസ് പ്രവർത്തനത്തെയും കേരളത്തിൽ സംയോജിപ്പിക്കുന്നതിന് നിർണ്ണായ ക പങ്ക് വഹിച്ചത്. ഈ പാരമ്പര്യം നിവർത്തന പ്രക്ഷോഭനേതാവായ സി കേശവൻ മുന്നോട്ടുകൊണ്ടുപോയി. ഈഴവർക്ക് പ്രത്യേകമായി നല്കാൻ തയ്യാറായ ചില ആനുകൂല്യങ്ങളുടെ പേരിൽ ഈഴവരെ സമര ത്തിൽനിന്ന് പിന്തിരിപ്പിച്ച് സമരൈക്യം പിളർക്കാൻ ശ്രമിച്ച യാഥാസ്ഥി തിക നേതാക്കന്മാരെ കേശവൻ ഫലപ്രദമായി എതിർത്തു തോല്പിച്ചു. നിവർത്തന പ്രക്ഷോഭകാലത്ത് പല പ്രക്ഷോഭനേതാക്കളും ഉത്തരവാദിത്വ ഭരണത്തിനെതിരായ ഒരു സമീപനമായിരുന്നു സ്വീകരിച്ചതെങ്കിലും സമ രാവസാനം ന്യൂനപക്ഷാവകാശങ്ങൾ സംരക്ഷിക്കപ്പെടുമെന്നു ഉറപ്പായ പ്പോൾ സംയുക്ത രാഷ്ട്രീയ സഭയെ ആകെത്തന്നെ ഉത്തരവാദിത്വഭരണ പ്രക്ഷോഭത്തിനായി സവർണ്ണ ദേശീയവാദികളോടൊപ്പം അണിനിരത്തു ന്നതിൽ സി കേശവൻ വലിയൊരു പങ്കു വഹിക്കുകയുണ്ടായി. അങ്ങനെ 1938 ൽ രൂപംകൊണ്ട തിരുവിതാംകൂർ സ്റ്റേറ്റ് കോൺഗ്രസായിരുന്നു തിരു വിതാംകൂറിലെ ദേശീയ പ്രസ്ഥാനത്തിന്റെ പ്രതിനിധിയായി പ്രവർത്തി ച്ചുവന്നത്.

മറ്റു ചിലരാവട്ടെ, ഈ പ്രക്ഷോഭങ്ങളെയെല്ലാം തൊഴിലാളികളുടെയും കർഷകരുടെയും പ്രക്ഷോഭങ്ങളുമായി കൂട്ടിയിണക്കാൻ ശ്രമിച്ചു. ആർ സുഗതനാണ് ഈ ധാരയുടെ ഏറ്റവും ഉത്തമപ്രതിനിധി. ആലപ്പുഴ യിലെ പ്രൈമറി സ്കൂളിലെ അദ്ധ്യാപകനായിരുന്ന ആർ സുഗതൻ സഹോ ദര പ്രസ്ഥാനത്തിന്റെയും ആലപ്പുഴയിലെ ബുദ്ധമത മിഷനിലെയും മറ്റ് ഈഴവ ജാതി സംഘടനകളിലെയും പ്രവർത്തകനായിട്ടാണ് പൊതുരം ഗത്ത് പ്രവേശിച്ചത്. ഒരു ചുരുങ്ങിയ കാലം കയർ ഫാക്ടറി തൊഴിലാളി കൂടിയായിരുന്ന സുഗതൻ *തൊഴിലാളി* പത്രത്തിന്റെ പ്രവർത്തനങ്ങളിലൂടെ യൂണിയൻ പ്രവർത്തകനായും പിന്നീട് കമ്യൂണിസ്റ്റ് പാർട്ടി നേതാവായും ഉയർന്നു. ഈ ധാരയിലൂടെയാണ് തിരു-കൊച്ചി പ്രദേശത്തെ പല കമ്യൂ ണിസ്റ്റ് പാർട്ടി നേതാക്കളും ഉയർന്നുവന്നത്.

മുകളിൽ വിവരിച്ച ഘട്ടങ്ങളെ കൃത്യമായി കാലവിഭജനം ചെയ്യാനാ വില്ല എന്നു പറയേണ്ടതുണ്ട്. ഉദാഹരണത്തിന് ഇരുപതുകളിലെ കെ അയ്യപ്പനെ മൂന്നാം ധാരയുടെ ഒരു പ്രാമാണികനായേ കാണാൻ കഴിയൂ. സോവിയറ്റ്

വിപ്ലവ ആരാധകനായ അയ്യപ്പനായിരുന്നു കൊച്ചിയിലെ ആദ്യത്തെ യൂണിയനുകളിലൊന്നിന്റെ സംഘാടകൻ. ആലപ്പുഴയിൽനിന്ന് *വേലക്കാരൻ* എന്നൊരു പത്രവും അയ്യപ്പൻ പ്രസിദ്ധം ചെയ്തിരുന്നു. എന്നാൽ മുപ്പതുകളിൽ ഒന്നാം ധാരയിലേക്ക് വഴുതി വീഴുന്ന അയ്യപ്പനെയാണ് നമുക്ക് കാണാൻ കഴിയുക. ഈ പ്രവണത അയ്യപ്പനെ ഒരു കൊച്ചി രാജ്യഭക്തനും പിന്നീട് പ്രജാമണ്ഡലം നേതാവുമാക്കി മാറ്റി. നാം ആദ്യം വിവരിച്ച രാഷ്ട്രീയസരണിക്ക് കാലക്രമേണ ലിബറലിസത്തിന്റെ ആത്മാവ് നഷ്ടപ്പെട്ടു തുടങ്ങി. അതിനുപകരം വർഗ്ഗീയ സങ്കുചിത ബോധം മേധാവിത്തം ഏറ്റെടുത്തു. ഈ മാറ്റവും സാമ്രാജ്യത്വസന്ധി മനോഭാവവും ഒന്നിച്ചു ചേർന്നപ്പോൾ ഈഴവ സാമൂഹ്യ പരിഷ്കരണ പ്രസ്ഥാനത്തിലെ പിന്തിരിപ്പൻ അടിയൊഴുക്കായി അത് പരാജയപ്പെട്ടു. മുപ്പതുകളുടെ അവസാനമായപ്പോഴേക്കും ഈഴവ സാമൂഹ്യ പരിഷ്കരണ പ്രസ്ഥാനത്തിലെ മുഖ്യധാരയായി ഇത് മാറി. 1939 ൽ എസ് എൻ ഡി പി യോഗം ദേശീയ പ്രസ്ഥാനവുമായുണ്ടായിരുന്ന എല്ലാ ബന്ധങ്ങളും ഔപചാരികമായി വിടർത്തി. യോഗം ബോർഡ് മെമ്പർമാർ സ്റ്റേറ്റ് കോൺഗ്രസിൽ അംഗങ്ങളായിരിക്കുന്നതിന് വിലക്ക് പ്രഖ്യാപിച്ചുകൊണ്ട് ദിവാൻ ഭരണത്തിന് ശിങ്കിടി പാടുന്ന ഒരു സംഘമായി അത് മാറി. ഇവരും ശ്രീനാരായണനിൽ തന്നെയാണ് ഗുരുവെ കണ്ടെത്തിയത്. ശ്രീനാരായണനെ ഒരു ഈഴവ ഗുരുവാക്കി അവർ മാറ്റി.

ഈ സാമുദായിക പിന്തിരിപ്പൻ പ്രവണത ശ്രീനാരായണന്റെ ജീവിതകാലത്തുതന്നെ പ്രകടമായിരുന്നു. ഗുരുവെ സംബന്ധിച്ചിടത്തോളം തന്റെ ക്ഷേത്രങ്ങൾ വെറും വിഗ്രഹാരാധനാകേന്ദ്രങ്ങളായിരുന്നില്ല. ഗുരുവിന്റെ ഭാവനയിൽ വർണ്ണരഹിതസംസ്കാരത്തിന്റെയും പഠനത്തിന്റെയും കൈത്തൊഴിൽ പരിശീലനത്തിന്റെയും കേന്ദ്രങ്ങളാവണമായിരുന്നു അവ. എന്നാൽ ഈ കേന്ദ്രങ്ങളെല്ലാംതന്നെ പ്രതീക്ഷകൾക്ക് വിരുദ്ധമായി വളർന്നുകൊണ്ടിരുന്ന പുത്തൻ ഈഴവ യാഥാസ്ഥിതികരുടെ ശക്തികേന്ദ്രങ്ങളായി മാറുന്നത് മനസ്സിലാക്കാനുള്ള ഉൾക്കാഴ്ച അദ്ദേഹത്തിനുണ്ടായിരുന്നു. 1918 ൽ ഗുരു പ്രഖ്യാപിച്ചു "ക്ഷേത്ര നിർമ്മാണം അരുത്. ക്ഷേത്രത്തിൽ ജനങ്ങൾക്ക് വിശ്വാസം കുറഞ്ഞുവരികയാണ്. അമ്പലം കെട്ടാൻ നാം പണം ചെലവിട്ടത് ദുർവ്യയമായിപ്പോയി" വ്യാപകമായിക്കൊണ്ടിരിക്കുന്ന സങ്കുചിത ഈഴവ ജാതി ബോധം അദ്ദേഹത്തെ വ്യാകുലചിത്തനാക്കി "നാം നിങ്ങളുടെ ജാതി അല്ല നമുക്ക് ജാതി ഇല്ല. നാം മനുഷ്യജാതിയിൽ പെട്ടതാകുന്നു" ഗുരു പ്രതിഷേധിച്ചു. എല്ലാ ജാതിക്കാരുടെയും ഒരുസംഘടനയായി വളരണമെന്ന് ഗുരു ആഗ്രഹിച്ചെങ്കിലും അത് ഈഴവരുടെ ജാതിസംഘടനയായി തുടർന്നു. ഗുരുവിന്റെ അന്ത്യനാളുകളായപ്പോഴേക്കും സന്ന്യാസിസംഘവും യോഗവും തമ്മിൽ സ്വത്തുക്കളെച്ചൊല്ലി തർക്കവും തുടങ്ങി. മനസ്സ് മടുത്ത ഗുരു ഇനി താൻ കേരളത്തിലേക്കില്ല എന്നു പറഞ്ഞുകൊണ്ട് ദേശാടനത്തിനുപോലും പുറപ്പെട്ടു. പ്രമുഖ ശ്രീനാരായണ ശിഷ്യരിലൊരാളായ ജോൺ ധർമ്മതീർത്ഥരുടെ വാക്കുകളിൽ

"അദ്ദേഹം എല്ലാവിധത്തിലും ഏകാകിയായിരുന്നു." ശ്രീനാരായണഗുരുവിന്റെ അന്ത്യനാളുകളിലെ ദുരന്തനായക ശോകച്ഛായ അടുത്ത ശോകങ്ങളിൽ വരാനിരുന്ന മാറ്റങ്ങളുടെ നാന്ദി മാത്രമാണ്.

1939 ൽ സ്റ്റേറ്റ് കോൺഗ്രസുമായുള്ള ബന്ധം വിച്ഛേദിച്ചുകൊണ്ടുള്ള എസ് എൻ ഡി പി പ്രമേയത്തോടെ സങ്കുചിത ജാതീയതയുടെ പിടിയിലേക്കുള്ള യോഗത്തിന്റെ പരിവർത്തനം നിർണ്ണായക ഘട്ടത്തിലേക്കു കടന്നു. സമരത്തിന്റെ കൊടിക്കൂറ ബൂർഷ്വാവർഗ്ഗം ചുരുട്ടിക്കെട്ടി ഈഴവ ബൂർഷ്വാസിയുടെ ഈ മനംമാറ്റത്തിലെ അടിസ്ഥാനപരമായ കാരണങ്ങളിലൊന്ന് തിരുവിതാംകൂർ സർക്കാരിന്റെ വ്യവസായ വികസനനയത്തിൽ വന്ന മാറ്റമായിരുന്നു. മുപ്പതുകളുടെ മദ്ധ്യം വരെ തിരുവിതാംകൂർ സർക്കാർ വ്യവസായ വികസനത്തിൽ കാര്യമായ പങ്ക് നേരിട്ട് വഹിച്ചിരുന്നില്ല. സർക്കാർ വരുമാനത്തിന്റെ മുഖ്യപങ്കും വിദ്യാഭ്യാസം, പൊതുജനാരോഗ്യം, പൊതുമരാമത്ത് തുടങ്ങിയ വകുപ്പുകളിലാണ് ചെലവാക്കിയത്. എന്നാൽ മുപ്പതുകളുടെ അവസാനം ആയപ്പോഴേക്കും ഈ നയത്തിൽ നിർണ്ണായകമായ മാറ്റം വന്നു. ഇതിനു പിന്നിലെ കാരണങ്ങൾ. ഇനിയും വിശദമായ പഠനത്തിന് വിഷയീഭവിക്കേണ്ടിയിരിക്കുന്നു. എന്നാൽ വളർന്നുകൊണ്ടിരിക്കുന്ന തിരുവിതാംകൂറിലെ ബൂർഷ്വാവർഗ്ഗത്തിന്റെ നിരന്തരമായ സമ്മർദ്ദം ഈ മാറ്റത്തിനു പിന്നിൽ വ്യക്തമാണ്. സംസ്ഥാന ബജറ്റിനെക്കുറിച്ചും വ്യവസായ വകുപ്പിന്റെ വോട്ട്-ഓൺ-അക്കൗണ്ടിനെക്കുറിച്ചുമുള്ള നിയമസഭാ ചർച്ചകൾ പരിശോധിച്ചാൽ ഇക്കാര്യം വളരെ വ്യക്തമാകും. വ്യവസായ കച്ചവട മേഖലകളെ പ്രതിനിധീകരിച്ച് കെ സി കരുണാകരന് സർക്കാരിന്റെ മിച്ച ബജറ്റ് നയത്തെ രൂക്ഷമായും തുടർച്ചയായും വിമർശനം നടത്തിവന്നു. സർക്കാർ മിച്ചം ബ്രിട്ടീഷ് ഗവൺമെന്റ് സെക്യൂരിറ്റികളിൽ നിക്ഷേപിക്കുന്നതിനു പകരം തിരുവിതാംകൂറിലെ നിക്ഷേപകർക്ക് ചുരുങ്ങിയ പലിശയ്ക്ക് കൊടുക്കണമെന്ന് അദ്ദേഹം ആവശ്യപ്പെട്ടു. വ്യവസായ വികസനത്തിന് സർക്കാർ നിർണ്ണായകമായി ഇടപെടേണ്ടതിന്റെ ആവശ്യകത ബജറ്റ് ചർച്ചാവേളയിൽ നിരന്തരം ഉയർന്നുവന്നു.

സർക്കാർ നയം വ്യവസായ വികസനത്തിനാവശ്യമായ പശ്ചാത്തല സൗകര്യങ്ങൾ ഒരുക്കുന്നതിലേക്കും നിക്ഷേപകർക്ക് ആവശ്യമായ അയവേറിയ വായ്പാ സൗകര്യം നല്കുന്നതിലേക്കും പുതിയ വ്യവസായ സംരംഭങ്ങളിൽ സർക്കാർ ഓഹരി പങ്കാളിത്തം എടുക്കുന്നതിലേക്കും തിരിഞ്ഞു. തിരുവിതാംകൂർ നിയമസഭയുടെ സംയുക്ത സമ്മേളനത്തിൽ സി പി രാമസ്വാമി അയ്യർ പുതിയ വ്യവസായനയമിങ്ങനെ പ്രഖ്യാപിച്ചു

> സർക്കാരിന്റെ പ്രാരംഭ പ്രോത്സാഹനമില്ലെങ്കിൽ സ്വകാര്യ വ്യവസായികൾക്കു തുടങ്ങാൻ കഴിയാത്ത വികസന സാദ്ധ്യതകളുള്ള ചില നവീന വ്യവസായമേഖലകളുണ്ട്. റബ്ബർ വ്യവസായം ഇതിനൊരു ഉദാഹരണമാണ്. റബ്ബർ നമുക്കുണ്ടായിരുന്നെങ്കിലും സർക്കാരിന്റെ മുൻകൈയും പ്രവർത്തനവും അതിനുവേണ്ടിയായി

രുന്നു. അതുകൊണ്ട് സർക്കാർ റബ്ബർ വസ്തുക്കൾ നിർമ്മിച്ചുതുടങ്ങി. എന്നാൽ ഈ പരീക്ഷണങ്ങൾ അവയിൽത്തന്നെ ഒരു ലക്ഷ്യമല്ല. അത് സർക്കാരിനോ വ്യവസായത്തിനോ നല്ലതല്ല. അതുകൊണ്ട് ഇതുപോലുള്ള പരീക്ഷണങ്ങൾ താരതമ്യേന വിജയകരമായി കഴിഞ്ഞാൽ സ്വകാര്യവ്യക്തികൾക്ക് സർക്കാർ കൈയേല്പിച്ചു കൊടുക്കേണ്ടതാണ്. ചുരുക്കിപ്പറഞ്ഞാൽ കൃത്യസമയത്ത് സ്വകാര്യ സംരംഭകർക്ക് സർക്കാർ വഴിമാറി കൊടുക്കും.

മൂന്നാം പഞ്ചവത്സരപദ്ധതിയുടെ അനൗദ്യോഗിക പഠനകമ്മിറ്റിയുടെ വാക്കുകളിൽ പറഞ്ഞാൽ:

ഈ പുതിയ നയത്തിന്റെ ഫലമായി 1937-47 കാലത്ത് വിപുലവും വിവിധവുമായ ഒരു ഉല്പാദനമേഖലയ്ക്ക് തുടക്കം കുറിക്കാൻ കഴിഞ്ഞു. ചില വ്യാവസായിക സംരംഭങ്ങൾ ഇന്ത്യയിൽത്തന്നെ ഇദംപ്രഥമമായിരുന്നു റയൺസ്, ടൈറ്റാനിയം, ഡയോക്സൈഡ്, അമോണിയം സൾഫേറ്റ്, റയൺഗ്രേഡ്, കോസ്റ്റിക് സോഡ, അലുമിനിയം തുടങ്ങിയവ അവയിൽ ചിലതാണ്. പ്രകൃതി വിഭവങ്ങളുടെ അഭാവമുണ്ടായിരുന്നിട്ടുകൂടി അലുമിനിയം റയൺ തുടങ്ങിയവ നിലവിൽ വന്നത് ഈ വ്യവസായ സംരംഭങ്ങളിൽ സർക്കാർ നേരിട്ട് പങ്കെടുത്തതിന്റെയും കഴിയുന്നത്ര സൗകര്യങ്ങൾ ചെയ്തുകൊടുത്തതിന്റെയും ഫലമായിട്ടായിരുന്നു. തടി വാതകത്തിൽ നിന്നുള്ള അമോണിയ ഉപയോഗിച്ച് എഫ് എ സി ടിയിൽ വളം നിർമ്മിച്ചത് ഇതിന് നല്ലൊരു ഉദാഹരണമാണ്. ഇക്കാര്യത്തിൽ ഗവൺമെന്റ് ഗണ്യമായ മൂലധനം സംഭാവന ചെയ്തു എന്നു മാത്രമല്ല, ചുരുങ്ങിയ വിലയ്ക്ക് തടി ലഭ്യമാക്കുന്നതിനുവേണ്ടി റിസർവ്വ് വനങ്ങൾ നല്കുകയും ചെയ്തു.

ഈ വികസന പദ്ധതികളുടെ ലാഭം പങ്കുപറ്റുന്നതിനുള്ള ആഗ്രഹം മൂലം ബൂർഷ്വാവർഗ്ഗം അവരുടെ സർക്കാർ വിരുദ്ധ നിലപാടുകളിൽ അയവുവരുത്തിത്തുടങ്ങി. ഈഴവ മുതലാളിമാരാവട്ടെ നിവവർത്തന പ്രക്ഷോഭത്തിലൂടെ അവരുടെ സാമൂഹ്യമായ മുഖ്യ അവശതകൾ പരിഹരിച്ചിരുന്നു. ഉദ്യോഗത്തിലും നിയമസഭയിലും സംവരണം ക്ഷേത്രപ്രവേശനം തുടങ്ങിയ പൗരസ്വാതന്ത്ര്യങ്ങൾ. വിദ്യാഭ്യാസ സൗകര്യങ്ങൾ തുടങ്ങിയവയെല്ലാം അവർ നേടിയിരുന്നല്ലോ. കൂടാതെ ആലപ്പുഴയിൽ സംഘടിതമായിക്കഴിഞ്ഞിരുന്ന തൊഴിലാളികളും അവരുടെ രാഷ്ട്രീയ പ്രബുദ്ധതയും മുതലാളിമാരെ ആശങ്കാകുലരാക്കാനും തുടങ്ങിയിരുന്നു. അവരുടെ വിപ്ലവവായാടിത്തം അവർക്കൊരു ഭാരമായിത്തീർന്നു.

1939 ലെ ചേർത്തല എസ് എൻ ഡി പി യോഗ വാർഷിക സമ്മേളനത്തിൽ, സർക്കാർ വിരുദ്ധമെന്ന് ശങ്കിച്ചേക്കാവുന്ന പരാമർശങ്ങൾപോലും നീക്കം ചെയ്തിട്ടേ റിപ്പോർട്ടു പാസാക്കാൻ ഈഴവ മുതലാളിമാർ സമ്മതിച്ചുള്ളൂ.

എസ് എൻ ഡി പി യോഗത്തിന്റെ രാഷ്ട്രീയ തകിടം മറിച്ചിലിന്റെ പിന്നിലെ മറ്റൊരു പ്രേരകശക്തി സർക്കാർ ഉദ്യോഗം വഹിച്ചിരുന്ന ഈഴവ പ്രമാണിമാരായിരുന്നു മുകളിൽ പരാമർശിച്ച ചേർത്തല യോഗവാർഷികത്തിൽ ആദ്ധ്യക്ഷ്യം വഹിച്ചുകൊണ്ട് റിട്ടയേർഡ് ചീഫ് സെക്രട്ടറി സി ഒ മാധവൻ എങ്ങനെ യോഗത്തിന്റെ സമരപരിപാടികൾ തന്നെപ്പോലുള്ളവരെ യോഗപ്രവർത്തനത്തിൽനിന്നു മാറ്റിനിർത്തുന്നതിനു കാരണമായി എന്നു വിശദീകരിക്കുകയും പുതിയ നയത്തെ ശ്ലാഘിക്കുകയും ചെയ്തു.

മൂന്നാമതൊരു സമ്മർദ്ദഗ്രൂപ്പ്, യോഗത്തിലെ തന്നെ യാഥാസ്ഥിതിക ചിന്താഗതിക്കാരായിരുന്നു. 1938 ൽ വടക്കൻ തിരുവിതാംകൂറിലെ നൂറ് ഈഴവ പ്രമാണിമാർ നിരീശ്വരവാദിയും യുക്തിവാദിയും ആയ സി കേശവനെ യോഗ സെക്രട്ടറി സ്ഥാനത്തുനിന്നു നീക്കം ചെയ്യണമെന്ന് ആവശ്യപ്പെടുകയുണ്ടായി. സമുദായത്തിന്റെ പ്രധാന ആവശ്യങ്ങൾ നേടിക്കഴിഞ്ഞതിനാൽ സമരത്തിൽനിന്നു പിന്മാറണമെന്നും അല്ലെങ്കിൽ സി കേശവനെതിരെ നിവർത്തനം പ്രഖ്യാപിക്കുമെന്നും അവർ ഭീഷണിപ്പെടുത്തി.

ഈഴവ സാമൂഹ്യപരിഷ്കരണ പ്രസ്ഥാനത്തിന്റെ വിപ്ലവകരമായ സത്ത മുഴുവൻ ബൂർഷ്വാ നേതൃത്വം കൈവെടിഞ്ഞു. അതിനെ ആവരണം ചെയ്ത ജാതീയതയുടെ പുറംതൊണ്ട് അവർ കവചങ്ങളാക്കി. അവർ കൈവെടിഞ്ഞ പുരോഗമനപരമായ അംശങ്ങൾ ഏറ്റെടുത്തു മുന്നോട്ടുകൊണ്ടുപോയത് ഈഴവ പരിഷ്കരണ പ്രസ്ഥാനത്തിലൂടെ തന്നെ രംഗപ്രവേശം ചെയ്ത തൊഴിലാളികളുടെ പ്രസ്ഥാനമായിരുന്നു.

ലോകചരിത്രത്തിൽ തൊഴിലാളിവർഗ്ഗം രംഗപ്രവേശം ചെയ്യുന്നത് ബൂർഷ്വാ വിപ്ലവങ്ങളിലൂടെയാണല്ലോ. പ്രഭുക്കന്മാർക്കെതിരെ തൊഴിലാളികളെ സമരോത്സുകരാക്കാൻ ബൂർഷ്വാവർഗ്ഗം നിർബ്ബന്ധിതമാകുന്നു. ഈ തൊഴിലാളികൾ ചരിത്രാനുഭവങ്ങളിലൂടെ സ്വതന്ത്രമായ ലക്ഷ്യവും പരിപാടിയുമുള്ള വർഗ്ഗമായി ഉരുത്തിരിഞ്ഞുവരുന്ന നീണ്ട പ്രക്രിയയാണ് തൊഴിലാളിവർഗ്ഗ പ്രസ്ഥാനത്തിന്റെ ആദ്യനാളുകളുടെ ചരിത്രം. പാരീസ് കമ്യൂണിലെ യോദ്ധാക്കളുടെ പാരമ്പര്യം ഫ്രഞ്ചു വിപ്ലവത്തിലെ നീതിമാന്മാരുടെ സംഘത്തിലും ബേബുഫുമാരിലും തിരയേണ്ടിയിരിക്കുന്നു. തിരുവിതാംകൂറിലെ ചരിത്രപരമായ പ്രത്യേകതകൾ നിമിത്തം ഈ ബൂർഷ്വാ വിപ്ലവം വർഗ്ഗീയതയുടെ ആവരണം അണിഞ്ഞാണ് അരങ്ങേറിയത്. ഈഴവ ബൂർഷ്വാസി ഉയർത്തിയ വിപ്ലവകരമായ മുദ്രാവാക്യങ്ങളും ഉദ്ബോധനങ്ങളും ലക്ഷോപലക്ഷം സാധാരണക്കാരെ സമരത്തിലണിനിരത്തി. പടവെട്ടിയവർ അവരായിരുന്നെങ്കിലും ഒത്തുതീർപ്പുകളുടെ നേട്ടങ്ങളിൽ അവർക്ക് പറയത്തക്ക ഓഹരിയൊന്നും ലഭിച്ചില്ല. സവർണ്ണജാതി മേധാവിത്തത്തിന്റെ കൂടെ ഈഴവ മുതലാളി മേധാവിത്തഭാരവും കൂടി ചുമക്കേണ്ടിവന്നു എന്നതായിരുന്നു മൊത്തത്തിൽ നീക്കിബാക്കി. തങ്ങളുടെ താല്ക്കാലിക കാര്യം നേടിക്കഴിഞ്ഞപ്പോൾ ബൂർഷ്വാ നേതൃത്വം സമരപാത ഉപേക്ഷിച്ചു. അവരുടെ വിപ്ലവ വായാടിത്തത്തിൽ ആകൃഷ്ട

രായിരുന്ന സാധാരണ ജനങ്ങളാവട്ടെ അവരെ ഉപേക്ഷിച്ച് സമരത്തിന്റെ പാതയിലൂടെ ഇടത്തോട്ട് നീങ്ങി.

ആലപ്പുഴ തൊഴിലാളിവർഗ്ഗത്തിന്റെ വളർച്ച പരിശോധിച്ചാൽ ഈ പ്രക്രിയ കൃത്യമായി കാണാൻ കഴിയും. ആലപ്പുഴ തൊഴിലാളി സമര രംഗത്തിറങ്ങുന്നത് ഈഴവ സാമൂഹ്യ പരിഷ്കരണ പ്രക്ഷോഭങ്ങളിലൂടെയാണ്. ആലപ്പുഴയിലെ തൊഴിലാളിസംഘത്തിന്റെ ഉത്ഭവംതന്നെ വ്യവസായ മേഖലയിലെ വർഗ്ഗ വൈരുദ്ധ്യങ്ങളേക്കാൾ ഈഴവ സാമൂഹ്യ പരിഷ്കരണ പ്രസ്ഥാനത്തിന്റെ പശ്ചാത്തലത്തിലാണ് എന്നു മനസ്സിലാക്കാൻ കഴിയും. ഈ അദ്ധ്യായത്തിൽ ഇത്തരം പ്രശ്നങ്ങൾ സംബന്ധിച്ച ഒരു വിശകലനത്തിനു തുനിയുന്നില്ല. എന്നാൽ ഒരു കാര്യം ഖണ്ഡിതമായി പറയാൻ കഴിയും. ഈഴവ സാമൂഹ്യ പരിഷ്കരണപ്രസ്ഥാനത്തിലെ വിവിധ ചിന്താസരണികളുടെയും അവ തമ്മിലുള്ള സംഘർഷാത്മകമായ ബന്ധങ്ങളുടെയും കേളീരംഗമായിരുന്നു ആലപ്പുഴ തൊഴിലാളി പ്രസ്ഥാനം, ഇതിനൊരു നിർണ്ണായക മാറ്റം ഉണ്ടാകുന്നത് 1938-39 ലാണ്. ഈ മാറ്റത്തെ മനസ്സിലാക്കുന്നതിന് വേണ്ടി 1937 ലെ തിരുവിതാംകൂർ ലേബർ അസോസിയേഷന്റെ 12-ാം വാർഷിക നടപടികളെ നമുക്കൊന്ന് പരിശോധിച്ചു നോക്കാം.

ജാതി സംഘടനകളും തൊഴിലാളിവർഗ്ഗ പ്രസ്ഥാനവും തമ്മിലുള്ള ബന്ധമായിരുന്നു ഈ വാർഷിക സമ്മേളനത്തിലെ മുഖ്യ ചർച്ചാവിഷയങ്ങളിലൊന്ന്. തൊഴിലാളി പ്രസ്ഥാനത്തിലെ ജാതി സ്വാധീനങ്ങൾക്കെതിരെ ജാഗ്രത പാലിക്കാനുള്ള വി വി ഗിരിയുടെ ആഹ്വാനത്തോടെയാണ് സമ്മേളനം ഉദ്ഘാടനം ചെയ്യപ്പെട്ടത്. സാന്ദർഭികമായി പറയട്ടെ ആലപ്പുഴ ചേമ്പർ ഓഫ് കൊമേഴ്സിന്റെ മുഖപത്രം വി വി ഗിരിയുടെ ആഹ്വാനത്തെ സഹർഷം സ്വാഗതം ചെയ്തു. പക്ഷേ, തൊഴിലാളികളുടെ പ്രതികരണം മറിച്ചായിരുന്നു. കൊല്ലത്തു നിന്നുള്ള ഒരു സഹോദര പ്രതിനിധി പൊന്നറ ശ്രീധറിന്റെ പിന്തുണയോടെ താഴെ കൊടുത്ത ഒരു പ്രമേയം അവതരിപ്പിച്ചതോടെ സമ്മേളനത്തിൽ കോലാഹലമായി.

> വിവിധ സമുദായങ്ങൾ ഉൾപ്പെടെ ഇന്നാട്ടിലെ എല്ലാ കൂലിവേലക്കാരുടെയും യഥാർത്ഥ താല്പര്യങ്ങളെല്ലാം ഒന്നാണെന്നും അവരുടെ താല്പര്യങ്ങളെ പൊതുദൃഷ്ടിയിൽകൊണ്ടുവരാതെ മറച്ചുവയ്ക്കുന്നതിനും അവരെ നേർവഴിയിൽനിന്നും വ്യതിചലിപ്പിക്കുന്നതിനും വേണ്ടി മാത്രമാണ് ഇന്ന് ഈ നാട്ടിൽ നാം കാണുന്നതായ സാമുദായികവും മതപരവുമായ സകല സംഘടനകളും രൂപീകരിക്കപ്പെട്ടിരിക്കുന്നതെന്നും കൂലിവേലക്കാരുടെ ഈ മഹാസമ്മേളനം പ്രഖ്യാപനം ചെയ്യുകയും ആ വിധമുള്ള എല്ലാ സംഘടനകളിൽനിന്നും എല്ലാ കൂലിവേലക്കാരും ഒഴിഞ്ഞു മാറിയിട്ട് അവരുടെ സാമ്പത്തികവും രാഷ്ട്രീയവുമായ മേന്മയ്ക്കുവേണ്ടി സംഘടിത ശക്തിയോടും വർഗ്ഗരീത്യാ പ്രവർത്തനം നടത്തണമെന്ന് ഈ യോഗം അവരെ ഉദ്ബോധിപ്പിക്കുകയും ചെയ്യുന്നു.

സമ്മേളനത്തിൽ പതാക ഉയർത്തുന്നതിന് സന്നിഹിതനായ എസ് എൻ ഡി പി യോഗം ജനറൽ സെക്രട്ടറി പി കെ വേലായുധനെയും എം എസ് അനിരുദ്ധനെയും പോലുള്ളവർ പ്രമേയത്തെ എതിർത്തു. സാമുദായിക സംഘടനകളുടെ നേരെ എതിർമനോഭാവമുണ്ടാക്കി പരോക്ഷമായ നിലയിൽ തങ്ങളുടെ സാമുദായിക കുത്തക പാലിക്കുന്നതിനുള്ള സാമുദായിക വാദികളുടെ ഉപജാപമായിട്ടാണ് അവർ പ്രമേയത്തെ വീക്ഷിച്ചത്. അവസാനം പാസാക്കപ്പെട്ട പ്രമേയം ആർ സുഗതന്റെ ഒരു പ്രമേയമായിരുന്നു.

വിവിധ സമുദായങ്ങളിലെയും മതസംഘടനകളിലെയും ആളുകളെ ഉൾക്കൊള്ളുന്ന തൊഴിലാളി സംഘടനകളുടെ സാമ്പത്തിക താല്പര്യം ഒന്നായതുകൊണ്ട് തൊഴിലാളി സംഘത്തിൽ മതസാമുദായിക താല്പര്യങ്ങൾക്ക് പ്രസക്തി ഉണ്ടാകരുതെന്ന് ഈ യോഗം തീരുമാനിക്കുന്നു.

ആർ സുഗതന്റെ ഒത്തുതീർപ്പു പ്രമേയത്തിൽ പുതുമയൊന്നുമുണ്ടായിരുന്നില്ല. അതുവരെ തിരുവിതാംകൂർ ലേബർ അസോസിയേഷൻ തുടർന്നുവന്ന പൊതു നയത്തിന്റെ രേഖാമൂലമുള്ള ഒരു പ്രഖ്യാപനം മാത്രമായിരുന്നു അത്. യൂണിയൻ അംഗങ്ങളെ ജാതി സംഘടനകളിൽ പ്രവർത്തിക്കുന്നതിൽനിന്ന് വിലക്കിയില്ല. എന്നാൽ തൊഴിലാളികളുടെ വർഗ്ഗകടമയായി ജാതിവിരുദ്ധ സമരത്തെ കണ്ടതുമില്ല. തൊഴിലാളികളുടെ താല്പര്യം അവരുടെ സാമ്പത്തിക ആവശ്യങ്ങൾ മാത്രമായിരുന്നു.

നാം ശ്രദ്ധിക്കേണ്ട ഒരു പ്രധാനപ്പെട്ട വസ്തുത ഈ തർക്കത്തിലൊന്നും കോൺഗ്രസ് സോഷ്യലിസ്റ്റ് പാർട്ടിയുടെ നിലപാട് ഗൗരവമായി ആരും ഉയർത്തിക്കണ്ടില്ല എന്നതാണ്. മുപ്പതുകളുടെ ആദ്യം കോൺഗ്രസിലെ ഇടതുപക്ഷക്കാരുടെ ഔപചാരിക വിഭാഗമായിട്ടാണ് സി എസ് പി മലബാറിൽ രൂപംകൊള്ളുന്നത്. കോൺഗ്രസ് നേതൃത്വത്തിന്റെ നിലപാടിൽനിന്ന് വ്യത്യസ്തമായി നാട്ടുരാജ്യങ്ങളിൽ ദേശീയപ്രസ്ഥാനവും തൊഴിലാളികളുടെയും കർഷകരുടെയും സ്വതന്ത്ര വർഗ്ഗസംഘടനകളും വളർത്തുന്നതിനായി സി എസ് പി നിലകൊണ്ടു. 1935 മുതൽ സി എസ് പിയും ആലപ്പുഴ തൊഴിലാളി പ്രസ്ഥാനവും തമ്മിൽ ബന്ധപ്പെട്ടു തുടങ്ങി. എങ്കിലും 1937 ൽ സി എസ് പിയുടെ ആലപ്പുഴയിലെ സ്വാധീനം മുകളിൽ വിവരിച്ച ഗൗരവമായ തർക്കത്തിൽ ശരിയായി ഇടപെടാൻ പറ്റാത്ത വിധം ദുർബ്ബലമായിരുന്നു എന്നു വേണം അനുമാനിക്കാൻ. ആദ്യത്തെ പ്രമേയം വി എസ് പിയുടെ ഔദ്യോഗിക നിലപാടിന് വിരുദ്ധമായിരുന്നു. സാമ്രാജ്യവിരുദ്ധ സമരങ്ങളും ജാതിവിരുദ്ധ സമരങ്ങളുമായുള്ള ബന്ധം സി എസ് പി ശരിയായി വിലയിരുത്തിയതിന്റെ ഫലമായി ശുദ്ധ ദേശീയ വാദികളിൽനിന്നു വ്യത്യസ്തമായി, നിവർത്തന പ്രക്ഷോഭത്തെ അതിന്റെ വർഗ്ഗീയ പരിവേഷം ഉണ്ടായിരുന്നിട്ടുകൂടി, സി എസ് പി പിന്താങ്ങുകയാണുണ്ടായത്. അതേസമയത്ത് സാമ്രാജ്യവിരുദ്ധ ജാതിവിരുദ്ധ സമരങ്ങളുടെ നേതൃത്വത്തിലേക്ക് ഉയരേണ്ട കർഷകരുടെയും തൊഴിലാളികളുടെയും സ്വതന്ത്ര വർഗ്ഗസംഘടനകൾക്കുവേണ്ടിയും സി എസ് പി നില

കൊണ്ടു. ഐകകണ്ഠ്യേന അംഗീകരിച്ച പ്രമേയമാവട്ടെ തൊഴിലാളിവർഗ്ഗത്തിന് എന്തെങ്കിലും രാഷ്ട്രീയ കടമയുള്ളതായി പരിഗണിച്ചില്ല.

ആലപ്പുഴ തൊഴിലാളിവർഗ്ഗം സി എസ് പിയുടെ രാഷ്ട്രീയ നിലപാടിലേക്ക് വരുന്നത് 1938 ലെ പൊതു പണിമുടക്കിലൂടെയാണ് അതോടെ തൊഴിലാളികളുടെ മേലുണ്ടായിരുന്ന വർഗ്ഗീയശക്തികളുടെ മേധാവിത്തം തകർന്നു.

പണിമുടക്ക് ഒരു തികഞ്ഞ രാഷ്ട്രീയ പണിമുടക്കം തന്നെയായിരുന്നു. സ്റ്റേറ്റ് കോൺഗ്രസ് ദിവാൻ വിരുദ്ധസമരത്തെ വഞ്ചിച്ചിട്ടും, എല്ലാവിധ മർദ്ദനങ്ങളെയും അഭിമുഖീകരിച്ചുകൊണ്ട് സമരം തുടർന്നു നടത്തിയ ആലപ്പുഴ തൊഴിലാളി സ്റ്റേറ്റ് കോൺഗ്രസിലെയും യൂത്ത്ലീഗിലെയും ഇടതുപക്ഷക്കാരുടെ ബഹുമാനവും ആദരവും പിടിച്ചുപറ്റി. അങ്ങനെയാണ് കെ സി ജോർജിനെപ്പോലുള്ള കമ്യൂണിസ്റ്റ് നേതാക്കന്മാരുടെ രാഷ്ട്രീയ ഗുരുവായി ആലപ്പുഴ തൊഴിലാളിവർഗ്ഗം ഉയർന്നത്.

ബഹുജനങ്ങളുടെ അതിവേഗത്തിലുള്ള രാഷ്ട്രീയവല്ക്കരണവും സോഷ്യലിസ്റ്റ് നേതൃത്വത്തിന്റെ ഉയർച്ചയും തൊഴിലാളികളുടെ മേലുള്ള സമുദായ മേധാവിത്തത്തെ ഇല്ലായ്മ ചെയ്തു. കയർ വ്യവസായത്തിലെ ഈഴവമുതലാളിമാരുടെ വളർച്ച ഈ പ്രക്രിയയുടെ വേഗം കൂട്ടി. യൂറോപ്യൻ ഫാക്ടറികളെ അപേക്ഷിച്ച് വളരെ ശോചനീയമായ തൊഴിൽ ബന്ധങ്ങളും സാഹചര്യങ്ങളും നിലവിലിരുന്ന ഈഴവ ഗ്രാമീണ ഫാക്ടറികളിലെ ഈഴവ തൊഴിലാളികളുടെ താല്പര്യം സംരക്ഷിക്കുന്നതിനും എസ് എൻ ഡി പി യോഗത്തിന് ഒരു പരിപാടിയും ഉണ്ടായിരുന്നില്ല. ഇതിനോടൊപ്പം യോഗത്തിന്റെ 1939 ലെ സർക്കാർ അനുകൂല രാഷ്ട്രീയ തകിടം മറിച്ചിലുകൂടി ചേർന്നപ്പോൾ യോഗവും തൊഴിലാളികളും തമ്മിലുണ്ടായ അകൽച്ച പൂർത്തിയായി. 1937 ൽ തൊഴിലാളി യോഗങ്ങളിൽപോലും എസ് എൻ ഡി പിക്കെതിരായ വിമർശനങ്ങളെ തൊഴിലാളികൾ വികാരപരമായി എതിർത്തുവെങ്കിൽ 1939 ആയപ്പോഴേക്കും ഈഴവ ജാതി യോഗങ്ങളിൽപോലും എസ് എൻ ഡി പിക്കെതിരായ തൊഴിലാളികളുടെ വികാരം അണപൊട്ടിയൊഴുകി. ഒരു കാലത്ത് ആലപ്പുഴ തൊഴിലാളികളുടെ ആരാധനാപാത്രമായിരുന്ന കെ അയ്യപ്പൻ അദ്ദേഹത്തിന്റെ സർക്കാർ പക്ഷപാതംമൂലം നിശിതമായ വിമർശനത്തിനു പാത്രമായി. തെക്കനാര്യാട്ടെ എസ് എൻ ഡി പി യോഗം 299-ാം നമ്പർ ശാഖയുടെ നാലാം വാർഷികത്തിൽ സി കെ വേലായുധൻ ചെയ്ത പ്രസംഗം ഈ പുതിയ മനോഭാവത്തിന്റെ ഉദാഹരണമായി ഉദ്ധരിക്കാവുന്നതാണ്.

> എസ് എൻ ഡി പി യോഗത്തിന്റെ പ്രവർത്തനം ഇന്നത്തെ നിലയ്ക്ക് നോക്കുകയാണെങ്കിൽ അതിൽ നമുക്ക് അഭിമാനിക്കാവുന്ന വകയില്ല എന്നാണ് എനിക്കു തോന്നുന്നത്. ജാതിയും മതവും എല്ലാം ഒന്നാവണമെന്നാണ് ശ്രീനാരായണഗുരുവിന്റെ നിർദ്ദേശം. എസ് എൻ ഡി പി ജാതിബോധം ഇല്ലാതാക്കുന്നതിനും മതവൈരാഗ്യം

ഇല്ലാതാക്കുന്നതിനും എന്തെങ്കിലും ചെയ്തതായി എനിക്കു അറിയാൻ കഴിഞ്ഞിട്ടില്ല. സാമുദായിക മനോഭാവം നിലനില്ക്കുന്നിടത്തോളം ഇതിന്റെ പുരോഗമന മാർഗ്ഗത്തെ വളർത്തിക്കൊണ്ടു വരാൻ സാദ്ധ്യമാണോ എന്നാണെന്റെ സംശയം. എസ് എൻ ഡി പി യോഗവും യൂണിയൻസും ഒരുപോലെ പിന്തിരിപ്പന്മാരുടെ കൈവശം ഈ അടുത്ത നാളിൽതന്നെ വന്നുചേരുമെന്ന് അതിന്റെ ഉള്ളുകള്ളികൾ അറിയാൻ സാധിച്ച എനിക്ക് പറയാൻ കഴിയും.

തൊഴിലാളികൾ എസ് എൻ ഡി പിയിൽനിന്ന് കൂട്ടമായി വിട്ടുപോന്നു. എന്നല്ല ഈ പറഞ്ഞതിനർത്ഥം. ഔപചാരികമായി അവർ യോഗ അംഗങ്ങളായും പിൻനിര പ്രവർത്തകരായും തുടർന്നു. എന്നാൽ 1938-39 ൽ തൊഴിലാളികളുടെ വർഗ്ഗസംഘടന ജാതിസംഘടനയെ പിന്തള്ളിക്കൊണ്ട് തൊഴിലാളികളുടെ പ്രാഥമിക വിധേയത്വത്തിന്റെ കേന്ദ്രമായി മാറി. മുമ്പ് പ്രാഥമികമായി താൻ ഈഴവനാണെന്നു കരുതിയ തൊഴിലാളി താൻ പ്രാഥമികമായി തൊഴിലാളിവർഗ്ഗത്തിലെ അംഗമാണ് എന്ന് സ്വയം പരിഗണിച്ചു തുടങ്ങി. ജാതി വിരുദ്ധ സമരം സമൂഹത്തിലെ പൊതു വർഗ്ഗസമരത്തിന്റെ ഭാഗമായി മാറി.

ജാതിബോധത്തിൽനിന്ന് വർഗ്ഗബോധത്തിലേക്കുള്ള ഈ പരിവർത്തനം വളരെ സങ്കീർണ്ണമായ ഒരു പ്രക്രിയയാണ്. ഇതിന്റെ അസന്തുലിതമായ പരിണാമം ഇതു സംബന്ധിച്ച് പൊതുധാരണകളിൽ എത്തുന്നതിന് വളരെ പ്രശ്നങ്ങൾ സൃഷ്ടിക്കുന്നുണ്ട്. ജാതിയും വർഗ്ഗവും തമ്മിലുള്ള പരസ്പര ബന്ധത്തെക്കുറിച്ചും ഓരോ മേഖലയിലും പ്രദേശത്തും ജാതിബോധത്തെ നിഷേധിക്കുന്നതിന്റെ പ്രത്യേകതകളെക്കുറിച്ചും ഇനിയും കൂടുതൽ ഗഹനമായ പഠനങ്ങൾ നടക്കേണ്ടിയിരിക്കുന്നു.

നിഷേധമെന്നു പറയുമ്പോൾ പഴയതിനെയെല്ലാം തള്ളിക്കളയുക എന്നല്ല അർത്ഥമാക്കുന്നത്. പഴയതിലെ സ്വീകാര്യമായവയെല്ലാം സ്വായത്തമാക്കിക്കൊണ്ട് മുന്നോട്ടുപോകുന്ന ഒരു പ്രക്രിയയാണിത്. നാം കണ്ടതുപോലെ ഈഴവ സാമൂഹ്യ പരിഷ്കരണ പ്രസ്ഥാനത്തിലെ വിപ്ലവാത്മകതയുടെ പൈതൃകം മുന്നോട്ടുകൊണ്ടുപോയത് തൊഴിലാളിപ്രസ്ഥാനമായിരുന്നു ഈ തൊഴിലാളിവർഗ്ഗപ്രസ്ഥാനത്തിന്റെ ഇനിയുള്ള വളർച്ചയ്ക്ക് ഈഴവ വർഗ്ഗീയത മാത്രം കൈമുതലാക്കിയുള്ള ജാതി സംഘടനകൾക്ക് ഒന്നും സംഭാവന ചെയ്യാനില്ല, മറിച്ച് വളർന്നുവരുന്ന തൊഴിലാളി ഐക്യത്തെ ശിഥിലമാക്കാനേ അതിന് കഴിയൂ.

പഴയ ജാതി ഐക്യം ഇന്നു സാദ്ധ്യമല്ല. ഈഴവ ജാതിയിൽത്തന്നെ മുതലാളിയും തൊഴിലാളിയും ഉണ്ട്. കാർഷിക മുതലാളിയും കർഷക തൊഴിലാളിയും ഉണ്ട്. ഈ വൈരുദ്ധ്യത്തെ മറച്ചുവയ്ക്കാനാണ് ജാതി സംഘടനകളുടെ ശ്രമം. ഈ രണ്ടു ചേരികളിൽ ജാതിസംഘടന ആരുടെ കൂടെ നില്ക്കുമെന്നതാണ് പ്രശ്നം. ഈ വർഗ്ഗ വൈരുദ്ധ്യത്തിന്റെ പരിഹാരത്തിൽനിന്ന് ഒഴിഞ്ഞുമാറിക്കൊണ്ട് ജാതി മേധാവിത്തത്തിന്റെ

പ്രശ്നം പരിഹരിക്കാനാവില്ല. അവർ തമ്മിൽ അത്ര അഭേദ്യമായി ബന്ധപ്പെട്ടിരിക്കുന്നു. നമ്മുടെ നാട്ടിൽ നടക്കേണ്ട മൂല്യ സാമൂഹ്യപരിവർത്തനത്തിന്റെ ഭാഗമായി ജാതി മേധാവിത്തത്തിന്റെ പ്രശ്നങ്ങൾ ഏറ്റെടുത്ത് സമരം ചെയ്യാൻ തയ്യാറാവുന്ന വർഗ്ഗസംഘടനകൾക്ക് മാത്രമേ ജാതി സാമൂഹ്യപരിഷ്കരണ പ്രസ്ഥാനങ്ങൾ തുടക്കം കുറിച്ച ജനാധിപത്യ വിപ്ലവത്തെ പൂർത്തീകരിക്കാൻ കഴിയൂ. ഇന്ന് ജാതിസംഘടനകൾ ഈ സമരത്തെയും അതിനായുള്ള ബഹുജനഐക്യശ്രമങ്ങളെയും തർക്കുന്നതിനായുള്ള മേധാവിവർഗ്ഗത്തിന്റെ കരുക്കളായി തീർന്നിരിക്കുന്നു. ഈഴവ സാമൂഹ്യപരിഷ്കരണ പ്രസ്ഥാനത്തിന്റെ ജാതീയതയുടെ പുറംചട്ട നമുക്ക് ഈഴവ മുതലാളിമാർക്ക് വിട്ടുകൊടുക്കാം. അതിന്റെ വിപ്ലവകരമായ സത്ത നമുക്കേറ്റെടുക്കാം.

ശ്രീനാരായണഗുരുവിൽ നിന്നകന്നു എസ് എൻ ഡി പി യോഗത്തെക്കുറിച്ച് കുമാരനാശാൻ അര നൂറ്റാണ്ട് മുമ്പെഴുതിയ കാവ്യശകലം ഇന്ന് അന്നത്തേക്കാളെത്രയോ പ്രസക്തമാണ്.

"പോകാം ഭവാനിവിടെ നി-
ന്നിനി, ഇമ്മഹാശ്രമം
ശോകാർഹമല്ല, മുനിയി-
സ്സദനം വെടിഞ്ഞു
പാകാഢ്യമായിതു, തപസുമ-
തല്ല, യേകി
ല്ലേ കാന്തസക്തിയൊരു വ-
സ്തുവിലും മഹാന്മാർ"

ഈഴവ ജാതി സംഘടനകളിലിന്നു മുനിയെ കണ്ടെത്താനാവില്ല. ശ്രീനാരായണഗുരുവിന്റെ പ്രബോധനങ്ങളുടെയും പ്രസ്ഥാനങ്ങളുടെയും വിപ്ലവ ചൈതന്യം അന്വേഷിക്കുന്ന സത്യാന്വേഷിക്ക് തൊഴിലാളികളുടെയും കർഷകരുടെയും വിപ്ലവ പ്രസ്ഥാനത്തിലേക്ക് തിരിയേണ്ടി വരും.

3

തൊഴിലാളി: കേരളത്തിലെ ആദ്യത്തെ തൊഴിലാളിവർഗ്ഗ പത്രം

തിരുവിതാംകൂർ ലേബർ അസോസിയേഷന്റെ ആഭിമുഖ്യത്തിൽ പി കെ ബാവ പത്രാധിപരായി 1924 ൽ ആരംഭിച്ച *തൊഴിലാളി* കേരളത്തിലെ ആദ്യത്തെ തൊഴിലാളിവർഗ്ഗ പത്രമായിരുന്നുവെന്നു പറയാം. ആദ്യം ദ്വൈവാരികയായും പിന്നീട് ഒരു വാരികയായും അപൂർവ്വം ചില മുടക്കങ്ങളോട് 1938 വരെ ആലപ്പുഴയിൽനിന്ന് ഈ പത്രം പ്രസിദ്ധീകരിച്ചു പോന്നു. അതിന്റെ താളുകളിലൂടെയായിരുന്നു ആധുനിക കേരളത്തിന്റെ നവോത്ഥാന ചൈതന്യം ആലപ്പുഴ തൊഴിലാളികളുടെ ഇടയിൽ വ്യാപിച്ചത്. സോവിയറ്റ് വിപ്ലവത്തിന്റെ കിരണങ്ങൾ കടന്നുചെന്നത്; കേരളത്തിന്റെ ഇതര തൊഴിലാളി പ്രസ്ഥാനങ്ങളുടെ സ്വാധീനവും ബന്ധവും വളർന്നുവന്നത്.

തിരുവിതാംകൂർ ലേബർ അസോസിയേഷന്റെ 1926 ലെ മൂന്നാം വാർഷിക സമ്മേളനത്തിലെ സ്വാഗത പ്രസംഗകൻ തന്റെ പ്രൗഢമായ പ്രസംഗം ഉപസംരിച്ചതിങ്ങനെയായിരുന്നു;

> മഹാജനങ്ങളെ, പ്രിയപ്പെട്ട തൊഴിലാളികളെ, നിങ്ങളുടെ മുന്നിൽ നില്ക്കുന്ന കേവലമൊരു കൂലിവേലക്കാരനായ ഞാൻ, എന്റെ എളിയ നിലയിൽ ഇപ്രകാരം ഒരു പ്രസംഗം ചെയ്യുവാൻ എനിക്കിടവരുത്തിയ, എന്നെ പ്രാപ്തനാക്കിയ തൊഴിലാളിയെ നിങ്ങൾ സഹായിക്കണമെന്നും നിങ്ങളോരോരുത്തരും തൊഴിലാളിയുടെ വരിക്കാരനാകണമെന്നും പറയാൻ സംഗതി ആയതിൽ എനിക്ക് വളരെ അഭിമാനത്തിനും കൃതാർത്ഥതയ്ക്കും അവകാശമുണ്ട്.

ഈ സ്വാഗതപ്രസംഗകനെ മാത്രമല്ല ആലപ്പുഴയിലെ ഒരു തലമുറയിലെ തൊഴിലാളികളെയാകെ രാഷ്ട്രീയവല്ക്കരിക്കുന്നതിലും സംഘവ

ല്ക്കരിക്കുന്നതിലും ഉശിരൻ പ്രക്ഷോഭകാരികളാക്കി മാറ്റുന്നതിലും ഈ ട്രേഡ് യൂണിയൻ പത്രം ഒരു വ്യാഴവട്ടം അതുല്യമായ പങ്കുവഹിക്കുകയുണ്ടായി.

ആദ്യകാലത്ത് പത്രത്തിന്റെ പ്രചാരം വളരെ പരിമിതമായിരുന്നു. എമ്പയർ കയർ വർക്സിലെ ഒരു യാർഡ് സൂപ്രണ്ടായിരുന്ന ബാവയുടെ നിർബ്ബന്ധത്തിനും സമ്മർദ്ദങ്ങൾക്കും വഴങ്ങിയായിരുന്നു തൊഴിലാളികൾ പത്രം വാങ്ങിവന്നത്. ഇതു സംബന്ധിച്ച് രസകരമായ നുറുങ്ങുകഥകൾ ആർ സുഗതനെപ്പോലുള്ള ആദ്യകാല പത്രപ്രവർത്തകർ രേഖപ്പെടുത്തിയിട്ടുണ്ട്. ബാവയുടെ സ്ഥിരോത്സാഹം ഒന്നു മാത്രമായിരുന്നു പത്രത്തിന്റെ നിലനില്പിനടിസ്ഥാനം. ബാവ തന്നെ മുൻകൈ എടുത്തു 1922 ൽ സ്ഥാപിച്ച തിരുവിതാംകൂർ ലേബർ അസോസിയേഷനോടുള്ള തൊഴിലാളികളുടെ മനോഭാവവും ഭിന്നമല്ലായിരുന്നു. ആദ്യകാല സെക്രട്ടറിമാരിൽ ഒരാളായിരുന്ന കെ സി ഗോവിന്ദൻ ചൂണ്ടിക്കാണിച്ചിട്ടുള്ളതുപോലെ." സ്വയമേ തന്നെ സംഘത്തിലംഗങ്ങളായവരുടെ സംഖ്യ അന്നു തീരെ വിരളമായിരുന്നു. അതിനാൽ പല നാടൻ കമ്പനികളിലെയും മൂപ്പന്മാരെ ഭരണസമിതി അംഗങ്ങളായി തിരഞ്ഞെടുക്കേണ്ടിവന്നു. അവരുടെ സ്വാധീനവും ശക്തിയും നിർബ്ബന്ധവുമാണ് തൊഴിലാളികളെ അസോസിയേഷനുമായി ആദ്യം ബന്ധിപ്പിച്ചത്." തൊഴിലാളികളേക്കാൾ മുതലാളിമാരിൽ ചിലർക്കായിരുന്നു തൊഴിലാളി സംഘത്തിന്റെ പ്രവർത്തനത്തിൽ താല്പര്യം.

ഈ നിലപാട് മനസ്സിലാക്കണമെങ്കിൽ ഇക്കാലത്തെ കയർ വ്യവസായത്തിലെ സ്ഥിതിഗതികൾ പരിശോധിക്കണം. ഒന്നാം ലോകമഹായുദ്ധത്തെത്തുടർന്ന് കയർ വ്യവസായത്തിലുണ്ടായ വമ്പിച്ച അഭിവൃദ്ധി പുതിയ ഒരു പറ്റം നാടൻ മുതലാളിമാരെ രംഗത്തുകൊണ്ടുവന്നു. ഈ പുതിയ മുതലാളിമാർക്ക് നിലവിലുണ്ടായിരുന്ന യൂറോപ്യൻ കുത്തകകമ്പനികളുമായി മത്സരിച്ചേ മുന്നേറാൻ കഴിയുമായിരുന്നുള്ളൂ. കൂലിവേലക്കാരെ ലഭിക്കുന്നതിലും നാടൻ മുതലാളിമാർക്ക് വളരെയധികം വൈഷമ്യങ്ങൾ നേരിടേണ്ടിവന്നു. ആവശ്യമായത്ര നെയ്ത്തു തൊഴിലാളികളെ കൂലിക്കു ലഭിക്കാനുണ്ടായിരുന്നില്ല. തൻമൂലം അഡ്വാൻസ് പണവും ഉയർന്ന കൂലിയും നല്കി യൂറോപ്യൻ കമ്പനികളിൽനിന്ന് തൊഴിലാളികളെ പ്രലോഭിപ്പിച്ച് നാടൻ മുതലാളിമാർക്ക് എടുക്കേണ്ടി വന്നു. ബാവയുടെ വാക്കുകളിൽ "അന്നു പണിയറിയാവുന്ന മൂപ്പന്മാരെയും തൊഴിലാളികളെയും തട്ടിയെടുക്കുവാൻ മുതലാളിമാർ തമ്മിൽ മത്സരമായിരുന്നു." ഈ സാഹചര്യത്തിൽ തൊഴിൽശാലയിൽ അച്ചടക്കവും തൊഴിൽ സ്ഥിരതയും പരിപാലിക്കുന്നതിനുള്ള ഒരു ഉപാധിയായി തൊഴിലാളി യൂണിയനെ നാടൻ മുതലാളിമാർ കണ്ടു.

"…. ആലപ്പുഴയിലെ അപ്പുസേട്ട് മുതലാളി യൂണിയനെ ശക്തിപ്പെടുത്തി കൊടുക്കുകയും തൊഴിലാളികളുടെ ഇടയിൽപ്പോയി പ്രസംഗങ്ങൾ നടത്തുകയും പത്രം നടത്തുകയും ചെയ്തതിന്റെ ഫലമായി അദ്ദേഹത്തിന്

കിട്ടിയ നേട്ടം എന്താണ്?" ലേബർ അസോസിയേഷൻ പ്രവർത്തകനായിരുന്ന വി കെ പുരുഷോത്തമൻ പ്രസക്തമായ ഒരു ചോദ്യം ഉയർത്തിയിട്ട്, 1938 ൽ നല്കിയ വിശദീകരണം ശ്രദ്ധേയമാണ്. "തൊഴിലാളികൾ അവിടെ ഉണ്ടാകുന്ന വേലകൾ നമ്മുടെ സ്വന്തം മുതലാളിയുടെ വക എന്നുവിചാരിച്ച് വളരെ ആത്മാർത്ഥതയോടു കൂടി ആ വേല മുഴുവൻ ചെയ്തുകൊടുത്തു വന്നിരുന്നു. സകല മാർക്കറ്റുകാരും അവിടെ ഉണ്ടാക്കുന്ന ചരക്കുകളോട് മത്സരിക്കാൻ സാധിക്കില്ല എന്നു പറഞ്ഞിട്ടുണ്ട്." എമ്പയർ വർക്സിലെ സേട്ട് ആലപ്പുഴയിലെ ഏറ്റവും വലിയ മുതലാളിമാരിലൊരാളായി ക്രമേണ ഉയർന്നു.

തൊഴിലാളികളുടെ ഈ വർഗ്ഗസഹകരണ മനോഭാവത്തിന് മറ്റൊരു വശം കൂടിയുണ്ട്. അവർ ഒരു വർഗ്ഗമായിത്തന്നെ രൂപപ്പെട്ടു വരുന്നതേയുണ്ടായിരുന്നുള്ളൂ. 1859 ൽ കയർ ഫാക്ടറികളിൽ തൊഴിൽ ചെയ്യുന്നവരിൽ 50 ശതമാനത്തിനേ അഞ്ചുവർഷത്തിലേറെ വ്യാവസായിക ജീവിതാനുഭവം ഉണ്ടായിരുന്നുള്ളൂ എന്നാണ്. വേതനമാവട്ടെ മറ്റേത് തൊഴിലിൽ ലഭിച്ചിരുന്നതിനേക്കാൾ അധികവുമായിരുന്നു. ആർ സുഗതൻ ഈ കാലഘട്ടത്തെ വിശേഷിപ്പിക്കുന്നത് ആലപ്പുഴ തൊഴിലാളിയുടെ "സുവർണ്ണയുഗ"മെന്നാണ്. തൊഴിലാളികളുടെ ദൗർലഭ്യം മാത്രമായിരുന്നില്ല ഇതിന് കാരണം. മേൽ ഉദ്ധരിച്ച സ്വാഗതപ്രസംഗകന്റെ വാക്കുകളിൽ "തിരുവിതാംകൂറിന്റെ ഇതരഭാഗങ്ങളിലുള്ള തൊഴിലാളികളെ അപേക്ഷിച്ച് നഗരവാസികളും പരിഷ്കാരപ്രിയരും പ്രാഥമിക വിദ്യാഭ്യാസമെങ്കിലും സിദ്ധിച്ചിട്ടുള്ളവരുമായ ഇവിടത്തെ തൊഴിലാളികൾ ഏതാണ്ടൊക്കെ അവകാശബോധവും ഉല്ക്കർഷേച്ഛയും ഉള്ളവരായതുകൊണ്ട് അവരോട് നമ്മുടെ മുതലാളിമാർ കർക്കശമായി ഇടപെടാത്തതുമാകുന്നു." തൻമൂലം തൊഴിൽ ബന്ധങ്ങൾ താരതമ്യേന രമ്യമായിരുന്നു. നമ്മുടെ തൊഴിലാളിയുടെ വിവരണം തുടരുന്നു. "... തൊഴിലാളി പ്രസ്ഥാനത്തെക്കുറിച്ച് കേൾക്കുന്നത് മുതലാളിമാർക്ക് കർണ്ണശല്യമാണെന്നുള്ള ചൊല്ല് ഏറക്കുറെ വാസ്തവമാണെങ്കിലും ഒരു വ്യവസായ കേന്ദ്രമായ ഈ പട്ടണത്തെ സംബന്ധിച്ചിടത്തോളം അത്ര ശരിയല്ലെന്ന് എനിക്ക് അനുഭവപ്പെട്ടിട്ടുള്ളതാണ്. ഇവിടത്തെ വ്യവസായശാല ഉടമസ്ഥരും ജോലിക്കാരും തമ്മിൽ പറയത്തക്ക അഭിപ്രായവ്യത്യാസം എതൽപര്യാന്തം ഉണ്ടായിട്ടില്ലെന്നു തന്നെ വേണം പറയാൻ... കൂലിനിരക്ക്, സമയക്രമം എന്നതുകളാണല്ലോ.. തൊഴിലാളികളും മുതലാളികളുമായുള്ള വലിയ ഭിന്നിപ്പിനുകാരണം. ഈ പ്രധാന പ്രശ്നത്തിൽപ്പോലും നമ്മുടെ മുതലാളിമാരും തൊഴിലാളികളും തമ്മിൽ ഒടുങ്ങാത്ത മത്സരങ്ങൾക്ക് ഇടവന്നിട്ടില്ലെന്നുള്ളതിൽ ഇരുകൂട്ടരും അഭിനന്ദാർഹർതന്നെയാണ്..."

യൂണിയന്റെ കാഴ്ചപ്പാടും സഹകരണാത്മകമായിരുന്നു. 1922 ൽ യൂണിയൻ അംഗത്വവിതരണം പരസ്യം ചെയ്തുകൊണ്ട് ഇറക്കിയ പ്രഥമ പ്രസ്താവനയിൽ ഒരിടത്തുപോലും മുതലാളി-തൊഴിലാളി വൈരുദ്ധ്യത്തെക്കുറിച്ചുള്ള പരാമർശമില്ല. "ദാരിദ്ര്യത്തിൽ ഒരു പ്രഭുവേപ്പോലെയും

അജ്ഞതയിൽ ഒരദ്ധ്യാപകനെപ്പോലെയും കഷ്ടപ്പാടുകളിൽ പുത്രകളത്രാദികളെപ്പോലെയും" തൊഴിലാളികളെ രക്ഷിക്കാനായിരുന്നു തൊഴിലാളി സംഘത്തിന്റെ അവതാരം. തൊഴിലാളികളുടെ അവശതകളും ദാരിദ്ര്യവും ഭൂതകാലത്തിന്റെ അവശിഷ്ടങ്ങളാണ്. അവയെല്ലാം നല്ലവരായ മുതലാളിമാരുടെ സഹകരണത്തോടെ ഇല്ലായ്മചെയ്യുന്നതിനായിരുന്നു യൂണിയന്റെ യത്നം. ആദ്യകാല തൊഴിലാളി പത്രത്തിന്റെ ഉള്ളടക്കവും വ്യത്യസ്തമായിരുന്നില്ല. തൊഴിലാളികൾക്കുള്ള സാരോപദേശങ്ങൾ അവയിൽ ധാരാളമായി ഉണ്ടായിരുന്നു. 'തൊഴിലാളികൾ ബീഡി, ചുരുട്ടു മുതലായതിലും ചായ, മദ്യം തുടങ്ങിയ പേയദ്രവ്യങ്ങളിലും ധാരാളം പണം ചെലവഴിക്കുന്നതിനും, നാടകാദിസ്ഥലങ്ങളിലും ഗുസ്തി സ്ഥലങ്ങളിലും ചിന്തയില്ലാതെ കൂക്കുവിളിക്കുകയും അട്ടഹസിക്കുകയും' ചെയ്യുന്നതിനും എതിരെയുള്ള പ്രബോധനക്കുറിപ്പുകളും ഉള്ളടക്കത്തിൽ പ്രധാന ഇനങ്ങളായിരുന്നു.

മുതലാളി-തൊഴിലാളി ബന്ധത്തേക്കാളുപരി ജാതി ഉച്ചനീചത്വത്തെക്കുറിച്ചുള്ള വിമർശനങ്ങൾക്കായിരുന്നു പത്രത്തിന്റെ ഉള്ളടക്കത്തിൽ പ്രാമുഖ്യം. യഥാർത്ഥത്തിൽ സവർണ്ണജാതി മേധാവിത്വത്തിനെതിരെ ഉയർന്നുവന്ന ഈഴവ സാമൂഹ്യപരിഷ്ക്കരണ പ്രസ്ഥാനം അതിനുള്ളിലെ റാഡിക്കൽ പ്രവണതകൾ, ഇവയോട് ബന്ധപ്പെടുത്തി മാത്രമേ കേരളത്തിലെ ആദ്യത്തെ തൊഴിലാളി യൂണിയന്റെയും അതിന്റെ മുഖപത്രത്തിന്റെയും ഉദയത്തെ മനസ്സിലാക്കാൻ കഴിയൂ. യൂണിയൻ രൂപീകരണത്തിൽ നാടൻ മുതലാളിമാർക്ക് നിക്ഷിപ്ത താല്പര്യം ഉണ്ടായിരുന്നെങ്കിലും അവരുടെ കുതന്ത്രങ്ങളിലൊന്നായി മാത്രം യൂണിയൻ രൂപീകരണത്തെ വിലയിരുത്തുന്നത് തികഞ്ഞ അസംബന്ധമായിരിക്കും. യൂണിയൻ സംഘാടകനായ ബാവമൂപ്പന്റെ പ്രധാന പ്രചോദനം ജാതി അവസ്ഥകൾക്കെതിരായ പ്രക്ഷോഭം പ്രദാനം ചെയ്ത പുതിയ അവകാശബോധമായിരുന്നുവെന്ന് അദ്ദേഹത്തിന്റെ ആത്മകഥാക്കുറിപ്പുകൾ വ്യക്തമാക്കുന്നുണ്ട്. ദേശീയവും അന്തർദേശീയവുമായ സംഭവവികാസങ്ങളുടെ പശ്ചാത്തലവും കണക്കിലെടുക്കേണ്ടതായിട്ടുണ്ട്.

പത്തൊമ്പതാം നൂറ്റാണ്ടിന്റെ അവസാന ദശകങ്ങളിൽ തിരുവിതാംകൂറിലുണ്ടായ സാമൂഹ്യ-സാമ്പത്തിക പരിവർത്തനങ്ങൾ ഈഴവരിൽ ഒരു മുതലാളി-കുലീന വിഭാഗത്തിന് രൂപംനല്കി. ഇവരുടെ വളർച്ചക്കു തടസ്സം നിന്ന ജന്മി-ജാതി ബന്ധങ്ങൾക്കും സംസ്കാരത്തിനുമെതിരായ കലാപമായിരുന്നു ഈഴവ സാമൂഹ്യ പരിഷ്കരണ പ്രസ്ഥാനത്തിന്റെ കാതൽ. ഈ സമരത്തിലുയർത്തപ്പെട്ട വിപ്ലവമുദ്രാവാക്യങ്ങളും പ്രബോധനങ്ങളുമാണ് ആലപ്പുഴ തൊഴിലാളിയുടെ ആദ്യകാല രാഷ്ട്രീയബോധത്തിനടിസ്ഥാനം. മുപ്പതുകളുടെ അവസാനം ഈഴവ ബൂർഷ്വാസി തങ്ങളുടെ പരിമിതമായ ലക്ഷ്യങ്ങൾ സാധിതമായപ്പോൾ ഈ വിപ്ലവനിലപാടുകൾ ഉപേക്ഷിച്ച് ഭൂതകാലവുമായി സന്ധി ചെയ്തു. എന്നാൽ അവരുടെ വിപ്ലവവായാടിത്തത്തിൽ ആകർഷിക്കപ്പെട്ട് സമരപാതയിലിറങ്ങിയ തൊഴിലാ

ളികൾ വർഗ്ഗീയതയുടെ പുറംതൊണ്ടുപൊട്ടിച്ച് ഇടത്തോട്ടു നീങ്ങി. വർഗ്ഗീയതയ്ക്കു പകരം വർഗ്ഗപക്ഷപാതിത്വം അവർ ഉയർത്തി. സ്വന്തം ജാതിയിൽപ്പെട്ടവനെങ്കിലും ഈഴവ മുതലാളിയെ വർഗ്ഗശത്രുവായി അവർ കണ്ടു. ജാതിബോധത്തിൽ നിന്ന് വർഗ്ഗബോധത്തിലേക്കുള്ള ഈ പരിവർത്തനത്തിന്റെ പശ്ചാത്തലം മുതലാളിത്ത ബന്ധങ്ങളുടെ വളർച്ചയ്ക്കും അവയുടെ വൈരുദ്ധ്യങ്ങളുടെ മൂർച്ഛിക്കലുമായിരുന്നു. ഈഴവ സാമൂഹ്യ പരിഷ്കരണപ്രസ്ഥാനത്തിന്റെ അലയടികൾ, അതിലെ വിവിധ ധാരകൾ തമ്മിലുള്ള സംഘർഷങ്ങൾ, ജാതിസംഘടനകളും ശുദ്ധദേശീയ വാദികളും, തമ്മിലുള്ള തർക്കങ്ങൾ, ജാതിബോധവും വളരുന്ന വർഗ്ഗബോധവും തമ്മിലുള്ള ഉരസലുകൾ ഇവയെല്ലാം *തൊഴിലാളി*യുടെ തളുകളിൽ പ്രതിഫലിച്ചു.

ഇരുപതുകളുടെ അവസാനമായപ്പോഴേക്കും 1930 ലെ ലേബർ അസോസിയേഷന്റെ വാർഷിക സമ്മേളനത്തിന്റെ അദ്ധ്യക്ഷപ്രസംഗത്തിൽ രാമവർമ്മ തമ്പാൻ ചൂണ്ടിക്കാണിച്ചതുപോലെ "കുറച്ചുകൂലി കൊടുത്തു നിറച്ചു വേല വാങ്ങാൻ" ശ്രമിക്കുന്ന മുതലാളിമാരും കുറച്ചു വേല ചെയ്തു നിറച്ചു കൂലി വാങ്ങാൻ ശ്രമിക്കുന്ന തൊഴിലാളികളും എന്ന രണ്ടു വിരുദ്ധചേരികളായി മുതലാളിത്ത വൈരുദ്ധ്യം പ്രകാശനം കൊണ്ടു. ഇതിന്റെ പശ്ചാത്തലം രൂക്ഷമായ കച്ചവടമത്സരത്തെ തുടർന്നു കയർ വ്യവസായത്തിൽ ഏറിവന്ന പ്രതിസന്ധിയായിരുന്നു. വിലകൾ കുറക്കുന്നതിനും തൻമൂലം കൂലി വെട്ടിക്കുറക്കുന്നതിനും മുതലാളിമാർ നിർബ്ബന്ധിതരായി. മുപ്പതുകളിലെ സാമ്പത്തിക തകർച്ചയുടെ ഫലമായി വർദ്ധിച്ച തൊഴിലില്ലാപ്പട ആലപ്പുഴയിലേക്കു കുടിക്കയറിയപ്പോൾ കൂലി വെട്ടിക്കുറയ്ക്കാനുള്ള സൗകര്യവും കൈവന്നു. പുതിയ സാഹചര്യത്തെ 1937 ലെ തൊഴിലാളി വിശേഷാൽപ്പതിപ്പ് വിശദീകരിച്ചതിങ്ങനെയായിരുന്നു. "ഓരോരുത്തരും താന്താങ്ങളുടെ സാധനങ്ങൾ കൂടുതൽ വിറ്റഴിക്കുന്നതിനും അവയെ മിനുസപ്പെടുത്തുന്നതിനുവേണ്ടിയും കൂലി കുറയ്ക്കേണ്ടിവന്നു. അപ്പോൾ അതുവരെ ലഭിച്ച ആദായങ്ങൾ കുറയുകയും ജോലി വർദ്ധിക്കുകയും ചെയ്തു. അതേവരെ സൗഹാർദ്ദത്തിൽ കഴിഞ്ഞുകൂടിയ തൊഴിലാളി-മുതലാളികളുടെ ഇടയ്ക്ക് ഒരിക്കലും പാടില്ലാത്ത വിധം പിളർപ്പുണ്ടായിത്തീർന്നു.

1937 ൽ ദിവാന് സമർപ്പിച്ച സുപ്രസിദ്ധമായ പണിമുടക്ക് മെമ്മോറാണ്ടത്തിൽ ലേബർ അസോസിയേഷൻ വിശദമായ കണക്കുകളുടെ അടിസ്ഥാനത്തിൽ വിവിധയിനം കൂലികൾ 15 വർഷത്തിനിടയിൽ 50 മുതൽ 70 ശതമാനം വരെ വെട്ടിക്കുറയ്ക്കപ്പെടുകയുണ്ടായി എന്നു തെളിയിക്കുന്നു. ഈ കുറഞ്ഞകൂലി തന്നെയും നിശ്ചിതകാലങ്ങളിൽ പണമായി പല കമ്പനികളിലും കൊടുക്കുന്നില്ല. വിശേഷിച്ച് ആലപ്പുഴയുടെ പുറമേയുള്ള കുടിനാടൻ ഫാക്ടറികളിൽ വേലക്കാരന് അമിതമായ നഷ്ടവും അസൗകര്യവും ഉണ്ടാക്കത്തക്ക വിധത്തിൽ കൂടുതൽ വില ചുമത്തി ഏറ്റവും വിലകുറഞ്ഞ സാധനങ്ങൾ കൂലിക്കുപകരം കൊടുത്തുവരുന്നു.

ആറുമാസത്തിൽ ഒരിക്കൽമാത്രം കൂലി തീർത്തുകൊടുക്കുന്ന നാടൻ കമ്പനികൾ ഇല്ലാതില്ല. കമ്പനി ഉടമസ്ഥരുടെ ബന്ധുക്കളെക്കൊണ്ട് അമിതമായ പലിശ ചുമത്തി വേലക്കാർക്ക് പണം കടം കൊടുത്തുവരുന്നതായും അറിയാം. മിക്ക കയർ ഫാക്ടറികളിലും അന്യായമായ പിഴ ശിക്ഷ കൊണ്ട് വേലക്കാരെ നഷ്ടപ്പെടുത്തിവരുന്നു. ചില അവസരങ്ങളിൽ നിസ്സാര കാര്യങ്ങൾക്കായി ഒരാഴ്ചത്തെ കൂലിതന്നെ ഫയിൻ ചെയ്തുവരുന്ന കൺട്രാക്ടർമാരും മൂപ്പന്മാരും ക്ലാർക്കുമാരും ഉണ്ട്. പട്ടിണിക്കാരായ വേലക്കാരുടെ അല്പമായ വരുമാനത്തിൽ നിന്ന് കമ്പനിയിലെ കീഴ് സില്ബന്ധികൾ മൂപ്പുചക്രമായും ഡ്രാമാ സിനിമാ മുതലായ വിനോദങ്ങളുടെയും പേരിൽ ടിക്കറ്റു വിലയായും ഉത്സവ വരിയായും ധർമ്മമായും ഒരു നല്ല തുക അധികാരബലം പ്രയോഗിച്ച് അപഹരിച്ചീടാക്കുന്നുണ്ട്. ഇന്നത്തെ ജോലി വ്യവസ്ഥയുടെ അനഭിലഷണീയമായ സ്ഥിതിഗതികൾകൊണ്ട് ഇപ്രകാരമുള്ള കോഴകൾ കൊടുക്കാതെ വേലക്കാരന് സ്ഥിരമായി ഒരു കമ്പനിയിൽ ജോലി തുടർന്നു ചെയ്യാൻ നിർവ്വാഹമില്ലാത്തതും പരിതസ്ഥിതികളുടെ നിർബ്ബന്ധം കൊണ്ട് അയാൾ ഈ അനീതിക്ക് കീഴ്പ്പെട്ടതുമാകുന്നു. തൊഴിലാളി പത്രത്തിൽ പ്രസിദ്ധം ചെയ്ത സുദീർഘമായ മെമ്മോറാണ്ടം അന്നത്തെ തൊഴിൽ സാഹചര്യങ്ങളുടെയും തൊഴിലാളികളുടെയും വ്യാപകമായ അസംതൃപ്തിയുടെയും യഥാർത്ഥ ചിത്രം നല്കുന്നുണ്ട്. വളർന്നുവന്ന അസംതൃപ്തിക്കും വർഗ്ഗബോധത്തിനും അനുസൃതമായി തൊഴിലാളി പത്രത്തിന്റെ സ്വരവും സർക്കാരിന്റെ വിലയിരുത്തൽപ്രകാരം മിതവാദത്തിൽ നിന്ന് തീവ്രവാദത്തിലേക്കു മാറാൻ തുടങ്ങി.

യൂണിയന്റെ വിലക്കുകൾ വകവെക്കാതെ തൊഴിലാളികൾ മുൻകൈ എടുത്തു തൊഴിൽ സമരങ്ങൾ സംഘടിപ്പിച്ചു തുടങ്ങി. മനസ്സില്ലാ മനസ്സോടെ യൂണിയൻ ഈ തൊഴിൽ സമരങ്ങളെ നയിക്കാൻ നിർബ്ബന്ധിതമായിത്തീർന്നു. ഈ വേളകളിൽ നിങ്ങൾക്ക് നിങ്ങളുടെ മുതലാളികളോടു ഭക്തിയും സ്നേഹവും ഉണ്ടായിരിക്കേണ്ടത് അത്യാവശ്യമാകുന്നു. മുതലാളികളുടെ അഭിവൃദ്ധി നിങ്ങളുടെയും അഭിവൃദ്ധിയാണെന്ന വിചാരം നിങ്ങളിലെപ്പോഴും ഉണ്ടായിരിക്കേണ്ടതാണ്. ദേഹവും ദേഹിയും പോലെയോ പാലും വെള്ളവും പോലെയോ തൊഴിലാളികളും മുതലാളികളും രഞ്ജിപ്പിൻ ജീവിക്കേണ്ടതാകുന്നു. (തൊഴിലാളി 1983 ജൂൺ 2) എന്നും മറ്റും ഉപദേശിപ്രസംഗം തുടർന്നുവന്ന പി എസ് മുഹമ്മദിനെപ്പോലുള്ള മാന്യന്മാർ ഒന്നൊന്നായി ഭാരവാഹിസ്ഥാനത്തുനിന്നു മാറ്റപ്പെട്ടു. 15 വർഷത്തെ ലേബർ അസോസിയേഷന്റെ ചരിത്രത്തിൽ 14 പ്രാവശ്യം സെക്രട്ടറിമാർ മാറേണ്ടിവന്നു എന്നത് ശ്രദ്ധേയമാണ്.

യൂണിയൻ സ്ഥാപകനായ പി കെ ബാവതന്നെ എമ്പയർ കയർ ഫാക്ടറിയിൽ സ്വീകരിച്ച സമരവിരുദ്ധ നിലപാടുമൂലം യൂണിയനിൽ നിന്ന് നീക്കം ചെയ്യപ്പെട്ടു തൊഴിലാളിപത്രവും അദ്ദേഹത്തിന്റെ പത്രാധിപത്യത്തിൽ നിന്ന് കെ സി ഗോവിന്ദന് കൈമാറി. ആദ്യകാല തൊഴിൽ സമര

ങ്ങളിലൂടെ നേതൃത്വത്തിലേക്കുയർന്നുവന്ന ഗോവിന്ദൻ ചെറിയൊരു കാലയളവൊഴിച്ച് 1938 വരെ തൊഴിലാളിയുടെ പ്രസാധകനായിരുന്നു, വാസു വാദ്ധ്യാർ, പി എസ് മുഹമ്മദ്, എം എസ് അനിരുദ്ധൻ, വി കെ വേലായുധൻ തുടങ്ങിയവർ തൊഴിലാളിയുടെ പത്രാധിപന്മാരായി പ്രവർത്തിച്ചിട്ടുണ്ട്. 1933 ൽ കേശവദേവ് പത്രാധിപത്യം ഏറ്റെടുത്തു. 1935 ൽ പി എൻ കൃഷ്ണപിള്ളയും ആർ സുഗതനും പത്രാധിപൻമാരായി തിരഞ്ഞെടുക്കപ്പെട്ടു.

ഈ കാലയളവിലെ സ്ഥാനമാറ്റങ്ങളും യൂണിയനുള്ളിലെ സംഘർഷങ്ങളും പരിശോധിക്കുന്ന ഒരാൾക്ക് കാണാൻ കഴിയുന്നത് അണികളുടെ സമ്മർദ്ദങ്ങൾക്ക് വഴങ്ങി രൂപംകൊള്ളുന്ന പുതിയ നേതൃത്വത്തെയാണ്, തങ്ങളുടെ പരിപാടികൾക്കും നേതാക്കൾക്കും രൂപം നല്കുന്നതിലുള്ള ബഹുജനങ്ങളുടെ സർഗ്ഗാത്മകമായ പങ്കിനെയാണ്.

പി കേശവദേവ് യൂണിയൻ സെക്രട്ടറിയായി തിരഞ്ഞെടുക്കപ്പെട്ട കഥ അദ്ദേഹം വിവരിച്ചിരിക്കുന്നത് ഇതിന് ഉത്തമ ദൃഷ്ടാന്തമാണ്. ഒരു പുരോഗമന സാഹിത്യകാരനും പ്രസംഗകനുമായി പരക്കെ അറിയപ്പെട്ടു തുടങ്ങിയിരുന്ന കേശവദേവ്. ആലപ്പുഴ തൊഴിലാളി സമ്മേളനത്തിൽ ആദ്യമായി പങ്കെടുക്കുന്നത് 1932 ലെ വാർഷിക സമ്മേളനത്തിലാണ്. പതിവ് സാരോപദേശ പ്രസംഗങ്ങൾ കേട്ട് മടുത്ത തൊഴിലാളികൾ ദേവുയർത്തിയ പുതിയ മുദ്രാവാക്യത്തിലാകൃഷ്ടരായി. “സഖാക്കളേ, നമുക്കിനി പോക്രികളാവുക!” പിറ്റേവർഷത്തെ വാർഷികത്തിന് ദേവ് പങ്കെടുത്തത് സെക്രട്ടറി സ്ഥാനത്തേക്കുള്ള സ്ഥാനാർത്ഥിയായിട്ടായിരുന്നു. ഇതിന് മുൻകൈ എടുത്തതും പ്രസംഗ നിരോധന ഉത്തരവുമായി കഴിഞ്ഞിരുന്ന അദ്ദേഹത്തെ വീട്ടിൽ ചെന്ന് കണ്ട് സെക്രട്ടറി സ്ഥാനത്തേക്ക് മത്സരിക്കാൻ സമ്മതിപ്പിച്ചതും ഒരു സംഘം തൊഴിലാളികൾ തന്നെയായിരുന്നു. തൊഴിലാളികൾ തങ്ങളുടെ നേതാക്കളെ തിരഞ്ഞു കണ്ടുപിടിക്കുകയായിരുന്നു. ഈ നേതാക്കളിൽ കേശവദേവടക്കം പലർക്കും ആലപ്പുഴയിലെ മൂർച്ചയേറിവന്ന സംഘർഷങ്ങൾക്കു മുന്നിൽ പിടിച്ചുനില്ക്കാൻ കഴിഞ്ഞില്ല. ക്രമേണ തൊഴിലാളികളുടെ ഇടയിൽ നിന്നു തന്നെ നീണ്ട നാളത്തെ സമരാനുഭവങ്ങളിലൂടെ ഒരു പുതിയ നേതൃത്വം ഉരുത്തിരിഞ്ഞു വന്നു.

ദേവിന്റെ പത്രാധിപത്യത്തിൽ തൊഴിലാളി പത്രത്തിന്റെ പ്രചാരം രണ്ടായിരത്തിലധികം പ്രതികളായി വർദ്ധിച്ചു. ത്രീ പോക്രീസ് ഓഫ് പറവൂർ എന്ന് ദേവ് തന്നെ സ്വയം വിശേഷിപ്പിച്ച കെടാമംഗലം, രാമദാസ്, ദേവ് എന്നീ ത്രിമൂർത്തികൾ പത്രത്തിന്റെ ഉള്ളടക്കത്തിന് ഒരു പുതിയ മാനം നല്കി. വർഗ്ഗസഹകരണത്തിന്റെ പാത വിട്ട് തൊഴിൽ സമരങ്ങൾ സംഘടിപ്പിക്കുന്നതിന് യൂണിയൻ മുന്നിട്ടിറങ്ങി. ഇവയിലൂടെ ഉയർന്നുവന്ന വർഗ്ഗസംസ്കാരത്തിന്റെ ജിഹ്വയായിത്തീർന്നു തൊഴിലാളി പത്രം.

ആലപ്പുഴ തൊഴിലാളികൾ സമ്പന്നമായ ഒരു സാംസ്കാരിക പാരമ്പര്യത്തിനുടമകളായിരുന്നു. ഈഴവ സാമൂഹ്യ പരിഷ്കരണ പ്രസ്ഥാനത്തിന്റെ പശ്ചാത്തലത്തിൽ ഉയർന്നുവന്ന പുതിയ മലയാള സാഹിത്യം

അവരിൽ വളരെയധികം സ്വാധീനം ചെലുത്തി. കെ അയ്യപ്പന്റെയും കുമാരനാശാന്റെയും കവിതാ ചർച്ചകൾ സംഘടിപ്പിക്കലായിരുന്നു ആർ സുഗതൻ രൂപം നല്കിയ യുവജനസംഘത്തിന്റെ മുഖ്യ പരിപാടികളിലൊന്ന്. പിന്നീട് മരണവീടുകളിൽ പുരാണ പാരായണത്തിന് പകരം വീണപൂവും പ്രരോദനവുമെല്ലാം പാരായണം ചെയ്യുന്ന സമ്പ്രദായത്തിനും ഇവർ തന്നെ തുടക്കം കുറിച്ചു. ഇത്തരം പാരമ്പര്യങ്ങൾ യൂണിയൻ പൊതുയോഗങ്ങളിലെ കവിത ചൊല്ലലായും പ്രകടനങ്ങളിലെ പടപ്പാട്ടുകളായും തുടർന്നു. തൊഴിലാളികളുടെ ഇടയിൽ നിന്നു കവികളും കഥാകൃത്തുക്കളും ഉയർന്നു വന്നു. അവരുടെ കൃതികൾ തൊഴിലാളി പത്രത്തിലൂടെ വെളിച്ചം കണ്ടു. ഇത്തരം കവിതകൾ സമാഹാരങ്ങളായി അച്ചടിച്ച് ഫാക്ടറികളിൽ വിറ്റ് ആദായം തൊഴിലാളി യൂണിയന്റെയോ മറ്റു സാമൂഹ്യ സംഘടനകളുടെയോ ആവശ്യങ്ങൾക്കായി വിനിയോഗിക്കുന്ന പതിവും സാധാരണമായിരുന്നു. എം കെ പത്മനാഭന്റെ തൊഴിലാളി ഗാനത്തിൽ നിന്നുള്ള ആദായം പെരുന്തുരുത്തി യുവജന വായനശാലക്കായിരുന്നുവെങ്കിൽ തേജാസിങ്ങിന്റെ ദാരിദ്ര്യദീപത്തിൽ നിന്നുള്ള വരവ് ദിവാന് മെമ്മോറാണ്ടം സമർപ്പിക്കുന്നതിനുള്ള നിവേദകസംഘത്തിന്റെ യാത്രാച്ചെലവിലേക്കായിരുന്നു.

ചിന്നിച്ചിതറിക്കിടക്കുന്ന ഈ വിസ്തൃതമായ ജനകീയ സാഹിത്യത്തെക്കുറിച്ചുള്ള വിശദമായ പഠനം ഇനിയും നടക്കേണ്ടിയിരിക്കുന്നു. അവയുടെ കേവലമായ കലാമൂല്യം നമ്മുടെ ശ്രദ്ധ പിടിച്ചുപറ്റിയെന്നു വരികയില്ല. എന്നാൽ ഉയർന്നുവന്ന ഒരു വർഗ്ഗത്തിന്റെ സ്വയം സാക്ഷാത്ക്കാരമെന്ന അർത്ഥത്തിൽ ഈ രേഖകൾ പുതിയ സാമൂഹ്യാവബോധത്തെ മനസ്സിലാക്കുന്നതിന് അമൂല്യമായ സാമഗ്രികളാണ്.

ഈ പുതിയ പ്രവണതകളുടെ പ്രതീകമായി 1935 ലെ ഒരു തൊഴിലാളി പത്രത്തിൽ ചേർത്ത പരസ്യത്തെ കണക്കാക്കാം. ഒരു പുതിയ വർഗ്ഗ കലയുടെ പ്രഖ്യാപനമാണത്. നാടകത്തിന്റെ ഉള്ളടക്കം രാജാക്കന്മാരും രാജ്ഞിമാരും അല്ല. പാവപ്പെട്ടവരുടെ ജീവിതമാണ്. രൂപമാണെങ്കിൽ ആധുനിക ഗദ്യ നാടകമാണ്. സർവ്വോപരി നാടകം അവതരിപ്പിക്കുന്ന കലാകാരന്മാർ മർദ്ദിതരും പാവപ്പെട്ടവരുമാണ്. ഉയർന്നുവരുന്ന തൊഴിലാളിവർഗ്ഗം സ്വയം പ്രകാശിപ്പിക്കാൻ തത്രപ്പെടുകയായിരുന്നു.

ഈ സാഹിത്യ പ്രവണതകളുടെ മുമ്പിൽ നിന്നത് കെടാമംഗലം പപ്പുക്കുട്ടിയായിരുന്നു. തൊഴിലാളി പത്രത്തിൽ തന്നെ മുഖ്യമായും പ്രസിദ്ധീകരിച്ചിരുന്ന കടത്തുവഞ്ചിക്ക് പുസ്തകത്തേക്കാൾ വലിയൊരു മുഖവുര എഴുതിക്കൊണ്ടദ്ദേഹത്തെ ബഹുമാനിച്ച കേസരി ബാലകൃഷ്ണപിള്ളയുടെ അഭിപ്രായത്തിൽ തൊഴിലാളിപക്ഷം മുറുകെ പിടിച്ചുകൊണ്ടുള്ള മലയാള കവിതാശാഖ ഉദ്ഘാടനം ചെയ്യപ്പെട്ടത് 1931 ൽ തൊഴിലാളി പത്രത്തിൽ കെടാമംഗലം പ്രസിദ്ധീകരിച്ച മാരുരു സന്ദേശത്തോടുകൂടിയാണ്. സഹോദര പ്രസ്ഥാനത്തിൽ നിന്ന് ആവേശം ഉൾക്കൊണ്ടുകൊണ്ട് സാമൂഹ്യ പ്രവർത്തനരംഗത്ത് വന്ന കെടാമംഗലം കൊച്ചിയിലെ കർഷ

കത്തൊഴിലാളി പ്രസ്ഥാനത്തിലെയും ആലപ്പുഴയിലെ തൊഴിലാളി പ്രസ്ഥാനത്തിലെയും അനുഭവങ്ങളിലൂടെ സമ്പന്നമായ ഒരു നവവീക്ഷണത്തിന് ഉടമയായിത്തീർന്നു. വളർന്നുകൊണ്ടിരുന്ന മുതലാളിത്തത്തിന്റെ വൈരുദ്ധ്യങ്ങളെയും അന്യവല്ക്കരണത്തെയും കവി കണ്ടു.

"...പാരിന്നു സ്വാതന്ത്ര്യ-
സാരമേകുമ്പോഴും
പാരതന്ത്ര്യത്തെ പുണരുക-
യല്ലീ നാം
മേടകൾ തീർത്തു മെലിഞ്ഞ
മെയ് വീഴിലും
മാടമൊന്നില്ലാതെ മാഴ്കുക-
യല്ലീ നാം
ചേണാർന്നുടുപ്പുകൾ ലോക-
ത്തിനേകിലും
നാണം മറയ്ക്കാതിരിപ്പവ-
രല്ലീ നാം
ലക്ഷപ്പറവകൾ വിതച്ചു-
കൊയ്തീടിലും
ഭക്ഷണം മുട്ടി മരിക്കുക-
യല്ലീ നാം

(സഖാക്കളേ)

ഈ വൈരുദ്ധ്യങ്ങളുടെയും മുതലാളിത്ത കാപട്യങ്ങളുടെയും വ്യഥയിൽപ്പെട്ടു തന്റെ സമകാലികനായ ചങ്ങമ്പുഴയെപ്പോലെ പരാജയബോധത്തിന്റെ നിസ്സഹായതയിലേക്കും ആത്മനിഷ്ഠമായ വ്യക്തിപരതയിലേക്കും വഴുതിവീഴുകയല്ല കെടാമംഗലം ചെയ്തത്. 1937 ൽ പോലും തന്റെ വാഴക്കുല കവർന്നെടുക്കുന്ന ജന്മിക്കെതിരെ കലാപം ചെയ്യുന്ന ഒരു മലയപ്പുലയനെ കണ്ടെത്തുന്നതിന് ചങ്ങമ്പുഴക്കു കഴിഞ്ഞിരുന്നില്ല എന്ന് നാം ഓർക്കണം. കപടതയുടെ ബൂർഷ്വാ ലോകത്ത് ഹൃദയമുള്ളതായി തന്നെ മാത്രമേ കണ്ടെത്താൻ ചങ്ങമ്പുഴക്കു കഴിഞ്ഞുള്ളൂ. എന്നാൽ കെടാമംഗലമാകട്ടെ ഒരു പുതുലോക സൃഷ്ടിക്കായി സംഘടിച്ചുമുന്നേറുന്ന കർഷക തൊഴിലാളിപ്രസ്ഥാനങ്ങളെ കണ്ടെത്തി. ഈ മുന്നേറ്റത്തിന്റെ കവിയായിത്തീരാൻ ബോധപൂർവ്വം ശ്രമിച്ചു.

"...ഏഴകളൊത്തു നിന്നാൽ
തോഴർകളേ! നമ്മൾ
സംഘടിച്ചിടും നിമിഷം
സങ്കടം പറക്കും
നഷ്ടമാവതെന്തു ദാസ്യ-
മിട്ട വിലങ്ങെന്ന്യേ
കിട്ടുവതോ നാം കൊതിക്കും

പുഷ്ട സൗഖ്യഭാഗ്യം
പേടിവേണ്ട ചാടി നീന്തി
ഓടിയിൽ കരേറിൻ!
ഒത്തു തുഴഞ്ഞുക്കരയി-
ലെത്തിടാം സുഖത്തിൽ"

(കടത്തുവഞ്ചി)

".....കാലം പറയുന്നു നമ്മൊ-
ളൊക്കെയും
കാലൊന്നുറപ്പിച്ചു കൈ-
കോർത്തു നില്ക്കുവാൻ
മുമ്പോട്ടു പോകേണ്ട മാർഗ്ഗം-
തെളിഞ്ഞുപോയ്
വമ്പാർന്ന വിപ്ലവത്തീവണ്ടി-
പാഞ്ഞതാ
പോരിൻ സഖാക്കളെ-
പാരം വിശന്നിദം
പോരും സഹിച്ചതീ പാ-
രിന്റെ ക്രൂരത"

(പോരും സഹിച്ചത്)

തുടങ്ങിയ കെടാമംഗലത്തിന്റെ വരികളിൽ തെളിയുന്നത് ഇടത്തരക്കാരന്റെ നിസ്സഹായ വ്യഥയല്ല, മറിച്ച് തൊഴിലാളിവർഗ്ഗത്തിന്റെ മുന്നേറ്റ ഉന്മേഷമാണ്.

കെടാമംഗലത്തിന്റെ പ്രഥമ കവിതാ സമാഹാരമായ *ആശ്വാസ നിശ്വാസം* പ്രസിദ്ധീകരിച്ചത് ആലപ്പുഴ ട്രേഡ് യൂണിയൻ പ്രവർത്തകരായിരുന്നുവെന്നത് ശ്രദ്ധേയമാണ്. *ആശ്വാസനിശ്വാസത്തെ* നിരൂപണം ചെയ്തുകൊണ്ട് 1934 ഡിസംബർ 10 ലെ തൊഴിലാളി പത്രം കലയ്ക്കുവേണ്ടി കലാനിർമ്മാണമെന്നും ആദർശ പ്രചാരണത്തിനുവേണ്ടി കലാനിർമ്മാണമെന്നും ഉള്ള ചേരികളിൽ രണ്ടാമത്തെ പക്ഷക്കാരനായി കെടാമംഗലത്തെ വിലയിരുത്തി. ഈ ചേരിയുടെ വേരുകൾ കമാരനാശാനിൽ കണ്ടെത്തിയ നിരൂപകൻ എഴുതി: "ആശാൻ സൃഷ്ടിച്ച ആശാസ്യവും അനുകരണീയവുമായ ഈ നവീന പദ്ധതിയെ പിന്തുടരാൻ അപൂർവ്വം ചിലരെങ്കിലും ഉണ്ടെന്നുള്ളത് ആശ്വാസകരം തന്നെ. അവരിൽ ഒട്ടും അപ്രധാനമല്ലാത്ത ഒരു സ്ഥാനമാണു കെടാമംഗലം പപ്പുക്കുട്ടി അർഹിക്കുന്നത്." ബഹുജനങ്ങളെയും അവരുടെ ജീവിതസമരങ്ങളെയും പുതിയ സാഹിത്യം കാവ്യലോകത്തേക്ക് കൊണ്ടുവന്നു. ഈ പുതിയ പ്രവണതയ്ക്കുള്ള കാരണവും തൊഴിലാളി പത്രത്തിലെ നിരൂപകൻ കണ്ടെത്തിയത് വർദ്ധിച്ചുവരുന്ന സാമൂഹ്യ സംഘട്ടനങ്ങളും സംഘർഷങ്ങളുംമൂലം സമൂഹത്തിലുളവായ പുതിയ പ്രബുദ്ധതയിലും പരിവർത്തനോത്സുകതയിലുമായിരുന്നു. എന്നാൽ പുതിയ ഉള്ളടക്കത്തിനുസൃതമായ ശില്പസൗ

കുമാര്യം കരുപ്പിടിപ്പിക്കുന്നതിൽ മറ്റനേകം തൊഴിലാളിവർഗ്ഗ കവികളെപ്പോലെ കെടാമംഗലവും വിജയിച്ചില്ല. തൻമൂലം "യാഥാസ്ഥിതിക സാഹിത്യകാരന്മാർ ഒരുവേള അവരുടെ സാഹിത്യപ്പുരയിൽ ഈ കൃതിക്ക് പ്രവേശനം അനുവദിച്ചില്ലെങ്കിൽ പോലും പാവങ്ങളായ ബഹുലക്ഷം നിശ്ചയമായും ഇതിനെ സഹർഷം സ്വീകരിക്കതന്നെ ചെയ്യും എന്നുറപ്പിച്ചുകൊണ്ടാണ് തൊഴിലാളി പത്രത്തിലെ ഈ സാഹിത്യനിരൂപണം അവസാനിക്കുന്നത്. ആലപ്പുഴ തൊഴിലാളികൾ 1935 ലെ 11-ാം യൂണിയൻ വാർഷിക സമ്മേളനത്തിൽ സുവർണ്ണമുദ്ര നല്കി. തങ്ങളുടെ വർഗ്ഗകവിയായി കെടാമംഗലത്തെ ബഹുമാനിച്ചാദരിച്ചു.

ഈ പുതിയ സാഹിത്യവും കലയും സൃഷ്ടിച്ച സാംസ്കാരിക അന്തരീക്ഷത്തിലാണ് ആലപ്പുഴ തൊഴിലാളിയുടെ വർഗ്ഗബോധം ഉരുത്തിരിഞ്ഞുവന്നത്. 1935 ൽ തൊഴിലാളികളുടെ അവശതകളെക്കുറിച്ചു രാജാവിന് മെമ്മോറിയൽ സമർപ്പിക്കാൻ തിരുവനന്തപുരത്തേക്കുള്ള ജാഥാപരിപാടി സർക്കാർ നിരോധിക്കുകയും നേതാക്കളെ തടങ്കലിലാക്കുകയും ചെയ്തതോടെ സർക്കാർ വിരുദ്ധ മനോഭാവത്തിന് തൊഴിലാളികളുടെ ഇടയിൽ ആക്കംകൂടി. 1930 ഡിസംബർ 5-ന്റെ തൊഴിലാളി പത്രത്തിൽ കെ ആർ നാരായണൻ ചോദിച്ചു: "അന്നദാതൻ, പൊന്നുതമ്പുരാൻ എന്നെല്ലാം വിളിക്കുന്നതിലെന്താണ് അർത്ഥം? അവർ നമുക്കാർക്കെങ്കിലും ചോറു തരുന്നുണ്ടോ? നാം വേലയെടുത്തു ആഹാരം കഴിക്കുന്നു. ആരും നമുക്ക് ഒന്നും ദാനം ചെയ്യുന്നില്ല." 1937 ഫെബ്രുവരി 25-ന്റെ തൊഴിലാളി പത്രത്തിൽ വി കെ പുരുഷോത്തമൻ ചർച്ച ചെയ്തത് സദാചാരത്തെക്കുറിച്ചാണ്. നിലവിലുള്ള ആചാര മര്യാദകളെക്കുറിച്ചു സുദീർഘമായി വിശകലനം ചെയ്ത് എത്തിച്ചേർന്ന നിഗമനം ഇതായിരുന്നു. "ചുരുക്കത്തിൽ ഇന്നത്തെ സദാചാരനിയമങ്ങൾ ദരിദ്രനെ അവഹേളിക്കുന്നതിനും അടിമയും അജ്ഞനുമാക്കിത്തീർക്കുന്നതിനും മാത്രമേ പര്യാപ്തമാകുന്നുള്ളൂ."

1935 ലെ ഒന്നാം അഖില കേരള തൊഴിലാളി സമ്മേളനം മുതൽ മലബാറിലെ സി എസ് പി (കോൺഗ്രസ് സോഷ്യലിസ്റ്റ് പാർട്ടി)യുമായി ആലപ്പുഴ തൊഴിലാളിപ്രസ്ഥാനം സജീവമായി ബന്ധപ്പെടാൻ തുടങ്ങി. അതോടെ മാർക്സിയൻ തത്ത്വചിന്തയും വിപ്ലവ ചരിത്രവും സംബന്ധിച്ച് ശാസ്ത്രീയമായ ലേഖനങ്ങൾ തുടർച്ചയായി തൊഴിലാളി പ്രസിദ്ധപ്പെടുത്തിത്തുടങ്ങി. ഇതിന് മുമ്പുതന്നെ മാർക്സിന്റെ മൂലധനത്തിന്റെ ചില ഭാഗങ്ങൾ തർജ്ജുമ ചെയ്ത് തൊഴിലാളിപത്രം പ്രസിദ്ധീകരിച്ചിരുന്നു. കെ രാമദാസ് *കാൾമാർക്സും സോഷ്യലിസ്റ്റ് തത്ത്വചിന്തയും എന്ന ഒരു ലേഖന പരമ്പര തന്നെ* എഴുതി, കേശവദേവ്, ബാലകൃഷ്ണപിള്ള തുടങ്ങിയവരുടെ ലേഖനങ്ങളും വിജ്ഞാനപ്രദമായിരുന്നു. കെ ദാമോദരൻ തുടങ്ങിയ സി എസ് പി എഴുത്തുകാരുടെ കടന്നുവരവ് ആദ്യകാല സോഷ്യലിസ്റ്റ് ആശയ പ്രചാരണത്തിൽ ഉണ്ടായിരുന്ന ആശയക്കുഴപ്പങ്ങളും വൈകല്യങ്ങളും ഇല്ലായ്മ ചെയ്തു.

അന്തർദ്ദേശീയവും ദേശീയവുമായ സംഭവവികാസങ്ങളെക്കുറിച്ചും

കുട്ടനാട്ടിലെ കർഷകത്തൊഴിലാളികൾ, തോട്ടി തൊഴിലാളികൾ, വേലക്കാർ, റിക്ഷാപ്പണിക്കാർ തുടങ്ങിയ കേരളത്തിലെ ഇതര തൊഴിലാളി വിഭാഗങ്ങളെക്കുറിച്ചും ഉള്ള പഠനങ്ങൾ പത്രം പ്രസിദ്ധം ചെയ്തുവന്നത് വിശാലമായ ഒരുലോകവീക്ഷണം ആലപ്പുഴ തൊഴിലാളിക്കു പ്രദാനം ചെയ്യുന്നതിന് സഹായിച്ചു. സ്റ്റേറ്റ് കോൺഗ്രസ് പ്രക്ഷോഭം ആരംഭിച്ചതോടുകൂടി ഉത്തരവാദിത്വ ഭരണസമരത്തിലേക്ക് തൊഴിലാളി പത്രം പൂർണ്ണമായി ആഴ്ന്നിറങ്ങി. രൂക്ഷമായിക്കൊണ്ടിരുന്ന തൊഴിൽക്കുഴപ്പത്തെ രാഷ്ട്രീയവല്ക്കരിക്കുന്നതിനും ഒരു അനിശ്ചിതകാല രാഷ്ട്രീയ പണിമുടക്കിന് ആലപ്പുഴ തൊഴിലാളിയെ തയ്യാറെടുപ്പിക്കുന്നതിനും പത്രം വഹിച്ച പങ്ക് നിസ്സീമമാണ്.

ഇതോടെ തൊഴിലാളി പത്രം അധികാരികളുടെയും മുതലാളിമാരുടെയും കണ്ണിലെ കരടായി മാറി. 1938 ആയപ്പോഴേക്കും വി കെ പുരുഷോത്തമൻ പത്രത്തിന്റെ അവസാന ലക്കങ്ങളിലൊന്നിൽ സൂചിപ്പിച്ചതുപോലെ തൊഴിലാളിപത്രം ഫാക്ടറികളിൽ കൊണ്ടുചെല്ലുന്നതു തന്നെ നിഷിദ്ധമായിത്തീർന്നു. ഇതുകൊണ്ടും തൃപ്തരായിരുന്നില്ല മുതലാളിമാർ. തൊഴിലാളിപ്രസ്ഥാനത്തിന്റെ മേലുള്ള അടിച്ചമർത്തൽ ആദ്യമായി ആഞ്ഞു പതിച്ചത് പത്രത്തിന്റെ പേരിലായിരുന്നു. തിരുവനന്തപുരത്തെ വിദ്യാർത്ഥി മർദ്ദനത്തെക്കുറിച്ചെഴുതിയ ഒരു ലേഖനത്തിന്റെ മറവിൽ സർക്കാർ പത്രത്തെ നിരോധിച്ചു.

തൊഴിലാളിപത്രം കേരളത്തിലെ ബഹുജന ചരിത്രത്തിലെ ഏറ്റവും സമ്പന്നമായ ഏടുകളിലൊന്നാണ്. അതിന്റെ ചരിത്രം ആലപ്പുഴയിലെ തൊഴിലാളി പ്രസ്ഥാനത്തിന്റെ വളർച്ചയുടെ ചരിത്രമാണ്. എന്നാൽ അത് ഇന്ന് കടന്നുപൊയ്ക്കൊണ്ടിരിക്കുന്ന തലമുറയിലെ നിറം മങ്ങിയ ഓർമ്മകളിലൊന്നായി മാറിക്കഴിഞ്ഞു. വളരെയധികം ശ്രമകരമായ അദ്ധ്വാനത്തിനുശേഷം മാത്രമാണ് ഈ അദ്ധ്യായത്തിന് ആധാരമായ ഏതാനും ലക്കങ്ങളുടെ കോപ്പികൾ സമ്പാദിക്കാൻ കഴിഞ്ഞത്. നമ്മുടെ നാടിന്റെ ചില ചരിത്രരേഖകളുടെയും കാര്യത്തിലെന്നപോലെ തൊഴിലാളിപത്രത്തിന്റെ കൂടുതൽ കോപ്പികൾ കണ്ടെത്തണമെങ്കിൽ മിക്കവാറും ആസ്റ്റർഡാം യൂണിവേഴ്സിറ്റി പോലുള്ള വിദേശ സർവ്വകലാശാലാ ലൈബ്രറികളിൽ ഇന്ത്യൻ ചരിത്രകാരൻ പോകേണ്ടിവരും എന്നതാണ് ഒരു സങ്കടകരമായ അവസ്ഥാവിശേഷം. തൊഴിലാളി പത്രത്തിന്റെ കാര്യം ഒറ്റപ്പെട്ട ഒന്നല്ല. നമ്മുടെ ജനകീയ ചരിത്രത്തിന്റെ മറ്റു രേഖാശേഖരങ്ങളും അതിവേഗം അപ്രത്യക്ഷമായിക്കൊണ്ടിരിക്കുകയാണ്.

എന്തുകൊണ്ടാണ് ഈ സ്ഥിതിവിശേഷം? ഒന്നാമതായി ഓർക്കേണ്ടത് കീഴാളവർഗ്ഗങ്ങളുടെ (Subaltern classes) ചരിത്രം അവിഛിന്നമായ ഒരു തുടർക്കഥയായല്ല മുന്നേറുന്നത് എന്നതാണ്. മേധാവിത്വത്തിനെതിരായ അവരുടെ ഓരോ നീക്കവും മുന്നേറ്റവും മേലാൾ അഥവാ മേധാവി വർഗ്ഗങ്ങളുടെ (Hegemonic classes) നിരന്തരമായ ഇടപെടലുകൾക്കും അടിച്ചമർത്തലുകൾക്കും വിധേയമാണ്. ഈ അടിച്ചമർത്തലുകളുടെയും ഇട

പെടലുകളുടെയും അനിവാര്യ ഭാഗമാണ് ബഹുജന ചരിത്രരേഖകളുടെയും തെളിവുകളുടെയും വ്യാപകമായ നശീകരണവും.

ആലപ്പുഴ തൊഴിലാളിവർഗ്ഗ പ്രസ്ഥാനത്തിന്റെ കാര്യത്തിൽ പൊലീസായിരുന്നു ചരിത്ര റിക്കാർഡുകളുടെ ഏറ്റവും വലിയ സംഹാരമൂർത്തി. ആലപ്പുഴ ട്രേഡ് യൂണിയൻപ്രസ്ഥാനം ചിട്ടയും കാര്യക്ഷമവുമായ പ്രവർത്തനത്തിനും രേഖാശേഖരത്തിനും പ്രസിദ്ധമായിരുന്നു. ഈ പാരമ്പര്യം പലപ്പോഴും ദേശീയ ട്രേഡ് യൂണിയൻ നേതാക്കളുടെ തന്നെ പ്രശംസയ്ക്ക് പാത്രമായിട്ടുണ്ട്. ഈ ട്രേഡ് യൂണിയൻ രേഖാശേഖരത്തിനെതിരെയുള്ള ആദ്യത്തെ കടന്നാക്രമണം 1938 ലെ സമരകാലത്താണുണ്ടായത്. പൊലീസും ഗുണ്ടകളും യൂണിയൻ ആപ്പീസ് കടന്നാക്രമിക്കുകയും ആപ്പീസ് റിക്കാർഡുകൾ നശിപ്പിക്കുകയും ചെയ്തു. എന്നാൽ ഈ തീവെപ്പുകളെയെല്ലാം നിഷ്പ്രഭമാക്കുന്ന നശീകരണമായിരുന്നു സർക്കാർ 1945 -51 കാലത്ത് ചെയ്തത്. പുന്നപ്ര-വയലാർ സമരത്തെ തുടർന്ന് തൊഴിലാളി പ്രസ്ഥാനത്തെ മാത്രമല്ല അവയുടെ ഓർമ്മകൾപോലും പിഴുതുമാറ്റുന്നതിന് പ്രതിജ്ഞാബദ്ധനായ സർ സി പി ആസൂത്രിതമായ രീതിയിൽത്തന്നെ രേഖാനശീകരണത്തിന് നേതൃത്വം നല്കി. ഔദ്യോഗിക രേഖകൾ മാത്രമല്ല സ്വകാര്യശേഖരങ്ങളും നശിപ്പിക്കപ്പെട്ടു. പാർട്ടി സാഹിത്യമോ രേഖകളോ കൈവശം കണ്ടെത്തുന്നത് മർദ്ദനത്തിനും വീടുദഹനത്തിനുമുള്ള ഒരു ഉറപ്പായതിനാൽ ഭയംമൂലം പലരും തങ്ങളുകെ കൈവശമുള്ള റിക്കാർഡുകൾ നശിപ്പിച്ചു. ഭൂതകാല സംസ്കാരത്തോടുള്ള ഈ കാടൻ പാരമ്പര്യം സി പിയെ തുടർന്നു അധികാരത്തിലേറിയ കോൺഗ്രസ് സർക്കാരും തുടർന്നു.

ഇങ്ങനെ കാലാകാലങ്ങളിൽ മേധാവിവർഗ്ഗങ്ങളും അവരുടെ സർക്കാരും നടത്തുന്ന വാൻഡലിസത്തെ (കിരാതന്മാർ വിവേചനരഹിതമായി നടത്തുന്ന സർവ്വനശീകരണം) അതിജീവിക്കുന്ന രേഖകൾ (സൂക്ഷിച്ചുവെക്കുന്നതുകൊണ്ടല്ല. നശിപ്പിക്കാൻ മറന്നുപോകുന്നതുകൊണ്ടാണ് ചിലവ അതിജീവിക്കുന്നത്) സംരക്ഷിക്കുന്നതിന് ഔദ്യോഗിക ആർക്കൈവ്സ് വകുപ്പുകാർക്ക് താല്പര്യവുമില്ല. ഈ മനോഭാവത്തിൽ അത്ഭുതത്തിന് അവകാശമില്ല. കാരണം ചരിത്രം അവർക്ക് രാജാക്കന്മാരുടെയും അത്തരം ഉന്നത സ്ഥാനീയരുടെയും ജയാപജയങ്ങളുടെ സംഭവവിവരണം മാത്രമാണ്. തൻമൂലം അവരുടെ ശ്രദ്ധ ഔദ്യോഗിക നിലപാടുകൾ പ്രതിഫലിപ്പിക്കുന്ന സർക്കാർ രേഖകൾ, കുലീനരുടെ കുടുംബരേഖകൾ, അവരുടെ സംഘടനകളുടെ കടലാസുകൾ തുടങ്ങിയവയിൽ മാത്രമാണ്. ജനങ്ങളുടെ ജീവിതാനുഭവങ്ങളെയും വീക്ഷണകോടികളെയും പ്രതിഫലിപ്പിക്കുന്ന രേഖകൾ അവരെ സംബന്ധിച്ചിടത്തോളം രണ്ടാം തരം മാത്രമാണ്.

ഈ മനോഭാവം ഏറ്റവും നാടകീയമായി അടുത്തകാലത്ത് അനുഭവപ്പെടുകയുണ്ടായി. കാലാകാലങ്ങളിലെ ഉദ്യോഗസ്ഥന്മാരുടെ ഹ്രസ്വദൃഷ്ടിയും വിജ്ഞാന വിദ്വേഷവും റിക്കാർഡ് സംരക്ഷണപരിഷ്കാരങ്ങളും

മൂലം സിംഹഭാഗം റിക്കാർഡുകളും നശിപ്പിക്കപ്പെട്ടുപോയെങ്കിലും തിരുവനന്തപുരം സെക്രട്ടേറിയറ്റിലെ റിക്കാർഡ് സെല്ലർ തിരുവിതാംകൂർ ചരിത്രത്തെ സംബന്ധിച്ച ഏറ്റവും വലിയ ഔദ്യോഗിക ശേഖരങ്ങളിലൊന്നാണ്. അനാവശ്യമായ റിക്കാർഡുകളെല്ലാം നശിപ്പിച്ച് റിക്കാർഡ് മുറി ചിട്ടയും വെടിപ്പുമുള്ളതാക്കാൻ അടുത്തകാലത്ത് ഒരു ഉദ്യോഗസ്ഥന്റെ തലച്ചോറിൽ ആവേശമുദിച്ചു. ഇത് സംബന്ധിച്ച് സർക്കാർ ഉത്തരവും വന്നു. ഈ ചരിത്രവിദ്വേഷികളുടെ സംഹാര തൃക്കണ്ണ് ആദ്യം പതിഞ്ഞ വിഭാഗങ്ങളിലൊന്ന് തിരുവിതാംകൂറിലെ വിവിധ ട്രേഡ് യൂണിയൻ നേതാക്കളുടെ 1930 മുതലുള്ള അഞ്ഞൂറോളം വരുന്ന പ്രസംഗങ്ങളുടെ പൊലീസ് ചുരുക്കെഴുത്ത് റിപ്പോർട്ടുകളിൻമേലായിരുന്നു. കേരളത്തിലെ ചരിത്രകാരന്മാരുടെയും ഗവേഷകരുടെയും പ്രതിഷേധങ്ങൾക്ക് വഴങ്ങി റിക്കാർഡ് തീവെയ്പ് തല്ക്കാലത്തേക്ക് മാറ്റിവെച്ചിരിക്കുകയാണ്. ജനങ്ങളുടെ ചരിത്രരേഖകൾ സർക്കാർ സംരക്ഷകരിൽ നിന്നുതന്നെ സംരക്ഷിക്കേണ്ട ചുതമലയും നമുക്ക് വന്നുചേർന്നിരിക്കുകയാണ്.

എന്നാൽ, ഒരർത്ഥത്തിൽ ഔദ്യോഗിക ആർക്കൈവ്സുകാരെ കുറ്റപ്പെടുത്താനുള്ള അവകാശം നമുക്കുണ്ടോ എന്ന് നാംതന്നെ സ്വയം വിമർശകരായി പരിശോധിക്കേണ്ടതാണ്. ബഹുജനപ്രസ്ഥാനങ്ങളുടെയും ബഹുജനങ്ങളുടെയും ചരിത്രരേഖകളോടുള്ള നമ്മുടെതന്നെ സമീപനം എന്താണ്? ഒരു ഗവേഷകൻ എന്ന നിലയിൽ സാധാരണക്കാരുടെയും ബഹുജനപ്രസ്ഥാനങ്ങളുടെയും ദൈനംദിന പ്രവർത്തനങ്ങളെ പ്രതിഫലിപ്പിക്കുന്ന രേഖകൾ കണ്ടെത്താനും പരിശോധിക്കാനുമുള്ള ശ്രമങ്ങളുടെ നല്ലൊരു ഭാഗം അവയുടെ പ്രാധാന്യം വിശദീകരിച്ചു ബോദ്ധ്യപ്പെടുത്തുന്നതിനുവേണ്ടിയാണ് ചെലവഴിക്കേണ്ടി വരിക. പഴയ കടലാസു കൂമ്പാരങ്ങൾക്കിടയിൽ പരതുന്ന ഗവേഷകനെ ഒരു അപൂർവ്വജീവിയെ നോക്കിക്കാണുന്ന കൗതുകത്തോടെയാണ് പലരും വീക്ഷിക്കുക. അത്രമാത്രമുണ്ട് ബൂർഷ്വാ പ്രത്യയശാസ്ത്രത്തിന് നമ്മുടെ മേലുള്ള സ്വാധീനം. അത് നമ്മുടെ ജനങ്ങളുടെ ചരിത്രാവബോധം തന്നെ അപഹരിച്ചിരിക്കുന്നു. ചരിത്രത്തിന്റെ നിർമ്മാതാക്കൾക്ക് ചരിത്രത്തിലുള്ള തങ്ങളുടെ സ്ഥാനത്തെയും തങ്ങളുടെ ദൈനംദിന പ്രവർത്തനങ്ങളുടെ സമ്പന്നതയെയും കുറിച്ചുള്ള അവബോധം തന്നെ മേലാൾവർഗ്ഗ പ്രത്യയശാസ്ത്രം അപഹരിച്ചിരിക്കുന്നു. തൻമൂലം ജനകീയ ചരിത്രരേഖാശേഖരണത്തിനായുള്ള പരിപാടി, ജനങ്ങളെ ചരിത്രത്തിന് വിധേയരായവരായി (Objects) മാത്രം കാണുന്ന ബൂർഷ്വാ പ്രത്യയശാസ്ത്രത്തിനെതിരായുള്ള ബോധപൂർവ്വമായ ഒരു സമരമായിത്തന്നെ കരുതണം. ബഹുജനങ്ങൾക്ക് ശാസ്ത്രീയ ചരിത്രവീക്ഷണം പകരാനുള്ള പ്രവർത്തനങ്ങളുടെ വമ്പിച്ച സാദ്ധ്യതകൾ ഇത്തരം ഒരു പരിപാടിയിൽ ഉൾക്കൊള്ളുന്നുണ്ട്.

ബഹുജനങ്ങളെയും അവരുടെ സമരങ്ങളെയും ഊന്നിക്കൊണ്ടുള്ള ഇന്ത്യാ ചരിത്രനിർമ്മാണരീതിക്കു വേണ്ടിയുള്ള സമരം വിപ്ലവപ്രസ്ഥാനത്തിന്റെ പ്രത്യയശാസ്ത്രകടമകളിൽ പ്രധാനപ്പെട്ടതാണ്. അപരിഷ്കൃതരും

നിസ്സഹായരുമായ ഇന്ത്യൻ ജനതയെ നാഗരികതയിലേക്കും പ്രബുദ്ധതയിലേക്കും നയിക്കുന്നതിനായുള്ള 'വെള്ളക്കാരന്റെ ഭാരം' പ്രകീർത്തിക്കുന്ന ഒരു ചരിത്രനിർമ്മാണപാരമ്പര്യമാണ് സാമ്രാജ്യത്വം നമുക്കു പ്രദാനം ചെയ്തത്. ഇതിനെതിരായി ഉയർന്നുവന്ന ദേശീയ ചരിത്രകാരന്മാർ നിശ്ചയമായും മുന്നോട്ടുള്ള ഒരു കാൽവെപ്പാണ് നടത്തിയത്. അവർ ഇന്ത്യൻ ജനതയും സാമ്രാജ്യത്വവുമായുള്ള വൈരുദ്ധ്യത്തിലൂന്നി സാമ്രാജ്യത്വ ചൂഷണത്തെ ഏറ്റവും കരാളമായ വർണ്ണത്തിൽ പകർത്തി. ഉയർന്നുവന്ന ദേശീയതയെ ഭൂതകാല സ്മരണകളാൽ ഉത്തേജിപ്പിച്ചു. എന്നാൽ ദേശീയതയുടെ ബൂർഷ്വാ ഉള്ളടക്കത്തിലപ്പുറം അവർക്ക് കാണാൻ കഴിഞ്ഞില്ല. ദേശീയപ്രസ്ഥാനമെന്നാൽ അവർക്ക് ബൂർഷ്വാ ദേശീയ നേതാക്കളുടെ അവരുടെ കീഴിലുള്ള പ്രസ്ഥാനങ്ങളും മാത്രമായിരുന്നു. ബൂർഷ്വാ അതിർവരമ്പുകളെ തള്ളിമാറ്റി സ്വതന്ത്രമായി സംഘടിക്കാനും മുന്നേറാനുമുള്ള ജനങ്ങളുടെ ശ്രമങ്ങളെ അവർ സംശയത്തോടെയാണ് വീക്ഷിച്ചത്. ഇത്തരം സന്ദർഭങ്ങളെ അവർ വിലയിരുത്തിയത് സാമ്രാജ്യത്വത്തിനെതിരായി മുഖ്യസമരത്തിൽനിന്ന് ശ്രദ്ധ വ്യതിചലിപ്പിക്കുന്ന അപക്വമായ ശ്രമങ്ങളായിട്ടാണ്. ജനങ്ങളുടെ യഥാർത്ഥ മുന്നേറ്റങ്ങളെ തകർക്കുന്നതിനും ഒത്തുതീർപ്പുകളിലൂടെ അവയെ വഞ്ചിക്കുന്നതിനും ദേശീയ നേതൃത്വം നടത്തിയ ശ്രമങ്ങളെ അവർ മറച്ചുവെച്ചു. മാർക്സിസ്റ്റ് ചരിത്രകാരനെന്ന് സ്വയം വിശേഷിപ്പിക്കുന്ന വിപിൻചന്ദ്ര പോലുള്ളവർപോലും ഈ ബൂർഷ്വാ ചരിത്രമെഴുത്ത് പാരമ്പര്യത്തിലാണിന്ന് കയറിപ്പറ്റിയിരിക്കുന്നത്.

ഇതിനെതിരായി ജനങ്ങളുടെ കേന്ദ്രനായകത്വത്തിലധിഷ്ഠിതമായ ചരിത്രമെഴുത്തു ശൈലി കമ്യൂണിസ്റ്റ് ചരിത്രകാരന്മാർ ഉയർത്തിക്കൊണ്ടുവരികയുണ്ടായി. ഈ പാരമ്പര്യത്തിൽത്തന്നെ രണ്ട് വ്യത്യസ്ത ശൈലികൾ ഉരുത്തിരിഞ്ഞിട്ടുണ്ട്. ഒന്നാമത്തേത് 1963 ൽ ഇ പി തോംസന്റെ സുപ്രസിദ്ധമായ *ഇംഗ്ലീഷ് തൊഴിലാളിവർഗ്ഗത്തിന്റെ രൂപീകരണം* (Making of the English Working Class) എന്ന പ്രാമാണിക ഗ്രന്ഥത്തിന്റെ പ്രകാശത്തെ തുടർന്ന് പ്രധാനമായും ഇംഗ്ലീഷ് മാർക്സിസ്റ്റ് ചരിത്രകാരൻമാർ സമ്പന്നമാക്കിത്തീർത്ത രചനാരീതിയാണ്. ഇവർ പ്രധാനമായും വിവരിക്കുന്നത് വർഗ്ഗബോധ രൂപവല്ക്കരണത്തിലെ ആത്മനിഷ്ഠയും രാഷ്ട്രീയവും സാംസ്കാരികവുമായ ഘടകങ്ങളാണ്. വർഗ്ഗത്തെക്കുറിച്ചുള്ള തോംസന്റെ വിവാദപരമായ നിർവ്വചനപ്രകാരം തൊഴിലാളി വർഗ്ഗമെന്നത് ഘടനാപരമായ ഒരു കാറ്റഗറിയല്ല, മറിച്ച് ചരിത്രപരമായ സമാനമായ താല്പര്യങ്ങളെയും രീതികളെയുംകുറിച്ച് ബോധവാന്മാരായിത്തീരുന്ന ജനസഞ്ചയമാണ്. ചരിത്ര നിയമങ്ങളെ അനാവരണം ചെയ്യുന്നതിലല്ല, മറിച്ച് ചരിത്രം സൃഷ്ടിക്കുന്ന ജനത അവരുടെ യത്നങ്ങളെ എങ്ങനെ മനസ്സിലാക്കുന്നു എന്നതിലാണ് അവരുടെ ശ്രദ്ധ. സിദ്ധാന്തത്തിലും സാർവ്വത്രിക നിയമങ്ങളിന്മേലുള്ള വരട്ടുതത്ത്വവാദപരമായ ഊന്നൽമൂലം സമൂർത്ത പഠനങ്ങളെത്തന്നെ നിഷേധിക്കുന്നതിനുള്ള ചില ചരിത്രകാര

ന്മാരുടെ പ്രവണതയോടുള്ള ഒരു പ്രതികരണമായിട്ടു വേണം ഈ ശൈലിയെ വിലയിരുത്താൻ. എന്നാൽ ചരിത്രത്തിന്റെ പ്രച്ഛന്നവേഷങ്ങ ളിൽ കുടുങ്ങി സത്തയെയും സിദ്ധാന്തത്തെയും നിഷേധിക്കുന്നതിലേക്കു എത്തിച്ചേരുന്ന ഈ രീതിയുടെ വൈകല്യങ്ങൾക്കെതിരെ ഗൗരവമായ നിരവധി വിമർശനങ്ങൾ ഉയർന്നുവന്നിട്ടുണ്ട്. ആർതൂസർ എന്ന ഫ്രഞ്ചു സൈദ്ധാന്തികന്റെ അനുയായികളായ ഘടനാവാദികൾ (Structuralists). ജി എ കോഹൻ തുടങ്ങിവർക്കാണ് ഈ വിമർശകരിൽ പ്രാമുഖ്യം. ഇതു സംബന്ധിച്ച് വിജ്ഞാനപ്രദമായ ഒരു തർക്കം (History workshop) എന്ന ചരിത്രമാസികയുടെ താളുകളിൽ നടക്കുകയുണ്ടായി.

ഈ രണ്ടു രീതികളും വിശാലമായ അർത്ഥത്തിൽ പാരസ്പരപൂരക ങ്ങളാണെന്നു പറയേണ്ടിയിരിക്കുന്നു. ഇവ രണ്ടിന്റെയും സംയോജനം അതിൽത്തന്നെയുള്ള വർഗ്ഗം (Class in itself) അതിനായിത്തന്നെയുള്ള വർഗ്ഗം (Class for itself) എന്ന മാർക്സിന്റെ വർഗ്ഗരൂപവല്ക്കരണഘട്ട ങ്ങളെ വേർതിരിക്കാൻ സങ്കല്പത്തിലൂടെ സാധിക്കും. സാമൂഹ്യവർഗ്ഗ ത്തിന്റെ അടിസ്ഥാനം വസ്തുനിഷ്ഠ ഉല്പാദനബന്ധങ്ങളാണ്. ഈ ബന്ധ ങ്ങളിൽ തങ്ങൾക്കുള്ള വ്യത്യസ്തമായ സ്ഥാനത്തെക്കുറിച്ചും മറ്റുള്ളവ രുമായുള്ള വൈരുദ്ധ്യത്തെക്കുറിച്ചുമുള്ള ബോധത്തിന്റെ വളർച്ചകൂടിയാ കുമ്പോഴേ സാമൂഹ്യവർഗ്ഗരൂപവല്ക്കരണം പൂർണ്ണമാകുന്നുള്ളൂ. ഈ വർഗ്ഗ ബോധമാവട്ടെ വർഗ്ഗസമരത്തിന്റെ സൃഷ്ടിയാണ് വർഗ്ഗസമരം. സാമ്പത്തിക മേഖലയിൽ മാത്രമല്ല, രാഷ്ട്രീയവും സാംസ്കാരികവുമായ തലങ്ങളിലും വ്യാപിച്ചുകിടക്കുന്നു.

ഇത്തരത്തിലുള്ള സമഗ്രമായ കീഴാൾവർഗ്ഗ രൂപവല്ക്കരണത്തിന്റെ ചരിത്രപഠനത്തിന് ഇറ്റാലിയൻ കമ്യൂണിസ്റ്റ് സൈദ്ധാന്തികനായ അന്റോ ണിയോ ഗ്രാംഷിയുടെ കുറിപ്പുകൾ ഏറ്റവും സഹായകരമാണ് ഇറ്റാലി യൻ ചരിത്രക്കുറിപ്പുകളിൽ (Notes on Italian History) ഗ്രാംഷി നല്കുന്ന പഠനസൂത്രപരിപാടി ഏതൊരു മാർക്സിസ്റ്റ് ഗവേഷകനും ചൂണ്ടു പലക യാണ്.

1. സാമ്പത്തിക ഉല്പാദന മേഖലയിലെ മാറ്റങ്ങളും പരിവർത്തന ങ്ങളും മൂലമുള്ള കീഴാൾവർഗ്ഗങ്ങളുടെ വസ്തുനിഷ്ഠ രൂപവല്ക്കരണം. നിലവിലുള്ള സാമൂഹ്യ വിഭാഗങ്ങളിൽനിന്നുള്ള അവരുടെ സാമൂഹ്യ ഉത്ഭ വവും വ്യാപനവും ഈ സാമൂഹ്യ വിഭാഗങ്ങളുടെ മനോഭാവത്തിനും പ്രത്യയശാസ്ത്രത്തിനും ലക്ഷ്യത്തിനും ഇവരുടെ മേലുള്ള സ്വാധീനം.

2. നിലവിലുള്ള രാഷ്ട്രീയ ഘടനാരൂപങ്ങളുമായുള്ള അവരുടെ നിഷ്ക്രിയമോ ക്രിയാത്മകമോ ആയ ബന്ധം തങ്ങളുടെ താല്പര്യങ്ങൾ മുന്നോട്ടുകൊണ്ടുപോകാൻ ഈ ഘടനകളുടെ പരിപാടിയെ സ്വാധീനി ക്കാനുള്ള അവരുടെ ശ്രമങ്ങളും പ്രത്യാഘാതങ്ങളും.

3. കീഴാൾവർഗ്ഗങ്ങളുടെ സമ്മതവും അവരുടെ മേലുള്ള നിയന്ത്ര ണവും തുടർന്നു നിലനിർത്താൻ വേണ്ടി പുതിയ മേധാവി വർഗ്ഗപാർട്ടിക ളുടെ ആവിർഭാവം.

4. തങ്ങളുടെ പരിമിതവും ഭാഗികവുമായ ആവശ്യങ്ങൾ നേടിയെടുക്കാൻ കീഴാൾ വർഗ്ഗങ്ങൾ സൃഷ്ടിക്കുന്ന ഘടനാരൂപങ്ങൾ

5. പഴയ സാമൂഹ്യ ചട്ടക്കൂടിനുള്ളിൽത്തന്നെ സ്വതന്ത്രത (autonomy) ഉറപ്പിക്കുന്ന കീഴാൾ വർഗ്ഗഘടനാ രൂപങ്ങൾ.

6. സമ്പൂർണ്ണമായ സ്വതന്ത്രത ഉറപ്പിക്കുന്ന ഘടനാരൂപങ്ങൾ.

ഈ ഗ്രാംഷിയൻ പരിപ്രേക്ഷ്യത്തിനനുസൃതമായി നമ്മുടെ ജനതയുടെ ചരിത്രത്തെ വിലയിരുത്തുന്നതിനെക്കുറിച്ചുള്ള വിവാദങ്ങൾക്ക് എഴുപതുകളുടെ മദ്ധ്യത്തിൽ Social Scientist മാസികയിൽ തുടക്കം കുറിക്കുകയുണ്ടായി. നിരവധി പരിമിതികളും വീഴ്ചകളും ഉണ്ടെങ്കിലും *കീഴാൾ വർഗ്ഗ പഠനങ്ങൾ 1* (Subaltern Studies - 1) എന്ന ഗ്രന്ഥം ആധുനിക ഇന്ത്യൻ ചരിത്രരചനയിൽ വന്നുചേർന്നുകൊണ്ടിരിക്കുന്ന ആശാവഹമായ പുതിയ ചലനങ്ങൾക്ക് ഉദാഹരണമാണ്.

ഗ്രാംഷിതന്നെ ചൂണ്ടിക്കാണിച്ചതുപോലെ ഇത്തരത്തിലുള്ള ഒരു ചരിത്രരചനാ സംരംഭം ഒരു ചരിത്ര കാലഘട്ടത്തെ മുഴുവൻ വിശദീകരിക്കുന്ന ഇതിഹാസചരിത്രമായി എഴുതാൻ കഴിയുകയില്ല. “ഈ ചരിത്രം മോണോഗ്രാഫുകളായേ എഴുതാൻ കഴിയുകയുള്ളൂ. ഓരോ മോണോഗ്രാഫും തയ്യാറാക്കുന്നതിന് ശേഖരിക്കുന്നതിന്, വളരെ വിഷമമുള്ള വിപുലമായ രേഖാസാമഗ്രി സഞ്ചയവും കൂടിയേ തീരൂ.” കേരളത്തിലെ ബഹുജനങ്ങളുടെ ഭൂതകാല ജീവിതത്തിലേക്കും അവരുടെ പ്രസ്ഥാനങ്ങളിലേക്കും വെളിച്ചം വീശുന്ന ഇത്തരം വിപുലമായ ഒരു ചരിത്രരേഖാ ശേഖരണം നമ്മൾ ഏറ്റെടുത്തേ പറ്റൂ.

4

114 ലെ പണിമുടക്കിന്റെ 45-ാം വാർഷികം

തിരുവിതാംകൂർ ദേശീയ സ്വാതന്ത്ര്യസമരത്തിലെ അവിസ്മരണീയമായ വർഷമാണ് 1938. നിവർത്തനപ്രക്ഷോഭകാലത്തെ ജാതിപരമായ ചേരിതിരിവുകൾ ഒരു പരിധിവരെ ഇല്ലായ്മ ചെയ്യുന്നതിനും ജാതി മത ഭേദം കൂടാതെ ബഹുജനങ്ങളെ ദേശീയസമരത്തിൽ അണിനിരത്തുന്നതിനും ബൂർഷ്വാ വർഗ്ഗത്തിന് കഴിഞ്ഞ അപൂർവ്വം സന്ദർഭങ്ങളിലൊന്നായിരുന്നു 1938 ലെ ഉത്തരവാദിത്വഭരണപ്രക്ഷോഭം. ദിവാൻ ഭരണത്തിനെതിരെ ആഞ്ഞടിച്ച ബഹുജനപ്രക്ഷോഭം സമരത്തിന് നിർണ്ണയിക്കപ്പെട്ട ഗാന്ധിയൻ അഹിംസാത്മക പരിധികളും ലംഘിച്ച് മുന്നോട്ടുപോയി. പൊലീസും പട്ടാളവുമായി ഏറ്റുമുട്ടലുകൾ വരെ ചില പ്രദേശങ്ങളിൽ നടന്നു. ത്യാഗോജ്ജ്വലമായ ആ സമരം തിരുവിതാംകൂറിന് നാട്ടുരാജ്യങ്ങളിലെ ദേശീയ സ്വാതന്ത്ര്യസമരങ്ങളുടെ മുൻനിരയിൽ സ്ഥാനം നേടിക്കൊടുത്തു.

114-ന്റെ കഥ പറയാൻ ശ്രമിച്ച ബൂർഷ്വാ ചരിത്രകാരന്മാർ പൊതുവെ ഈ സമരത്തിൽ തിരുവിതാംകൂറിലെ തൊഴിലാളിവർഗ്ഗം വഹിച്ച പങ്കിനെ അവഗണിക്കുകയാണ് ചെയ്തിട്ടുള്ളത്. തൊഴിലാളികളുടെയും കർഷകരുടെയും വിപുലമായ സമരപങ്കാളിത്തത്തെ വിവരിക്കുന്നില്ല എന്നല്ല വിമർശനം. ഉത്തരവാദിത്വഭരണ പ്രക്ഷോഭത്തിന് മുമ്പുതന്നെ വിവിധ സമുദായ പരിഷ്കരണ പ്രസ്ഥാനങ്ങളിലും പൗരാവകാശങ്ങൾക്കായുള്ള പ്രക്ഷോഭങ്ങളിലും ബഹുജനങ്ങൾ സജീവമായി പങ്കെടുത്തു. എന്നാൽ അവയിലെല്ലാം അവർ പൂർണ്ണമായും ബൂർഷ്വാ നേതൃത്വത്തിന്റെ അധീശത്വത്തിലായിരുന്നു. ഇതിനൊരു മാറ്റം സംഭവിച്ചുതുടങ്ങുന്നത് 1938 ലെ സമരത്തോടെയാണ്. ഈ ഗുണപരമായ പുതിയ ഘടകത്തെ ബൂർഷ്വാ ചരിത്രകാരന്മാർ വിസ്മരിക്കുന്നു. അല്ലെങ്കിൽ മറച്ചുവയ്ക്കുന്നു.

സ്റ്റേറ്റ് കോൺഗ്രസിന്റെ പ്രക്ഷോഭമുദ്രാവാക്യങ്ങളെ പിന്താങ്ങി

ക്കൊണ്ട് ആലപ്പുഴയിലെ കയർതൊഴിലാളികൾ അനിശ്ചിതകാല പണിമുടക്ക് ആരംഭിച്ചു. തിരുവിതാംകൂറിന്റെ രാഷ്ട്രീയ മണ്ഡലത്തിൽ ഒരു പുതിയ വർഗ്ഗശക്തിയുടെ ഉദയത്തിന്റെ പ്രഖ്യാപനമായിത്തീർന്നു ഈ പണിമുടക്ക്. മഹാരാജാവിന്റെ ജന്മദിനമായ ഒക്ടോബർ 23 ന് തിരുവനന്തപുരത്ത് സ്റ്റേറ്റ് കോൺഗ്രസ് സംഘടിപ്പിച്ച മഹാപ്രകടനത്തിന് മുന്നിൽ പട്ടാളച്ചിട്ടയിൽ മാർച്ച് ചെയ്തു മുന്നോട്ടു നീങ്ങിയ ചുവപ്പ് യൂണിഫോം അണിഞ്ഞ ആലപ്പുഴ തൊഴിലാളികൾ ഇതിന്റെ നാടകീയമായ വിളംബരമായിരുന്നു. അന്ന് അവർ പാടി:

"അടങ്ങുകില്ലിനി ഞങ്ങൾ
അടങ്ങുകില്ലിനി ഞങ്ങൾ
അടിയുറപ്പിച്ച് നിന്ന്
പൊരുതും ഞങ്ങൾ
ഭരണമേ നിൻനിറം
ശരിക്കിതാ ഞങ്ങൾ കണ്ടു
മരണത്തിൽ ഭയം
ഞങ്ങൾക്കിനി ഇല്ലമേലും."

മഹാരാജാവിന് പൗരാവലിയിൽനിന്ന് മെമ്മോറാണ്ടം സ്വീകരിക്കാൻ തരപ്പെടില്ലെന്നും സമാധാനപരമായി പിരിഞ്ഞുപോകണമെന്നും ആവശ്യപ്പെട്ട സർവ്വ സൈന്യാധിപൻ വാട്ട് കീസ് സായിപ്പിനോട് ചുവപ്പു വളണ്ടിയർ ക്യാപ്റ്റൻ കുഞ്ഞുണ്ണി ഗർജ്ജിച്ചു! "ഞങ്ങൾ തൊഴിലാളിവർഗ്ഗത്തിന്റെ മുന്നണി പടയാളികളാണ്. ഞങ്ങൾ മുന്നോട്ടല്ലാതെ പിന്നോട്ടില്ല."

സ്റ്റേറ്റ് കോൺഗ്രസാവട്ടെ സർക്കാർ അനുവദിച്ച ചില സൗജന്യങ്ങൾ കൊണ്ട് സംതൃപ്തിയടഞ്ഞ് ഫലത്തിൽ സമരത്തിൽനിന്ന് പിൻവലിഞ്ഞു. ആലപ്പുഴ തൊഴിലാളികളാകട്ടെ സ്റ്റേറ്റ് കോൺഗ്രസിന്റെ കുത്തിത്തിരിപ്പുകളെല്ലാം ഉണ്ടായിട്ടും നവംബർ 14 വരെ പണിമുടക്കു സമരത്തിൽ ഉറച്ചുനിന്നു. അങ്ങനെ ഒത്തുതീർപ്പിന്റെ ബൂർഷ്വാ രാഷ്ട്രീയത്തിനെതിരെ തൊഴിലാളിവർഗ്ഗത്തിന്റെ വെല്ലുവിളി ഉയർത്തിക്കൊണ്ടാണ് 25 ദിവസം നീണ്ടുനിന്ന ആ പണിമുടക്കവസാനിച്ചത്. ഈ തൊഴിലാളിവർഗ്ഗ രാഷ്ട്രീയത്തിന്റെ തുടർച്ചയായിരുന്നു 122 ലെ പുന്നപ്ര വയലാർ സമരം. 114 ൽ ഒരു സ്വതന്ത്ര രാഷ്ട്രീയ നിലപാടിലേക്ക് കാലെടുത്തുവെച്ച തൊഴിലാളിവർഗ്ഗം 122 ആയപ്പോഴേക്കും തിരുവിതാംകൂറിലെ ദേശീയപ്രസ്ഥാനത്തിന്റെ നേതാവായിത്തന്നെ ഉയർന്നു.

ഈ പരിവർത്തനം അതായത് ബൂർഷ്വാ രാഷ്ട്രീയ ബോധത്തിൽ നിന്ന് തൊഴിലാളിവർഗ്ഗ രാഷ്ട്രീയത്തിലേക്കുള്ള വളർച്ച എങ്ങനെ ഉണ്ടായി? ഈ മാറ്റത്തിൽ തൊഴിലാളിവർഗ്ഗ പാർട്ടി അല്ലെങ്കിൽ മുന്നണി സംഘം വഹിച്ച പങ്കെന്തായിരുന്നു? രാഷ്ട്രീയ വീക്ഷണത്തിലുണ്ടായ ഈ വിപ്ലവകരമായ മാറ്റം സ്വയംഭൂവായുണ്ടായതാണോ അല്ലെങ്കിൽ ബോധപൂർവ്വമുള്ള ഇടപെടലിന്റെ സൃഷ്ടിയാണോ? 1938 ലെ ആലപ്പുഴയിലെ പണിമുടക്കിനെക്കുറിച്ചുള്ള മൂർത്തമായ വിശകലനത്തിലൂടെ ഇതിനുത്തരം നല്കാൻ ശ്രമിക്കുകയാണ് ഈ അദ്ധ്യായത്തിൽ.

ഈ പ്രശ്നത്തിന് താത്വികമായ ഉത്തരം എത്രയോ ദശാബ്ദങ്ങൾക്ക്

മുമ്പുതന്നെ ലെനിൻ തന്റെ വിശ്രുതമായ *എന്തു ചെയ്യണം* എന്ന ഗ്രന്ഥത്തിലൂടെ നല്കുകയുണ്ടായി. ട്രേഡ് യൂണിയൻ ബോധത്തിൽനിന്ന് വിപ്ലവ ബോധത്തിലേക്കുള്ള തൊഴിലാളിവർഗ്ഗ ബോധത്തിന്റെ വളർച്ചയിൽ പാർട്ടിയുടെ ബോധപൂർവ്വമായ ഇടപെടലിന്റെ ആവശ്യകത ലെനിൻ സംശയലേശമെന്യേ തെളിയിക്കുന്നുണ്ട് എന്നാൽ "പുത്തൻ ഇടതുപക്ഷ"ക്കാരിൽ നല്ലൊരു പങ്കും ഈ ലെനിനിസ്റ്റ് നിലപാടിനെ തിരസ്കരിക്കുന്നവരാണ്. തൊഴിലാളികളുടെ സ്വയംഭൂവായുള്ള ചെറുത്തു നില്പുകളെയും എതിർപ്പു രൂപങ്ങളെയും പ്രതിരോധബോധത്തെയും ആദർശവല്ക്കരിച്ചുകൊണ്ട് ബോധപൂർവ്വമുള്ള ഇടപെടലിന്റെ പ്രാധാന്യത്തെ മറച്ചുവയ്ക്കാനുള്ള ശ്രമങ്ങൾ ചില സമകാലീന ഇന്ത്യൻ ചരിത്രപഠനങ്ങളിൽ സ്പഷ്ടമായി കാണാൻ കഴിയും. നേതാക്കന്മാരുടെയും പാർട്ടികളുടെയും ഔദ്യോഗിക നിലപാടുകളിൽ ഊന്നിക്കൊണ്ടുള്ള ചരിത്രപഠനങ്ങളെക്കുറിച്ചുള്ള ഇവരുടെ വിമർശനങ്ങളിലെ ശരിയായ വശങ്ങൾ അംഗീകരിക്കുന്നതോടൊപ്പം മറുകണ്ടം ചാടാനുള്ള പ്രവണതക്കെതിരെയും നാം ജാഗ്രത പുലർത്തേണ്ടതുണ്ട്.

ആലപ്പുഴയിലെ തൊഴിലാളികളെക്കുറിച്ചുള്ള ഒരു ചരിത്രപഠനം അടുത്തയിടെ വായിക്കാനിടയായി. തൊഴിലാളികളുടെ രാഷ്ട്രീയവല്ക്കരണത്തിൽ 114 ലെ സമരത്തിനുള്ള പ്രാധാന്യത്തെ അതിൽ അംഗീകരിക്കുന്നുണ്ട്. എന്നാൽ അത്ഭുകരമെന്ന് പറയട്ടെ, ഈ സമരത്തിന് രൂപം നല്കുന്നതിലും നയിക്കുന്നതിലും കോൺഗ്രസ് സോഷ്യലിസ്റ്റ് പാർട്ടി (സി എസ് പി) വഹിച്ച നേതൃത്വപരമായ പങ്കിനെ പൂർണ്ണമായും മറച്ചുവയ്ക്കുന്നതിനാണ് ഈ യൂറോപ്യൻ പണ്ഡിതൻ ശ്രമിക്കുന്നത്. സന്ദർഭത്തിൽനിന്ന് അടർത്തിയെടുത്ത ചില രേഖകളുടെ അടിസ്ഥാനത്തിൽ സി എസ് പി പ്രവർത്തകർ രൂക്ഷമായൊരു പണിമുടക്കുസമരം നയിക്കുന്നതിന് അശക്തരായിരുന്നുവെന്നും യൂത്തുലീഗും അതിന്റെ നേതാക്കളിലൊരാളായിരുന്ന (?) പി എൻ കൃഷ്ണപിള്ളയുമായിരുന്നു പണിമുടക്കിൽ പ്രധാന പങ്കു വഹിച്ചതെന്നുമാണ് അദ്ദേഹത്തിന്റെ വ്യാഖ്യാനം. പി എൻ കൃഷ്ണപിള്ളയെ "മലബാറിലെ കൂടുതൽ പ്രസിദ്ധനായ" പി കൃഷ്ണപിള്ളയുമായി തെറ്റിദ്ധരിക്കരുതെന്നും ഒരു അടിക്കുറിപ്പിലൂടെ വായനക്കാരെ അതിൽ ജാഗ്രതപ്പെടുത്തുന്നുണ്ട്. കേരളത്തെക്കുറിച്ചുള്ള തന്റെ മുൻകാല പഠനങ്ങളിലൂടെ നമ്മുടെ നാട്ടിലും പുറംനാട്ടിലും ഒരുപോലെ പ്രസിദ്ധനായിത്തീർന്ന ഈ പണ്ഡിതന്റെ അജ്ഞതയാണ് ഇത്തരം വളച്ചൊടിക്കലുകൾക്ക് കാരണം എന്നു കരുതാൻ ന്യായമില്ല. എന്തായാലും നമ്മുടെ ജനങ്ങളുടെ ചരിത്രാനുഭവങ്ങളെ ഇത്തരം ഗവേഷകരുടെ വ്യാഖ്യാനങ്ങളിൽനിന്ന് മോചിപ്പിക്കേണ്ടിയിരിക്കുന്നു.

1935 ൽ കോഴിക്കോട് നടന്ന അഖിലകേരള തൊഴിലാളി സമ്മേളനം മുതല്ക്കാണ് സി എസ് പിയും ആലപ്പുഴ തൊഴിലാളികളും തമ്മിൽ സജീവബന്ധം ആരംഭിക്കുന്നത്. ആലപ്പുഴയിലെ ട്രേഡ് യൂണിയൻ പ്രസ്ഥാനം ഒരു സുപ്രധാന വഴിത്തിരിവിൽ എത്തിച്ചേർന്ന ഘട്ടങ്ങളിലാണ് ഈ സമ്മേളനം നടന്നത്. തൊഴിലാളികളുടെ ദൗർബല്യംമൂലം കയർനെയ്ത്തു വ്യവസായത്തിൽ ഇരുപതുകളുടെ അന്ത്യംവരെയും കയർ

തൊഴിലാളികൾക്ക് ഇതര മേഖലകളെ അപേക്ഷിച്ച് കൂടുതൽ ഉയർന്ന കൂലിയും അവകാശങ്ങളും ലഭിച്ചിരുന്നു. എന്നാൽ മുപ്പതുകളിലെ സാമ്പത്തികത്തകർച്ചയുടെ ഫലമായി കൂലിവേലക്കാരുടെ എണ്ണം ക്രമാതീതമായി വർദ്ധിച്ചപ്പോൾ മുതലാളിമാർ കൂലി വെട്ടിക്കുറയ്ക്കാൻ തുടങ്ങി. ലക്കും ലഗാനുമില്ലാത്ത കച്ചവടമത്സരംമൂലം കയറ്റുമതി വിലകൾ ഇടിയുവാൻ തുടങ്ങിയപ്പോൾ ഇത് അനിവാര്യവുമായിത്തീർന്നു. ഒരു നിയന്ത്രണവുമില്ലാതെ വ്യവസായം പടർന്നു പന്തലിച്ചതിന്റെ ഫലമായി തൊഴിലില്ലായ്മയും രൂക്ഷമായി. ഗ്രാമപ്രദേശങ്ങളിലെ ഫാക്ടറികളിൽ കൂലി നിരക്ക് പട്ടണത്തിലെ കൂലിയേക്കാൾ 25-30 ശതമാനം കുറവായിരുന്നു എന്നു മാത്രമല്ല അതുവരെ കൃത്യമായോ പൂർണ്ണമായോ തൊഴിലാളിക്ക് ലഭിക്കുമായിരുന്നില്ല. നാണയത്തിനുപകരം ചരക്കുകളായി പലയിടങ്ങളിലും കൂലി. മൂപ്പന്മാരുടെയും കോൺട്രാക്ടർമാരുടെയും അന്യായ പ്രവർത്തനങ്ങളും പിഴകളും നിർബ്ബന്ധപ്പിരിവുകളുംമൂലം തൊഴിലാളികൾ പൊറുതിമുട്ടി.

ഇവയെല്ലാംമൂലം അസംതൃപ്തരായ തൊഴിലാളികൾ മുൻകൈ എടുത്ത് ഫാക്ടറികളിൽ പണിമുടക്കുകൾ സംഘടിപ്പിച്ചുതുടങ്ങി. ഈ സമരങ്ങൾ ഒരു പുതിയ വർഗ്ഗബോധത്തിന്റെ ഉദയത്തിന് അടിത്തറയിട്ടു. അതുവരെ മുഖ്യമായും തങ്ങളുടെ ജാതി അവശതകൾക്കെതിരെ സവർണ്ണ വിരുദ്ധപ്രസ്ഥാനങ്ങളിൽ മുഴുകിയിരുന്ന തൊഴിലാളി മൂർച്ഛിച്ചുകൊണ്ടിരുന്ന തൊഴിലാളി-മുതലാളി വൈരുദ്ധ്യത്തെക്കുറിച്ചുകൂടി ബോധവാനായിത്തീർന്നു. അണികളിൽനിന്നുള്ള സമ്മർദ്ദം, തികച്ചും വർഗ്ഗസഹകരണാത്മകവും മിതവാദപരവുമായ കാഴ്ചപ്പാടോടെ മുതലാളിമാരിൽത്തന്നെ ഒരു വിഭാഗത്തിന്റെ പിന്തുണയോടെ 1922 ൽ രൂപീകരിക്കപ്പെട്ട തിരുവിതാംകൂർ ലേബർ അസോസിയേഷനെ ഒരു ഉശിരൻ ട്രേഡ് യൂണിയനായി രൂപാന്തരപ്പെടുത്തി. ഒരു പുതിയ ട്രേഡ് യൂണിയൻ നേതൃത്വം ഉയർന്നുവന്നു. യൂണിയൻ തന്നെ മുൻകൈ എടുത്തു സമരങ്ങൾ സംഘടിപ്പിക്കാൻ തുടങ്ങി. തൊഴിലാളികളുടെ ദൈന്യാവസ്ഥയെക്കുറിച്ച് അന്നദാതാവായ പൊന്നുതമ്പുരാനെ കാൽനടജാഥയായി തിരുവനന്തപുരത്ത് ചെന്നുകണ്ട് സങ്കടം പറയുന്നതിന് യൂണിയൻ തീരുമാനം എടുത്തു.

ഈ ജാഥാ പ്രക്ഷോഭത്തിന്റെ തയ്യാറെടുപ്പിനിടയിലാണ് കോഴിക്കോട് കോൺഫറൻസിൽ ആലപ്പുഴ ട്രേഡ് യൂണിയൻ പ്രതിനിധികൾ സംബന്ധിക്കാൻ പോയത്. സമ്മേളനം ജാഥാ പ്രക്ഷോഭത്തിന് ആവേശപൂർവ്വം പിന്തുണ നല്കി. തന്മൂലം ആലപ്പുഴയിലെ ജാഥാ പ്രചരണയോഗങ്ങളിൽ കോഴിക്കോട് സമ്മേളനത്തിന്റെ റിപ്പോർട്ടിങ് ഒരു സ്ഥിരം ഇനമായിത്തീർന്നു.

ജാഥാപ്രക്ഷോഭ പ്രചാരണം തൊഴിലാളികളിൽ ഉയർത്തിയ ആവേശം മുതലാളിമാരെ ആശങ്കാകുലരാക്കി. അവരുടെ സമ്മർദ്ദത്തിന് വഴങ്ങി സർക്കാർ ജാഥയെ നിരോധിക്കുകയും ജാഥാംഗങ്ങളെ അറസ്റ്റു ചെയ്തു കേസെടുക്കുകയും ചെയ്തു. ആലപ്പുഴ തൊഴിലാളികളിൽ തിളച്ചു പൊങ്ങിയ പ്രതിഷേധത്തിൽ സി എസ് പിയും പങ്കുചേർന്നു. *മാതൃ*

*ഭൂമി*യിൽ പ്രസിദ്ധം ചെയ്ത പ്രതിഷേധ പ്രസ്താവനയുടെ അവസാനം പി കൃഷ്ണപിള്ള ചൂണ്ടിക്കാണിച്ചു.

> തൊഴിലാളികളുടെ ഈ അധഃപതിച്ച സ്ഥിതിക്കൊരു വ്യത്യാസമുണ്ടാകാൻ ഇനി ഏകമാർഗ്ഗം ഒരു പൊതുപണിമുടക്കം മാത്രമാകുന്നു. ഒരു കമ്പനിയിൽ മാത്രം പണിമുടക്കം ചെയ്തുനോക്കിയിട്ടും ഗവൺമെന്റിൽ ശരണം പ്രാപിക്കാൻ ശ്രമിച്ചിട്ടും പരാജയമാണ് ഉണ്ടായിട്ടുള്ളത്. അതിനാൽ ഇനി അപേക്ഷകളും ഹർജ്ജികളും നിവേദനങ്ങളും എല്ലാം ഉപേക്ഷിച്ച് ന്യായവാദം ചെയ്തും പ്രക്ഷോഭം കൂട്ടിയും വേണ്ടിവന്നാൽ ഒരു പൊതുപണിമുടക്ക് ചെയ്തും കാര്യസാദ്ധ്യത്തിനുവേണ്ടി പരിശ്രമിക്കേണ്ടിയിരിക്കുന്നു.

പൊതു പണിമുടക്കിന്റെ പ്രശ്നം ആദ്യമായി ഉയർത്തപ്പെടുന്നത് ഈ പ്രസ്താവനയിലൂടെയാണ്.

സി എസ് പിയുടെ ശാസ്ത്രീയമായ കാഴ്ചപ്പാടും പ്രവർത്തനശൈലിയും കൂടുതൽ രാഷ്ട്രീയബോധമുള്ള തൊഴിലാളിപ്രവർത്തകരെ ആകർഷിച്ചു. ഒന്നാമതായി, ഒദ്യോഗിക കോൺഗ്രസുകാരിൽനിന്നു വ്യത്യസ്തമായി നാട്ടുരാജ്യങ്ങളിലെ ദേശീയപ്രസ്ഥാനങ്ങളെ ശക്തിപ്പെടുത്തുന്നതിൽ സി എസ് പി ആവേശം പ്രകടിപ്പിച്ചു. രണ്ടാമതായി, ശുദ്ധ ദേശീയവാദികളെപ്പോലെ ജാതി പ്രസ്ഥാനങ്ങളെ ഒന്നടങ്കം തീണ്ടാപ്പാടകലെ നിർത്തുന്നതിനു പകരം അവയിൽ പ്രത്യേകിച്ച് താഴ്ന്ന ജാതിക്കാരുടെ പ്രസ്ഥാനങ്ങളുടെ ഫ്യൂഡൽ വിരുദ്ധസ്വഭാവത്തെ മനസ്സിലാക്കുന്നതിനും അവയോടു ക്രിയാത്മകമായി സഹകരിക്കുന്നതിനും സി എസ് പിക്ക് കഴിഞ്ഞു. മൂന്നാമതായി, ഇവയിലെല്ലാം തൊഴിലാളികളെയും കർഷകരെയും അണിനിരത്തുന്നതിനോടൊപ്പം അവരെ സ്വതന്ത്ര വർഗ്ഗസംഘടനകളിൽ സംഘടിപ്പിക്കുന്നതിന് സി എസ് പി യത്നിച്ചു. സവർണ്ണ വിരുദ്ധ - സാമ്രാജ്യവിരുദ്ധ സമരത്തിന്റെ നേതൃത്വത്തിലേക്ക് ഈ വർഗ്ഗങ്ങളെ ഉയർത്തുന്നതിനുള്ള ബോധപൂർവ്വമുള്ള ശ്രമമായിരുന്നു സി എസ് പിയുടെ രാഷ്ട്രീയ നിലപാടിന്റെ കാതൽ.

ശാസ്ത്രീയ സോഷ്യലിസത്തെക്കുറിച്ചും ലോക സോഷ്യലിസ്റ്റ് പ്രസ്ഥാനത്തെക്കുറിച്ചുമുള്ള സി എസ് പി നേതാക്കളുടെ ലേഖനങ്ങൾ *തൊഴിലാളി* പത്രത്തിൽ പ്രമുഖസ്ഥാനം പിടിച്ചു 'തൊഴിലാളി നടന കലാസമിതി' കെ ദാമോദരൻ തുടങ്ങിയവരുടെ തുടർച്ചയായ പഠനക്ലാസുകളുടെ കേന്ദ്രമായിത്തീർന്നു. ഇവയിലൂടെ സുശിക്ഷിതരായ ഒരുപറ്റം സി എസ് പി പ്രവർത്തകർ കയർ തൊഴിലാളികളുടെ ഇടയിൽ രൂപംകൊണ്ടു. ഈ പ്രവർത്തകർ അന്നത്തെ യൂണിയൻ ഭാരവാഹികളായ ആർ സുഗതൻ, വി കെ വേലായുധൻ, സി കെ വേലായുധൻ, പി എൻ കൃഷ്ണപിള്ള, കെ സി ഗോവിന്ദൻ തുടങ്ങിയവരിൽ നിന്നായിരുന്നില്ല മറിച്ച് സാധാരണ ഫാക്ടറി തൊഴിലാളിയായിരുന്ന യൂണിയൻ പ്രവർത്തകരിൽ നിന്നായിരുന്നു എന്നത് പ്രത്യേകം ശ്രദ്ധേയമാണ്. പി ജി പത്മനാഭൻ ഇത് വിവരിക്കുമ്പോൾ വികാരഭരിതനാവുന്നു. തൊഴിലാളിവർഗ്ഗത്തിന്റെ മുന്നണിപടയാളികളെ കണ്ടുപിടിക്കുന്നതിലും അവർക്ക് രാഷ്ട്രീയ പരിശീലനം

കൊടുത്ത് നേതൃസ്ഥാനത്തേക്ക് കൊണ്ടുവരുന്നതിലും പി കൃഷ്ണപിള്ള യുടെ നേതൃത്വത്തിൽ നടന്ന പ്രവർത്തനം അന്യാദൃശ്യമാണ്. തടുക്കു തയ്യൽക്കാരനായ കെ കെ കുഞ്ഞനെയും പാനെയ്ത്തുകാരനായ പി ജി പത്മനാഭനെയും ടെന്റ് തയ്യൽക്കാരനായ വി എസ് അച്യുതാനന്ദനെയും തടുക്കുകെട്ടുകാരനായ എസ് കുമാരനെയും വണ്ടി ചുറ്റുകാരനായ എം ടി ചന്ദ്രസേനനെയും എന്നുവേണ്ട ഫാക്ടറികളിലെ കൂലി അടിമകളായി പണിയെടുത്ത സി കെ കേശവൻ, വി എൽ തോമസ്, ചന്ദ്രാനന്ദൻ, സോളമൻ, ഒ ജെ ജോസഫ്, സി ഒ മാത്യു മുതലായവരെയും ഫാക്ടറി യിൽ നിന്ന് പിടിച്ചിറക്കി മുതലാളിത്തശക്തിയോടു പടപൊരുതുന്ന സൈന്യാധിപന്മാരാക്കി വളർത്തിക്കൊണ്ടുവന്ന മഹാപ്രസ്ഥാനമാണ് കമ്യൂ ണിസ്റ്റ് പാർട്ടി.

ഒരു വശത്ത് മൂർച്ഛിച്ചുകൊണ്ടിരുന്ന വ്യാവസായിക അസ്വസ്ഥത. മറു വശത്ത് ശക്തിപ്പെട്ടുകൊണ്ടിരിക്കുന്ന ദേശീയപ്രസ്ഥാനം ഇവ രണ്ടും കൂടി ചേർന്നാണ് 1938 ലെ പൊതുപണിമുടക്കിന് രൂപംനല്കിയത്.

ഒറ്റപ്പെട്ട പണിമുടക്കുകൾക്കും പ്രതിഷേധങ്ങൾക്കുമൊന്നും തൊഴി ലാളികളുടെ ജീവിത നിലവാരത്തകർച്ചയെ തടഞ്ഞുനിർത്താനായില്ല. കൂലി നിജപ്പെടുത്തിക്കൊണ്ടുള്ള നിയമനിർമ്മാണം ഉണ്ടായേക്കുമെന്ന ഊഹാപോഹങ്ങൾ കൂലി വെട്ടിക്കുറയ്ക്കാനുള്ള പ്രവണതയ്ക്ക് ആക്കം കൂട്ടിയതേയുള്ളൂ. ആലപ്പുഴയിലെ പ്രമുഖ കമ്പനികളിലെ കൂലിനിരക്കു കളുടെ കണക്കുകൾ ഹാജരാക്കിക്കൊണ്ട് 1925 നും 1937 നും ഇടയ്ക്ക് ചില ഇനങ്ങളിൽ 75 ശതമാനം വരെ കൂലിക്കുറവ് വന്നിട്ടുണ്ടെന്ന് യൂണി യൻ സമർത്ഥിച്ചു. കൂലിയുടെ ഏകീകരണമില്ലായ്മ കച്ചവടമത്സരത്തെ രൂക്ഷമാക്കി. ചെലവ് കുറയ്ക്കുന്നതിനായി വൻകിട മുതലാളിമാർ ഗ്രാമ പ്രദേശങ്ങളിൽ ചെറുകിട ഫാക്ടറികളെ മത്സരിച്ചു പ്രോത്സാഹിപ്പിച്ചു. തന്മൂലം 1936 നുശേഷം കയറ്റുമതിയിൽ പറയത്തക്ക വർദ്ധനയൊന്നുമി ല്ലാതിരുന്നിട്ടുകൂടി വ്യവസായത്തിന്റെ ഉല്പാദനശേഷി ക്രമാധികം വിക സിച്ചു. ഇത് പരമ്പരാഗതമായി ഫാക്ടറിപ്പണിയിൽ ഏർപ്പെട്ടിരുന്ന തൊഴി ലാളികളുടെ വരുമാനം വീണ്ടും കുറയാനിടയാക്കി.

ജോർജ് കമ്മിറ്റിയുടെ റിപ്പോർട്ടു പ്രകാരം 1938 ൽ ഒരു ശരാശരി തൊഴിലാളി കുടുംബത്തിന്റെ മാസവരുമാനം 14 രൂപ 63 പൈസ യായിരുന്നു. ഇതിൽ ഫാക്ടറിയിൽനിന്നുള്ള വരുമാനമാവട്ടെ 10 രൂപ 73 പൈസ മാത്രമായിരുന്നു. 90 ശതമാനം തൊഴിലാളി കുടുംബങ്ങളും കച്ച വടക്കാരിൽനിന്നും പണം പലിശകൊടുപ്പുകാരിൽനിന്നും കടം വാങ്ങാൻ നിർബ്ബന്ധിതരായിരുന്നു. ഒരു തൊഴിലാളി കുടുംബത്തിന്റെ ശരാശരി കട ബാദ്ധ്യത മാസവരുമാനത്തിന്റെ മൂന്നിരട്ടിയോളം വരുമായിരുന്നു.

നിരന്തരമായ കൂലി വെട്ടിക്കുറയ്ക്കലിനും മുതലാളിമാരുടെ അന്യായ പ്രവൃത്തികൾക്കുമെതിരെ നടപടികൾ സ്വീകരിക്കുന്നതിനു പകരം അന്വേ ഷണപ്രഹസനങ്ങളിലൂടെ മുതലാളിമാരുടെ ചെയ്തികളെ വെള്ളപൂശു ന്നതിനാണ് സർക്കാർ ശ്രമിച്ചത്. കൊല്ലം ജില്ലാ മജിസ്ട്രേറ്റിന്റെ അന്വേ ഷണത്തിൽനിന്ന് തെളിഞ്ഞതെന്തായിരുന്നുവെന്നോ? കൂലി വെട്ടിക്കുറവ് തൊഴിലാളികൾ പറയുന്നതുപോലെയൊന്നും ഉണ്ടായിട്ടില്ല. ഇത്രയും സംഭ

വിച്ചതുതന്നെ ആവശ്യത്തിലധികം തൊഴിലാളികൾ വ്യവസായത്തിലു ള്ളതുകൊണ്ടും തൊഴിലിനായി തൊഴിലാളികൾ തമ്മിൽ മത്സരിക്കുന്ന തുകൊണ്ടുമാണ്. വാദി പ്രതിയായി! ഇത്തരം അന്വേഷണപ്രഹസനങ്ങ ളിൽ പങ്ക് ചേരുന്നതിന് യൂണിയൻ വിസമ്മതിച്ചു.

അനുനയത്തിന് വഴങ്ങുന്നില്ല എന്നു കണ്ടപ്പോൾ യൂണിയനെതിരെ കർശനമായ നടപടികൾ സ്വീകരിക്കാൻ സർക്കാർ തയ്യാറെടുത്തു. യൂണി യന് രജിസ്ട്രേഷൻ നിഷേധിച്ചു. യൂണിയന്റെ ശക്തമായ പ്രതിഷേധത്തെ അവഗണിച്ചുകൊണ്ട് യൂണിയനുമായി എല്ലാ ബന്ധങ്ങളും വിച്ഛേദിച്ച മുൻ പ്രസിജന്റ് പി എസ് മുഹമ്മദിനെ തൊഴിലാളി പ്രതിനിധിയായി നിയമ സഭയിലേക്ക് നോമിനേറ്റ് ചെയ്തു. തൊഴിലാളി ജാഥാ നേതാക്കന്മാരുടെ പേരിലുണ്ടായ കേസ് ഊർജ്ജിതപ്പെടുത്തി. അവരെ ശിക്ഷിച്ചു ജയിലില ടച്ചു. ഇവയെല്ലാം പൊതുപണിമുടക്കിനനുകൂലമായ വാദങ്ങൾക്ക് ശക്തി കൂട്ടി. എം ടി ചന്ദ്രസേനന്റെ വിവരണ പ്രകാരം ഒരു പൊതുപണിമുട ക്കിന്റെ സാദ്ധ്യതകളെക്കുറിച്ചാരായുന്നതിന് ആലപ്പുഴയിലെ സി എസ് പി പ്രവർത്തകരുടെ യോഗം മട്ടാഞ്ചേരിയിൽ പി കൃഷ്ണപിള്ള വിളിച്ചുകൂട്ടി.

അവസാനം 1938 മാർച്ചിൽ യൂണിയൻ ജനറൽ ബോഡിയോഗം ഒരു പൊതുപണിമുടക്കിനു തയ്യാറെടുക്കാൻ തൊഴിലാളികളെ ആഹ്വാനം ചെയ്തു. സർക്കാരിന്റെ പ്രതികരണം വരാൻ പോകുന്ന ഏറ്റുമുട്ടലിന്റെ തീവ്രതയുടെ നാന്ദിയായിരുന്നു. യൂണിയൻ നേതാക്കളായിരുന്ന ആർ സു ഗതൻ, പി കെ കുഞ്ഞ്, പി എൻ കൃഷ്ണപിള്ള, പി കെ പുരുഷോത്തമൻ സി കെ വേലായുധൻ എന്നിവരെ സി ആർ പി സി 90-ാം വകുപ്പ് അനു സരിച്ച് അറസ്റ്റ് ചെയ്ത് ലോക്കപ്പിലടച്ചു. അറസ്റ്റിൽ പ്രതിഷേധിച്ച് തൊഴി ലാളികൾ പണിമുടക്കി. പൊലീസ് സ്റ്റേഷന് മുന്നിൽ തടിച്ചുകൂടി സമാ ധാനപരമായി സംഘം ചേർന്ന് നടന്ന ജനക്കൂട്ടത്തിന് നേരെ തന്റെ റിക്ഷാ വണ്ടിക്ക് വഴിമാറിക്കൊടുത്തില്ല എന്ന കാരണത്താൽ ക്രുദ്ധനായിരുന്ന മജിസ്ട്രേട്ട് ലാത്തിച്ചാർജ്ജിന് ഉത്തരവിട്ടു. ക്രൂരമായ പൊലീസ് മർദ്ദന ത്തിൽ ബാവയെന്ന തൊഴിലാളി കൊല്ലപ്പെട്ടു. ആലപ്പുഴ സംഘടിത തൊഴി ലാളിവർഗ്ഗത്തിന്റെ ആദ്യത്തെ രക്തസാക്ഷി.

യാതൊരു പ്രകോപനവും ഇല്ലാതെ പൊലീസ് നടത്തിയ നരനായാട്ട് ഏവരെയും സ്തബ്ധരാക്കി. കെടാമംഗലം *തൊഴിലാളിയിൽ* കേണു.

"കാണട്ടെ! കാണട്ടെ
കാഞ്ഞ കരളതും
കാണട്ടെ! കണ്ണുനീർ തൂകി
ത്തൂകി
പട്ടിണിയിട്ടു വറക്കവെ
കയ്യൊന്നു
നീട്ടിക്കരഞ്ഞ പ്രമാദംമൂലം
പാവം സഖാക്കളെ പാഴ്
മരണത്തിന്റെ
വായിലെറിയും ധനിക
നീതി

കാണട്ടെ! കാണട്ടെ! ലോകം
മുഴുവനും
കാണട്ടെ! കണ്ണു നിറഞ്ഞു
നിന്ന്.
കാഞ്ഞു കലമ്പും വയറിന്റെ
യാജ്ഞകേ-
ട്ടാഞ്ഞു നിവർന്നു നിരന്നവരെ
ആട്ടിയടിച്ചു തുരത്തി
ഭ്രമിപ്പിച്ചു
കൂട്ടം പിരിക്കും പ്രഭുത്വനീതി
കാണട്ടെ! കാണട്ടെ! കണ്ണു
ള്ളോരൊക്കെയും
കാണട്ടെ കണ്ണീരൊഴുക്കി
' നിന്ന്

ആലപ്പുഴയിലെ പൊലീസ് മർദ്ദനം വ്യാപകമായ പ്രതിഷേധമുണർത്തി. ഈ സംഭവത്തിന്റെ പേരിൽ സർക്കാരിനെ സെൻഷൻ ചെയ്യുന്ന ഒരു പ്രമേയം തിരുവിതാംകൂർ നിയമസഭയിൽ സ്റ്റേറ്റ് കോൺഗ്രസ് പ്രതിനിധികൾ കൊണ്ടുവന്നു. പ്രമേയം തള്ളപ്പെട്ടുവെങ്കിലും സർക്കാരിന്റെ ജനവിരുദ്ധ നടപടികളെ തൊലിയുരിച്ച് കാട്ടുന്നതിൽ പ്രതിപക്ഷം വിജയിച്ചു. ഈ പ്രമേയ ചർച്ചയുടെ സവിസ്തര റിപ്പോർട്ട് *തൊഴിലാളിയിൽ* പ്രസിദ്ധം ചെയ്തിരുന്നു. "ചെകുത്താൻ ഭരണത്തോട് വേദമോതിയിട്ട് കാര്യമില്ലെന്നും" നിർണ്ണായകമായ ഏറ്റുമുട്ടലിന് തയ്യാറെടുക്കേണ്ടതുണ്ടെന്നും കൂടുതൽ കൂടുതൽ തൊഴിലാളികൾക്ക് ബോദ്ധ്യപ്പെട്ടു തുടങ്ങി. *തൊഴിലാളി* പത്രത്തിന്റെ അവസാന ലക്കങ്ങളിലൊന്നിൽ കെടാമംഗലം പ്രഖ്യാപിച്ചു.

'ഭാണ്ഡം ചുമന്നു തളർന്ന
സഖാക്കൾ തൻ
കണ്ണീർ തുടയ്ക്കുവാൻ കാല-
മായ് തോഴരേ!"

തങ്ങളുടെ അവകാശങ്ങൾ നേടുന്നതിനായി പൊതുപണിമുടക്കാനുള്ള തങ്ങളുടെ ദൃഢനിശ്ചയം തൊഴിലാളികൾ വീണ്ടും പ്രഖ്യാപിച്ചു.

തിരുവിതാംകൂറിലെ രാഷ്ട്രീയം അതിവേഗം ഒരു നിർണ്ണായക വഴിത്തിരിവിലേക്ക് നീങ്ങുകയായിരുന്നു. ഉത്തരവാദിത്വ ഭരണം നേടുന്നതിനായി ആഗസ്ത് 26 മുതൽ പ്രത്യക്ഷസമരം തുടങ്ങുന്നതിന് സ്റ്റേറ്റ് കോൺഗ്രസ് തീരുമാനിച്ചു. സ്റ്റേറ്റ് കോൺഗ്രസും യൂത്ത്‌ലീഗും നിയമവിരുദ്ധ സംഘടനകളായി പ്രഖ്യാപിക്കപ്പെട്ടു. നാടെങ്ങും ലാത്തിയും തോക്കും ലോക്കപ്പ് മർദ്ദനവും തേർവാഴ്ച നടത്തി. പന്ത്രണ്ടിലധികം സ്ഥലങ്ങളിൽ പൊലീസ് വെടിവെപ്പ് നടത്തി. കടയ്ക്കൽ പാണ്ടോട്ടു കല്ലറ പ്രദേശത്ത് ഏതാനും ദിവസങ്ങൾ പൊലീസും ജനങ്ങളും തമ്മിൽ ഒരു തുറന്ന യുദ്ധം തന്നെ നടന്നു. തിരുവിതാംകൂറാകെ ഇളകി മറിയുകയായിരുന്നു.

കയർ വ്യവസായമേഖലയും പ്രക്ഷുബ്ധമായിരുന്നു. ശ്രീനാരായണ സമാധിദിനത്തിൽ കണിച്ചുകുളങ്ങരയ്ക്കടുത്ത് കടപ്പുറത്ത് നടന്ന സ്റ്റേറ്റ് കോൺഗ്രസ് യോഗം പിരിച്ചുവിടാൻ ചെന്ന 21 അംഗ സായുധ പൊലീസ് സംഘത്തെ ജനങ്ങൾ പതിയിരുന്നാക്രമിച്ചു. പൊലീസ് റിപ്പോർട്ട് പ്രകാരം പ്രാണഭയംകൊണ്ട് ഓടി ഒരു വീട്ടിൽ അഭയം പ്രാപിച്ച പൊലീസ് സംഘത്തിന് രക്ഷപ്പെടുന്നതിന് ആലപ്പുഴയിൽനിന്ന് വലിയൊരു പട്ടാളം എത്തുന്നതുവരെ കാത്തിരിക്കേണ്ടിവന്നു. ഇതിനെ തുടർന്ന് സുശക്തമായ സായുധ പിൻബലമില്ലാതെ ആൾക്കൂട്ടങ്ങളെ ഗ്രാമപ്രദേശങ്ങളിലേക്ക് പിന്തുടരാൻ പാടില്ലെന്ന് പ്രത്യേക കല്പന സർക്കാരിന് വേണ്ടിവന്നു. എങ്കിലും മൊത്തത്തിൽ ആലപ്പുഴ താരതമ്യേന ശാന്തമായ ഒരു പ്രക്ഷോഭ കേന്ദ്രമായിരുന്നുവെന്ന് പറയാം. ആലപ്പുഴയിലെ രണ്ടു വ്യാപാരി വ്യവസായി മണ്ഡലങ്ങളും രാജഭക്തി പ്രമേയങ്ങൾ പാസാക്കി അടങ്ങി കഴിയുകയായിരുന്നു. ഗ്രാമപ്രദേശങ്ങളിലെ ചെറുകിട മുതലാളിമാരും പട്ടണത്തിലെ അപൂർവ്വം ചില സുറിയാനി ക്രിസ്ത്യാനി മുതലാളിമാരും മാത്രമായിരുന്നു പ്രക്ഷോഭത്തെ കൈയൊഴിഞ്ഞു സഹായിച്ചത്.

എന്നാൽ ആലപ്പുഴയിലെ തൊഴിലാളികൾക്കിടയിൽ ഉത്തരവാദിത്വ ഭരണ പ്രക്ഷോഭത്തോട് അനുഭാവം ഏറിവരുകയായിരുന്നു. ബാവയുടെ മരണത്തിനിടയാക്കിയ പൊലീസ് മർദ്ദനത്തിനെതിരെ സ്റ്റേറ്റ് കോൺഗ്രസ് പ്രകടിപ്പിച്ച ശക്തമായ പ്രതിഷേധവും തൊഴിലാളി അനുഭാവവും തൊഴിലാളികളെ ആ പ്രസ്ഥാനത്തിലേക്കാകർഷിച്ചു. യൂണിയൻ നേതാക്കളായിരുന്ന പി കെ കുഞ്ഞ്, ആർ സുഗതൻ, പി എൻ കൃഷ്ണപിള്ള, വി കെ വേലായുധൻ തുടങ്ങിയവർ പ്രമുഖ സ്റ്റേറ്റ് കോൺഗ്രസ് പ്രവർത്തകർ കൂടിയായിരുന്നു എന്നുകൂടി ഓർക്കണം. ഈ രാഷ്ട്രീയ അനുഭാവത്തെ ഒരു രാഷ്ട്രീയ പണിമുടക്കാക്കി മാറ്റാനായിരുന്നു സി എസ് പി ശ്രമിച്ചത്.

സ്റ്റേറ്റ് കോൺഗ്രസ് സമരത്തെ സഹായിക്കുന്നതിനായി സി എസ് പിയുടെ നേതൃത്വത്തിലായിരുന്ന കെ പി സി സി കൊച്ചി ആസ്ഥാനമാക്കി പി കൃഷ്ണപള്ള, ഇ എം എസ്, പി നാരായണൻ നായർ, കെ എ ദാമോദര മേനോൻ എന്നിവരടങ്ങിയ ഒരു സഹായ കമ്മിറ്റി രൂപീകരിച്ചിരുന്നു. കൂടാതെ ഉത്തരവാദിത്വഭരണ പ്രക്ഷോഭത്തോട് ഐക്യദാർഢ്യം പ്രകടിപ്പിക്കാൻ മലബാറിൽനിന്ന് കാൽനടജാഥകൾ കെ പി സി സി നയിച്ചു. ഇതിൽ എ കെ ജിയുടെ നേതൃത്വത്തിലുള്ള ജാഥ തൃശൂരിൽ വന്നപ്പോൾ എസ് പി ഘാട്ടെ പങ്കെടുത്ത സി എസ് പിയുടെ കേന്ദ്ര നേതൃയോഗം തിരുവിതാംകൂർ സമരത്തിൽ അനുവർത്തിക്കേണ്ട അടവുകൾ ചർച്ച ചെയ്ത് അവസാന രൂപംനല്കി. പ്രധാനമായും ചർച്ച ചെയ്തത് തിരുവിതാംകൂറിലെ തൊഴിലാളികൾ എങ്ങനെ പ്രക്ഷോഭത്തിൽ ഇടപെടണം എന്നതായിരുന്നു.

ഈ യോഗത്തിലെ ചർച്ചകളെകുറിച്ച് കെ കെ വാര്യർ നല്കുന്ന വിവരണം: വായിക്കുക.

> ഏറ്റവും പ്രധാന സംഗതി ആ പണിമുടക്കം സാമ്പത്തിക ആവശ്യങ്ങൾ മുൻനിർത്തി മാത്രം ആയിക്കൂടെന്നുള്ളതായിരുന്നു. രാഷ്ട്രീ

> യലക്ഷ്യം അസ്പഷ്ടമായി വെച്ചാൽ മതിയാകില്ല. തുറന്നു പറഞ്ഞു കൊണ്ടുതന്നെ പുറപ്പെടണം. അക്കാര്യത്തിലാണ് പലർക്കും സംശയവും അഭിപ്രായവ്യത്യാസവും ഉണ്ടായിരുന്നത്. പക്ഷേ, സഖാവിന്റെ (പി കൃഷ്ണപിള്ളയുടെ) ദൃഢസ്വരത്തിലുള്ള വിശദീകരണം എല്ലാ സംശയങ്ങളും ദൂരീകരിച്ചു. ആലപ്പുഴ തൊഴിലാളികൾ സാമ്പത്തികാവശ്യങ്ങൾക്കുവേണ്ടി സമരം ചെയ്യുന്നതിനേക്കാൾ ആവേശപൂർവ്വം രാഷ്ട്രീയ ആവശ്യങ്ങൾക്കുവേണ്ടി പൊരുതുമെന്ന് സഖാവ് ഉറപ്പിച്ചു പറഞ്ഞു.

ഈ പണിമുടക്കിലൂടെ പല താലൂക്കുകളിലും നികുതി നിഷേധത്തിന്റെയും മറ്റും വക്കിൽ എത്തിനിന്ന ബഹുജന പ്രക്ഷോഭത്തെ അമ്പലപ്പുഴ- ചേർത്തല താലൂക്കുകളിലേക്കുകൂടി വ്യാപിപ്പിക്കാൻ കഴിയും എന്നായിരുന്നു സഖാവിന്റെ കണക്കുകൂട്ടൽ. അതേസമയം തൊഴിലാളി വർഗ്ഗത്തിനായിരിക്കും ഈ പുതിയ സമരമുഖത്തിൽ മുൻകൈ.

മുൻകൂട്ടിയുള്ള പദ്ധതിയനുസരിച്ച് പി കൃഷ്ണപിള്ളയുടെ നേതൃത്വത്തിൽ കെ കെ വാര്യർ, പി വി ചിണ്ടൻ തുടങ്ങിയ ഒരു ഉശിരൻ സംഘം സി എസ് പി പ്രവർത്തകർ ആലപ്പുഴയ്ക്ക് തിരിച്ചു. സി എസ് പി പ്രവർത്തകർ ആലപ്പുഴ എത്തിയപ്പോഴത്തെ സ്ഥിതി പരിതാപകരമായിരുന്നു. പി കെ കുഞ്ഞ്, വി കെ വേലായുധൻ, ആർ സുഗതൻ തുടങ്ങിയ യൂണിയൻ നേതാക്കൾ പണിമുടക്കിന് ആഹ്വാനം ചെയ്തുകൊണ്ട് സ്റ്റേറ്റ് കോൺഗ്രസ് ശൈലിയിൽ അറസ്റ്റ് വരിച്ച് ജയിൽവാസം അനുഷ്ഠിക്കുകയായിരുന്നു. പി എൻ കൃഷ്ണപിള്ളയാകട്ടെ ഉത്തരവാദിത്വഭരണപ്രക്ഷോഭ പ്രചാരണാർത്ഥം മദിരാശിയിലുമായിരുന്നു. പണിമുടക്കിന് വേണ്ട യാതൊരു തയ്യാറെടുപ്പും നടന്നിരുന്നില്ല. പി കൃഷ്ണപിള്ളയുടെ വാക്കുകളിൽ പറഞ്ഞാൽ "തൊഴിലാളികളുടെ ഇടയിൽത്തന്നെ ഈ പണിമുടക്കം നടക്കും എന്നൊരു വിശ്വാസം കണ്ടില്ല. എന്നാൽ വളരെക്കുറച്ച് ദിവസങ്ങൾകൊണ്ട് സ്ഥിതിഗതികൾ മാറി." ഈ മാറ്റത്തിനു പിന്നാലെ രഹസ്യം പി എസ് പി പ്രവർത്തകരുടെ ആസൂത്രിതമായ പ്രവർത്തനമായിരുന്നു.

ഈ പ്രവർത്തനങ്ങളുടെ ഒരുവശം സംഘടനാപരമായിരുന്നു. ഒന്നാമതായി പല പ്രമുഖ വ്യവസായശാലകളിലും തൊഴിലാളികളുടെ ഫാക്ടറി കമ്മിറ്റികൾ സംഘടിപ്പിക്കപ്പെട്ടു. കേരളത്തെ സംബന്ധിച്ചിടത്തോളം തികച്ചും നൂതനമായ ഒരു സംഘടനാ രൂപമായിരുന്നു ഫാക്ടറി കമ്മിറ്റികൾ അന്ന്. രണ്ടാമതായി പൊലീസ് ദൃഷ്ടിയിൽപ്പെടാതെ രഹസ്യമായി 300 പേരടങ്ങിയ ഒരു വളണ്ടിയർ സംഘത്തെ ചിട്ടപ്പെടുത്തിയെടുത്തു. ഈ സംഘടനയുടെ ആത്മത്യാഗ മനോഭാവവും അച്ചടക്കവും തൊഴിലാളികൾക്ക് പുതിയൊരു ആത്മവിശ്വാസം നല്കി. മൂന്നാമതായി ഒരു രഹസ്യ വാർത്താവിതരണ സംഘടനയ്ക്ക് രൂപം നല്കി. കൊടിയ മർദ്ദനത്തിനിടയിലും പുറംലോകവുമായി സജീവ ബന്ധം പുലർത്താൻ പിന്നീടും കഴിഞ്ഞത് ഈ സംഘടനയുടെ കാര്യക്ഷമത മൂലമായിരുന്നു.

എന്നാൽ പണിമുടക്ക് തയ്യാറെടുപ്പിന്റെ ഏറ്റവും മുഖ്യമായ വശം രാഷ്ട്രീയ വിദ്യാഭ്യാസമായിരുന്നു. നൂറുകണക്കിന് ചെറുതും വലുതുമായ

യോഗങ്ങളിൽ വരാൻപോകുന്ന പണിമുടക്കിന്റെ രാഷ്ട്രീയ പ്രാധാന്യം വിശദീകരിക്കപ്പെട്ടു. ഒന്നരമാസം നീണ്ടുനിന്ന ഈ ബഹുജനവിദ്യാഭ്യാസ ക്യാമ്പയിൻ ആലപ്പുഴ തൊഴിലാളിവർഗ്ഗത്തെ രാഷ്ട്രീയവല്ക്കരിക്കുന്നതിൽ വലിയൊരു പങ്ക് വഹിച്ചു. പണിമുടക്ക് ഒരു രാഷ്ട്രീയ പണിമുടക്കായി രൂപാന്തരപ്പെടുകയായിരുന്നു. പി കൃഷ്ണപിള്ളയുടെ സമര റിവ്യൂ റിപ്പോർട്ട് പ്രകാരം ഒക്ടോബർ 17 ന് സൈമണാശാന്റെ അദ്ധ്യക്ഷതയിൽ ചേർന്ന പണിമുടക്ക് പ്രഖ്യാപന സമ്മേളനത്തിൽ തൊഴിലാളികൾ ഏറ്റവും അധികം കരഘോഷം മുഴക്കി സ്വാഗതം ചെയ്തത് പരിപൂർണ്ണ ഉത്തരവാദിത്വഭരണം തുടങ്ങിയ രാഷ്ട്രീയ ആവശ്യങ്ങളെയായിരുന്നു. മിനിമം കൂലി, കൂലി ഏകീകരണം, ഫാക്ടറി നിയമനിർമ്മാണം അന്യായ ഫൈനും കോൺട്രാക്ട് സമ്പ്രദായവും അവസാനിപ്പിക്കൽ തുടങ്ങിയവയായിരുന്നു മുഖ്യ സാമ്പത്തിക ആവശ്യങ്ങൾ.

ഒക്ടോബർ 21 നായിരുന്നു പണിമുടക്കാരംഭിച്ചത്. ഈ തീയതി ബോധപൂർവ്വം തെരഞ്ഞെടുത്തതായിരുന്നുവെന്ന് കെ കെ കുഞ്ഞൻ അഭിപ്രായപ്പെടുന്നു. മഹാരാജാവിന്റെ ജന്മദിനമായിരുന്ന ഒക്ടോബർ 23 ന് തിരുവനന്തപുരത്ത് അക്കാമ്മ ചെറിയാന്റെ (പിന്നീട് അക്കാമ്മവർക്കി) നേതൃത്വത്തിൽ ഒരു മഹാപ്രകടനം സ്റ്റേറ്റ് കോൺഗ്രസ് ആസൂത്രണം ചെയ്തിരുന്നു.

മഹാരാജാവിന്റെ പിറന്നാൾ ദിനത്തിൽ പതിവുപ്രകാരമുള്ള തടവുശിക്ഷ ഇളവു ചെയ്യലിൽ രാഷ്ട്രീയത്തടവുകാരെക്കൂടി ഉൾപ്പെടുത്തിക്കൊണ്ട് ദിവാൻ സ്റ്റേറ്റ് കോൺഗ്രസ് നേതൃത്വവുമായി എന്തെങ്കിലും അവിഹിതമായി ഒത്തുതീർപ്പിൽ എത്തിച്ചേരുന്നത് വിഷമകരമാക്കുക എന്ന ഗൂഢോദ്ദേശ്യം വച്ചുകൊണ്ടാണ് ജന്മദിനത്തിന് രണ്ടു ദിവസം മുമ്പേ പണിമുടക്കാരംഭിക്കാനുള്ള തീരുമാനം എടുത്തത്.

പണിമുടക്ക് പരിപൂർണ്ണമായിരുന്നു. ഇതിനു മുമ്പുതന്നെ തിരുവിതാംകൂറിലെ വള്ളത്തൊഴിലാളികൾ സമരരംഗത്തിറങ്ങിക്കഴിഞ്ഞിരുന്നു. തന്മൂലം കയർത്തൊഴിലാളി പണിമുടക്ക് കൂടി ആയപ്പോൾ ആലപ്പുഴ അക്ഷരാർത്ഥത്തിൽ നിശ്ചലമായി. ഒക്ടോബർ 23 മഹാരാജാവിന്റെ പിറന്നാൾ ദിവസം പണിമുടക്കിയ തൊഴിലാളികൾ ആലപ്പുഴ കടപ്പുറത്തേക്ക് മാർച്ച് ചെയ്തു. ആ മനുഷ്യപ്രവാഹത്തിന് മുന്നിൽ ചുവപ്പ് വോളണ്ടിയർമാർ ചെങ്കൊടിയേന്തി അടിവെച്ച് മുന്നോട്ടുനീങ്ങി. ആലപ്പുഴ അന്നേവരെ കണ്ടിട്ടുള്ളതിൽ വച്ചേറ്റവും വലിയ ഘോഷയാത്രയിൽ പാടിയത് വി കെ പുരുഷോത്തമന്റെ പണിമുടക്ക് ഗാനമായിരുന്നു.

പണിമുടക്കുവിൻ പണിമുട-
ക്കുവിൻ
പണിമുടക്കുവിൻ സഹജരെ
പണക്കാർ മർദ്ദിച്ച്
പിണമാക്കും മുമ്പേ
പണിമുടക്കുവിൻ സഹജരെ
എരിപിരികൊള്ളും വയർ
തടവിക്കൊണ്ട-

തിതാപമാർന്നീയുലകത്തിൽ
നിയതം ജീവിതവിഭവം നിർമ്മിക്കും
പ്രിയതൊഴിലാളി സഹജരേ.
....
ധനസമൃദ്ധിതൻ നടുവിൽ ദാ-
രിദ്ര്യം-
ച്ചുടലത്തീയാളിക്കും 'സമുദാനം'
കരുണ നമ്മളിൽ ചൊരിയി-
ല്ലെന്നോർപ്പിൻ
ദുരിതമവശരെയൊരുമിപ്പിൻ
....
'നിയമം' കള്ളനാം ധനിക-
ന്റെ ഗളത്തിൽ
കനക പൂമാലയാണിപ്പോൾ
കഠിനം! സാധുവിൻ ഗളമതിൽ
തൂക്കു
ച്ചരടും കോർക്കുന്നു ദയനീയം.
....
മതി മതി നമ്മളവയെ സേവി-
ച്ചിട്ടു
ണ്ടിതുവരെ ഇനി അവ മതിയാ-
ക്കീടാം

അപ്രതിരോധ്യമായ ജനകീയ മുന്നേറ്റം ഒരു തന്ത്രപരമായ പിന്മാറ്റത്തിന് ദിവാനെ പ്രേരിപ്പിച്ചു. തലസ്ഥാനനഗരിയിലെ ഒക്ടോബർ 23-ന് പ്രകടനം അവസാനിക്കുന്നതിന് മുമ്പുതന്നെ പ്രമുഖ രാഷ്ട്രീയത്തടവുകാരെ സർക്കാർ ശിക്ഷ ഇളവു ചെയ്തു വിടുതൽ ചെയ്തു. ദിവാൻ ആശിച്ചതുപോലെ തന്നെയായിരുന്നു പിന്നീട് കാര്യങ്ങൾ നീങ്ങിയത്. ബൂർഷ്വാ അതിരുകൾ വിട്ടു വളർന്നുകൊണ്ടിരുന്ന പ്രക്ഷോഭത്തിന് കടിഞ്ഞാണിടുകയും ഒത്തുതീർപ്പുകളിലൂടെ കഴിയുന്നത്ര നേട്ടങ്ങൾ ഉണ്ടാക്കുകയുമാണ് വേണ്ടതെന്ന് ആഗ്രഹിച്ചവർക്ക് സ്റ്റേറ്റ് കോൺഗ്രസിൽ മുൻതൂക്കം ലഭിച്ചു. തിരുവിതാംകൂറിന്റെ നാനാഭാഗത്തുനിന്നും എന്തിനും തയ്യാറായി വന്നുചേർന്ന വളണ്ടിയർസംഘങ്ങളെ വ്യക്തമായ ഒരുകർമ്മപരിപാടി നല്കിക്കൊണ്ടല്ലാതെ പിരിച്ചുവിടരുതെന്നും പ്രതിരോധത്തിലായിരുന്ന ദിവാൻ ഭരണത്തിനെതിരെ രൂക്ഷമായ കടന്നാക്രമണങ്ങൾ നടത്തേണ്ട സന്ദർഭമാണിതെന്നുമുള്ള യൂത്ത് ലീഗുകാരുടെ അഭിപ്രായത്തെ പട്ടം-വർഗ്ഗീസ് സ്റ്റേറ്റ് കോൺഗ്രസ് നേതൃത്വം തള്ളിക്കളഞ്ഞു. ജയഭേരിയോടെ തമ്പാനൂർ മൈതാനത്ത് കൂടിയ വളണ്ടിയർമാരെ കോൺഗ്രസ് വർക്കിങ് കമ്മിറ്റിയുടെ തീരുമാനങ്ങൾ വരെ കാത്തിരിക്കാൻ ആവശ്യപ്പെട്ടുകൊണ്ട് പട്ടം പിരിച്ചുവിട്ടതോടുകൂടി ബൂർഷ്വാ ദേശീയ പ്രസ്ഥാനത്തിലെ ഉജ്ജ്വല രംഗങ്ങൾക്ക് അന്ത്യതിരശ്ശീല വീണു. നാളുകൾക്കുശേഷം കൂടിയ കോൺഗ്രസ് വർക്കിങ് കമ്മിറ്റിക്ക് ആസൂത്രണം ചെയ്യാൻ കഴിഞ്ഞ ഏക

പരിപാടി ജയിൽമോചിതരായ നേതാക്കൾക്ക് നാടുതോറും ആഘോഷപൂർണ്ണമായ സ്വീകരണങ്ങൾ സംഘടിപ്പിക്കുക എന്നതുമാത്രമായിരുന്നു.

ബൂർഷ്വാ ദേശീയ നേതൃത്വവുമായി ഒരു അനൗപചാരിക സന്ധിയുണ്ടാക്കിയ ദിവാൻ ആലപ്പുഴയിലെ അഹങ്കാരികളായ കൂലികളെ ഒരു പാഠം പഠിപ്പിക്കാൻ കച്ചകെട്ടിയിറങ്ങി. ലാത്തിയും തോക്കും കൊണ്ടുമായി തൊഴിലാളികളോടുള്ള ന്യായവാദം. ആസൂത്രിതമായ അടിച്ചമർത്തൽ ഒക്ടോബർ 23 നുതന്നെ ആരംഭിച്ചു. കടപ്പുറത്തെ യോഗം കഴിഞ്ഞ് മടങ്ങുകയായിരുന്ന തൊഴിലാളികൾ ഫാക്ടറികളിൽനിന്നു ചരക്കുകൾ രാത്രി നീക്കം ചെയ്യാനുള്ള മുതലാളിമാരുടെ ശ്രമങ്ങളെ തടഞ്ഞത് മർദ്ദനം തുടങ്ങാൻ അവസരമായി പൊലീസും പട്ടാളവും കണ്ടു. വളണ്ടിയർമാർ ഇടപെട്ടു സമാധാനമുണ്ടാക്കിയിരുന്നെങ്കിലും പട്ടാളവണ്ടിയിൽ വന്നിറങ്ങിയ കാക്കിയുടുപ്പുകാർ ഒരു മർദ്ദന താണ്ഡവം തന്നെ കമേർഷ്യൽ കനാലിന്റെ തീരത്തു നടത്തി. ഓടി രക്ഷപ്പെടാൻ വിസമ്മതിച്ച തൊഴിലാളി വളണ്ടിയർമാരെ കനാലിലേക്ക് വലിച്ചെറിഞ്ഞു. ഈ കാളരാത്രി ഭീകരവാഴ്ചയുടെ കേളികൊട്ടു മാത്രമായിരുന്നു.

ബോംബെ കമ്പനിക്ക് സമീപം 24 ന് കാലത്ത് നടന്ന ലാത്തിച്ചാർജ്ജിൽ 260 ൽപ്പരം തൊഴിലാളികൾക്ക് പരിക്കേറ്റു. പണിക്കു കയറാൻ വിസമ്മതിച്ച തൊഴിലാളികൾക്ക് നേരെ സായുധ റൗഡിസംഘങ്ങൾ ആക്രമണം അഴിച്ചുവിട്ടു. വാരിക്കുന്തങ്ങളുമായി തൊഴിലാളികൾ റൗഡികളെ നേരിട്ടപ്പോൾ റൗഡി സംരക്ഷണത്തിനായി പട്ടാളം രംഗത്തുവന്നു. ചാവക്കാട്ടെ പാലത്തിന് സമീപം നടന്ന വെടിവെപ്പിൽ നാലു തൊഴിലാളികൾ മരിച്ചുവീണു. ക്ഷുഭിതരായ തൊഴിലാളികൾ കാറ്റാടിമരങ്ങൾ മുറിച്ചിട്ടു പട്ടാളവണ്ടികൾക്ക് മാർഗ്ഗതടസ്സം സൃഷ്ടിച്ചു. അവ നീക്കം ചെയ്യാൻ ചെന്ന പട്ടാളത്തിന്റെ വെടിയേറ്റ് പറവൂരിൽ ഒരു തൊഴിലാളി കൂടി മരണമടഞ്ഞു.

തുടർന്നുള്ള ദിനങ്ങളിൽ ആലപ്പുഴയിൽ നടന്നത് അക്ഷരാർത്ഥത്തിൽ റൗഡി പൊലീസ് പട്ടാള തേർവാഴ്ച തന്നെയായിരുന്നു. യൂണിയൻ ആപ്പീസ് കൈയേറി നശിപ്പിച്ചു. തൊഴിലാളി കുടുംബങ്ങളെ കടന്നാക്രമിച്ച് സ്ത്രീകളെ അപമാനിച്ചു. യൂണിയൻ പ്രവർത്തകർ വേട്ടയാടപ്പെട്ടു. നൂറുകണക്കിന് ഉശിരൻ പ്രവർത്തകരെ ലോക്കലിലിട്ടു. വർണ്ണനാതീതമായ പീഡനങ്ങൾ ഏല്പിച്ചു അവശരാക്കി. വെള്ളഭീകരത പരസ്യമായ യൂണിയൻ പ്രവർത്തനം അസാദ്ധ്യമാക്കി. നിലവിലുള്ള ട്രേഡ് യൂണിയൻ സംവിധാനങ്ങളെയാകെ തകർന്നു. സ്ഥിതിഗതികൾ വിലയിരുത്തുന്നതിന് പണിമുടക്ക് കമ്മിറ്റി യോഗം ചേർന്നപ്പോൾ കോറം പോലും തികഞ്ഞിരുന്നില്ല.

ഈ പ്രതിസന്ധിയെ മുറിച്ചുകടക്കുന്നതിനുള്ള ഒരുപരിപാടി സി എസ് പി നേതൃത്വം ആസൂത്രണം ചെയ്തു. മർദ്ദനത്തെ അതിജീവിക്കാൻ കഴിഞ്ഞ ഉശിരന്മാരെ ചേർത്തുകൊണ്ട് പണിമുടക്ക് കമ്മിറ്റി പുനഃസംഘടിപ്പിച്ചു. പുതിയ സാഹചര്യം ഫാക്ടറി കമ്മിറ്റികളുടെ പ്രവർത്തനത്തെ അസാദ്ധ്യമാക്കിത്തീർത്തു. അതിനാൽ യൂണിയനെ 10 പ്രാദേശിക വാർഡു കമ്മിറ്റികൾക്ക് കീഴിലായി പുനഃസംഘടിപ്പിച്ചു. പണിമുടക്കുമായി ബന്ധ

പ്പെട്ട എല്ലാ പ്രവർത്തനങ്ങളുടെയും പ്രായോഗിക നിയന്ത്രണം ഈ കമ്മിറ്റികൾക്കായി തീർന്നു.

സമരത്തിന് വേണ്ടി നടന്ന തയ്യാറെടുപ്പിലൂടെയും രാഷ്ട്രീയ പ്രചാരണത്തിലൂടെയും തൊഴിലാളി രംഗത്ത് സി എസ് പിക്ക് ലഭിച്ച ആശയപരമായ മുൻകൈ ഈ ട്രേഡ് യൂണിയൻ പുനഃസംഘടനയിലൂടെ സംഘടനാരംഗത്തും പ്രതിഫലിച്ചു തുടങ്ങി. ഈ പുതിയ പണിമുടക്ക് നേതൃത്വത്തിന് മുമ്പിൽ താമസിയാതെ ഗൗരവമായ ഒരു വെല്ലുവിളി ഉയർന്നുവന്നു. പട്ടിണിയും മർദ്ദനവും തൊഴിലാളി സാമാന്യത്തിന്റെ മനോവീര്യത്തെ ശോഷിപ്പിക്കുകയും തൊഴിലാളികൾ സാഹചര്യത്തിന്റെ സമ്മർദ്ദംമൂലം പതുക്കെ പതുക്കെ ഫാക്ടറികളിൽ പണിക്ക് കയറിത്തുടങ്ങുകയും ചെയ്തു. വില്യം ഗുഡേക്കർ കമ്പനിയുടെ മാനേജർ ഹെയിഡൻ സായിപ്പ് നവംബർ 3 ന് ദിവാനെഴുതി. "ഇന്നലെ പത്തു തൊഴിലാളികൾ എന്റെയടുത്തുവന്നിരുന്നു. ഈ പാവപ്പെട്ട വിഡ്ഢികൾ അക്ഷരാർത്ഥത്തിൽത്തന്നെ പട്ടിണിയിലാണ്. മനുഷ്യന്റെ ആകൃതിയിൽ ഇത്ര ദൈന്യമായ മാറ്റം ഇത്ര ചെറിയ കാലംകൊണ്ട് ഉണ്ടായി ഞാൻ കണ്ടിട്ടില്ല.. എന്റെ ഫാക്ടറിയിൽ പണിക്കു കയറുന്നവർക്ക് വരുമ്പോൾ തന്നെ ഒരു ഊണും അന്നുവൈകുന്നേരം തന്നെ എട്ടണ അഡ്വാൻസും കൊടുക്കുന്നതാണെന്നും ഞാൻ പ്രസിദ്ധം ചെയ്തിട്ടുണ്ട്. പ്രകോപനം ഉണ്ടാക്കി തൊഴിലാളികളെ കുഴപ്പത്തിൽ ചാടിച്ചിട്ടുണ്ട്. 'മലബാർ നേതാക്കൾ' കടന്നുകളഞ്ഞു എന്ന തല്പരകക്ഷികളുടെ അപവാദപ്രചാരണങ്ങളും പ്രശ്നങ്ങൾ സൃഷ്ടിച്ചു.

ഈ സാഹചര്യത്തെക്കുറിച്ചാലോചിക്കുന്നതിന് പണിമുടക്കുകമ്മിറ്റിയുടെ ഒരു യോഗം ചേർന്നു. യോഗത്തിൽ ജയിൽവിമുക്തരായി ആലപ്പുഴയെത്തിയ മാനേജിങ് കമ്മിറ്റി നേതാക്കളും പങ്കെടുത്തു. യോഗ നടപടികളെ കെ കെ വാര്യർ തന്നെ വിവരിക്കട്ടെ:

"കൃഷ്ണപിള്ള പറഞ്ഞു അല്പാല്പം ചോർച്ചയുണ്ട്. അത് തടയണം. പണിമുടക്ക് പൊളിയാനും പാടില്ല. പിൻവലിക്കാനും പാടില്ല." ചൂടുപിടിച്ച വാദപ്രതിവാദമായി. തൊഴിലാളികൾ അനുഭവിക്കുന്ന ദുരിതക്കൂമ്പാരത്തിന്റെ പേരിൽ കൂടിയാലോചനയുടെ പേരിൽ അങ്ങനെ പലതിന്റെയും പേരിൽ പണിമുടക്ക് പിൻവലിക്കാൻ ചിലർ ആവശ്യപ്പെട്ടു. അല്ലെങ്കിൽ ആകെ തളർന്നുപോകും എന്ന താക്കീതുകളുമുണ്ടായി. കൃഷ്ണപിള്ള സടകുടഞ്ഞെഴുന്നേറ്റു. "നാളെ പിക്കറ്റിങ്ങിന് തയ്യാറാവണം. അതാണ് മറുമരുന്ന്. നാളെ വില്യം ഗുഡേക്കർ പിക്കറ്റ് ചെയ്യണം."

സി എസ് പിയുടെ പ്രമുഖ പ്രവർത്തകരെ തന്നെയാണ് ആദ്യ പിക്കറ്റുകൾ നയിക്കുന്നതിന് പി കൃഷ്ണപിള്ള തിരഞ്ഞെടുത്തത്. കെ കെ വാര്യർ, സി ഒ മാത്യു, പി എ സോളമൻ, കെ വി പത്രോസ് എന്നിവരായിരുന്നു ആദ്യ ദിവസത്തെ പിക്കറ്റിങ്ങിന്റെ നേതാക്കൾ. പി എ സോളമൻ ഓർമ്മ പുതുക്കുന്നു.

> ഞങ്ങൾ പിക്കറ്റു ചെയ്യാൻ പോയത് തിരിച്ചുവരാൻ സാധിക്കുമെന്ന് കരുതി ആയിരുന്നില്ല. തിരിച്ചുവരുമെന്നുള്ള പ്രതീക്ഷ ഈ തീരുമാനം എടുക്കുമ്പോൾ കൃഷ്ണപിള്ളക്കും മറ്റു സഖാക്കൾക്കും

> ഉണ്ടായിരുന്നില്ല. അത്രയ്ക്കു ഭീകരമായ പൊലീസ് പട്ടാള വാഴ്ചയാണ് അവിടെ നടന്നുകൊണ്ടിരുന്നത്. ഒരു വിപ്ലവ പാർട്ടിയിലെ അംഗങ്ങളോടും സമരം ചെയ്യുന്ന തൊഴിലാളിവർഗ്ഗത്തോടും തങ്ങൾ മരിച്ചാലേ സമരം ജയിക്കാൻ പോകുന്നുള്ളൂ എന്നു വരുന്ന ഘട്ടങ്ങളിൽ അതിനെപ്പറ്റി തുറന്നു പറഞ്ഞുകൊണ്ട് മരിക്കാൻതന്നെ തന്റെ സഖാക്കളെ ബോധപൂർവ്വം പറഞ്ഞയ്ക്കാൻ കൂസാത്ത മനക്കരുത്ത് കൃഷ്ണപിള്ളയെപ്പോലെ മറ്റാർക്കും ഇതുവരെ ഇത്ര പൂർണ്ണമായി കണ്ടിട്ടില്ല.

പിന്നീട് നടന്ന രക്തത്തിലും കണ്ണീരിലും കുതിർന്ന രംഗങ്ങൾ കെ കെ വാര്യർ വിവരിക്കുന്നു.

> പിറ്റേന്ന് ഞങ്ങൾ പിക്കറ്റ് ചെയ്തു. അറസ്റ്റ് ചെയ്യപ്പെട്ട് ലോക്കപ്പിലെത്തി. അന്നുതന്നെ മാത്യുവിന് വെള്ളമിറങ്ങാത്ത സ്ഥിതിയായി... സഖാവ് വാര്യരെ പൊലീസ് കൂഴിക്കല്ല് കൊണ്ടിടിച്ചു കൊന്നു എന്നൊരു വാർത്ത പുറത്ത് പ്രചരിച്ചു. *മനോരമ*യിലും അത് വന്നു. കമ്പനിയിൽ കയറിയിടത്തോളം തൊഴിലാളികൾ പുറത്തിറങ്ങി. സ്ത്രീകൾ വാവിട്ടു കരഞ്ഞു. കൃഷ്ണപിള്ള പൊലീസ് സ്റ്റേഷന് മുമ്പിലെ തോടിനപ്പുറത്തുള്ള വോൾകാർടിന്റെ വാതുക്കൽ ഇരുന്ന് വിതുമ്പി. ധീരനായ ഈ തൊഴിലാളിവർഗ്ഗസേനാനി കണ്ണുനീർ വീഴ്ത്തിയ മറ്റൊരു സംഭവം മാത്രമേ രേഖപ്പെടുത്തിയിട്ടുള്ളൂ. നാല് വർഷത്തിന് ശേഷം തൂക്കുമരത്തെ കൂസാത്ത കയ്യൂർ രക്തസാക്ഷികളുടെ അചഞ്ചലമായ വിപ്ലവദാർഢ്യത്തിന് മുന്നിലായിരുന്നു അത്.

പണിമുടക്ക് വീണ്ടും പരിപൂർണ്ണമായിത്തീർന്നെങ്കിലും പിക്കറ്റിങ് തീരുമാനമെടുത്ത പണിമുടക്ക് കമ്മിറ്റിയിൽ നടന്ന വിവാദങ്ങൾ ഗുരുതരമായ ഒരു സംഘടനാപ്രശ്നത്തിന്റെ തുടക്കമായിരുന്നു. സ്റ്റേറ്റ് കോൺഗ്രസ് സമരം പിൻവലിച്ചതിന്റെ പശ്ചാത്തലത്തിൽ പണിമുടക്ക് ഏതു വിധേനയും ഒത്തുതീർപ്പിലെത്തിക്കണമെന്ന പക്ഷമായിരുന്നു ജയിൽമോചിതരായി വന്ന ആർ സുഗതൻ, വി കെ വേലായുധൻ, പി കെ കുഞ്ഞ് തുടങ്ങിയ നേതാക്കൾക്കുണ്ടായിരുന്നത്. ഉത്തരവാദിത്വഭരണ പ്രക്ഷോഭത്തിന്റെ ഭാഗമായി സ്റ്റേറ്റ് കോൺഗ്രസിന്റെ അംഗീകാരത്തോടെ തുടങ്ങിയതായിരുന്നു പണിമുടക്കെങ്കിലും ഒക്ടോബർ 23 നുശേഷം അതിന് സജീവ പിന്തുണ നല്കുന്നതിന് കോൺഗ്രസ് വിസമ്മതിച്ചു. വർക്കിങ് കമ്മിറ്റിയുടെ ആ പ്രമേയത്തിലും ഒരു അന്വേഷണ കമ്മീഷന്റെ സന്ദർശനത്തിലും ഒരിക്കലും വെളിച്ചം കാണാൻ ഇടയാകാത്ത കമ്മീഷൻ റിപ്പോർട്ടിലും ഒതുങ്ങിനിന്നു സ്റ്റേറ്റ് കോൺഗ്രസിന്റെ സമരപങ്കാളിത്തം.

പി കൃഷ്ണപിള്ളയുടെ അഭിപ്രായത്തിലാകട്ടെ ആലപ്പുഴയിലെ സ്റ്റേറ്റ് കോൺഗ്രസ് പ്രവർത്തകർ പലരും പണിമുടക്കത്തെ പരാജയപ്പെടുത്തുന്നതിന് സഹായകരമായ പ്രവർത്തനങ്ങളിലാണ് ഏർപ്പെട്ടിരുന്നത്. ഇവ

രിൽ പലരും തൊഴിലാളികളിൽ നിന്ന് ഉയർന്നുവന്ന പുതിയ സമരനേതാക്കളെ സംശയത്തോടെയാണ് വീക്ഷിച്ചത്. തങ്ങളുടെ നേതൃത്വസ്ഥാനം നഷ്ടപ്പെട്ടുപോകുമോ എന്ന ഭയമായിരുന്നു ഉള്ളിൽ.

ആർ സുഗതനെപ്പോലെ ആത്മാർത്ഥതയുള്ള ട്രേഡ് യൂണിയൻ സ്റ്റേറ്റ് കോൺഗ്രസ് പ്രവർത്തകർക്കുപോലും തങ്ങളുടെ ജയിൽവാസവേളയിൽ ആലപ്പുഴ തൊഴിലാളിക്ക് വന്നുചേർന്ന വിപ്ലവകരമായ പരിവർത്തനത്തെ മനസ്സിലാക്കാൻ കഴിഞ്ഞില്ല. തൊഴിലാളികളുടെ ആത്മത്യാഗ മനോഭാവത്തിൽ വിശ്വാസമർപ്പിക്കുന്നതിനു പകരം ഉപജാപങ്ങളിലൂടെ ഒത്തുതീർപ്പുണ്ടാക്കി എങ്ങനെയെങ്കിലും യൂണിയനെ രക്ഷിക്കാനായിരുന്നു ഇവരുടെയെല്ലാം ശ്രമം. ഇതു സംബന്ധിച്ച അഭിപ്രായവ്യത്യാസങ്ങൾ പഴയ മാനേജിങ് കമ്മിറ്റിയും പുതിയ പണിമുടക്കു കമ്മിറ്റിയും തമ്മിലുള്ള ഒരു സംഘർഷമായി രൂപംകൊണ്ടു.

മാനേജിങ് കമ്മിറ്റി നേതാക്കൾ പണിമുടക്ക് കമ്മിറ്റിക്കാരെ കുറിച്ച് അപവാദങ്ങളും ആരോപണങ്ങളും പ്രചരിപ്പിക്കാൻ തുടങ്ങി. വി കെ വേലായുധൻ ഇടപെട്ട് കൊപ്ര- കന്നിട്ട തൊഴിലാളികളുടെ പണിമുടക്കിനെ എകപക്ഷീയമായി നീട്ടിവെപ്പിച്ചു. അടുത്തതായി പണിമുടക്ക് കമ്മിറ്റി ഗൗരവമായ ആലോചനയ്ക്കുശേഷം വളരെ തയ്യാറെടുപ്പോടെ എ കെ ജിയുടെ നേതൃത്വത്തിൽ നടത്താൻ തീരുമാനിച്ച ഘോഷയാത്രയും പൊതുയോഗവും അനധികൃതവും യൂണിയന്റെ അനുമതി ഇല്ലാത്തതും മേലിൽ പണിമുടക്കിന്റെ കാര്യപരിപാടി കയർ ഫാക്ടറി യൂണിയൻ തൊഴിലാളികളെ അറിയിക്കുന്നതാണെന്നും മറ്റുമുള്ള ആക്ഷേപാർഹമായ ഒരു നോട്ടീസിലൂടെ ആർ സുഗതൻ, പി എൻ കൃഷ്ണപിള്ള, പി കെ കുഞ്ഞ്, സി കെ വേലായുധൻ എന്നിവർ നിരോധിച്ചു.

പണിമുടക്ക് കമ്മിറ്റിയെ അറിയിക്കാതെ മാനേജിങ് കമ്മിറ്റിയിലെ പ്രമുഖർ അധികൃതരുമായി സന്ധിസംഭാഷണം നടത്തുന്നുണ്ടായിരുന്നു. ഈ ചർച്ചയുടെ പുരോഗതിക്ക് ഘോഷയാത്ര തടസ്സമായിത്തീരും എന്നു ഭയന്നാണവർ അതിനെ നിരോധിച്ചത്. എന്നാൽ സന്ധിയാലോചനകൾ തൊഴിലാളികളുടെയിടയിൽ ഭിന്നിപ്പുണ്ടാക്കാനുള്ള ഒരു കുതന്ത്രമായിരുന്നുവെന്ന് പിന്നീട് തെളിഞ്ഞു. ചർച്ചകൾ പൊളിഞ്ഞതോടെ മിതവാദിയായിരുന്നെങ്കിലും പണിമുടക്ക് കമ്മിറ്റിയുടെ പരിപാടികളോട് സജീവമായി സഹകരിച്ച പി എൻ കൃഷ്ണപിള്ളയെ മജിസ്ട്രേറ്റ് അറസ്റ്റ് ചെയ്ത് ജയിലിലിലടച്ചു. മാനേജിങ് കമ്മിറ്റിക്കാർക്ക് തെറ്റ് സമ്മതിക്കേണ്ടിവന്നു. പണിമുടക്ക് ഊർജ്ജിതപ്പെടുത്താൻ അവർ തന്നെ പ്രസ്താവന ഇറക്കി. ഇതിന്റെ പശ്ചാത്തലത്തിൽ ഐക്യം നിലനിർത്തുന്നതിനായി മാനേജിങ് കമ്മിറ്റിയുടെ പ്രവർത്തനം സംബന്ധിച്ച പരസ്യവിമർശനം പണിമുടക്ക് കമ്മിറ്റി വേണ്ടെന്നുവെച്ചു.

എന്നാൽ പ്രാദേശിക കോൺഗ്രസ് നേതാക്കളായിരുന്ന അബ്ദുള്ള തുടങ്ങിയവരുടെ മുൻകൈയോടെ രഹസ്യചർച്ചകൾ വീണ്ടും ആരംഭിച്ചു. ഇവയുടെ ഫലമായി യാതൊരു മുന്നറിയിപ്പുമില്ലാതെ സമരം ഒത്തുതീർപ്പായെന്നും തൊഴിലാളികൾ പണിക്കു കയറണമെന്നും അഭ്യർത്ഥിച്ചുകൊണ്ടുള്ള മാനേജിങ് കമ്മിറ്റി നേതാക്കളുടെ പ്രസ്താവന നവംബർ 14 ന്

പുറത്തുവന്നു. പണിമുടക്ക് കമ്മിറ്റികളോടോ സ്ഥലത്തുണ്ടായിരുന്ന എ കെ ജി, പി കൃഷ്ണപിള്ള തുടങ്ങിയ നേതാക്കളോടോ ആലോചിക്കുക പോലും ചെയ്യാതെയാണ് അവർ ഈ നടപടി സ്വീകരിച്ചത്.

ഇതിനു പിന്നാലെ അന്തർനാടകങ്ങൾ പലതും വെളിപ്പെടുത്തുന്ന ജില്ലാ മജിസ്ട്രേട്ടിന്റെ രഹസ്യ റിപ്പോർട്ടിന്റെ പ്രസക്തഭാഗങ്ങൾ ഇവിടെ ഉദ്ധരിക്കട്ടെ!

> ഇന്നലെ വൈകുന്നേരം മൂന്നുമണിക്ക് തൊഴിലാളി യൂണിയൻ നേതാക്കളെ കൊണ്ട് (സുഗതൻ, വേലായുധൻ, അബ്ദുള്ള മുതലായവർ) പണിമുടക്ക് പിൻവലിച്ചുകൊണ്ടുള്ള പ്രസ്താവന പുറപ്പെടുവിക്കുന്നതിൽ ഞങ്ങൾ വിജയിച്ചു. ഇതറിഞ്ഞു മറ്റുള്ള ചിലർ (യൂത്തുലീഗുകാർ) തീവ്രവാദികളെ (പണിമുടക്ക് കമ്മിറ്റിക്കാരെ) സമീപിക്കുകയും പണിമുടക്ക് പിൻവലിക്കാനുള്ള അവകാശം പണിമുടക്ക് കമ്മിറ്റിക്കാണെന്നും പി എൻ കൃഷ്ണപിള്ള, അച്യുതൻ തുടങ്ങി കസ്റ്റഡിയിലിരിക്കുന്നവരെ സ്വതന്ത്രരാക്കിയതിനുശേഷമേ പണിമുടക്ക് പിൻവലിക്കേണ്ടതുള്ളൂവെന്നും ബോദ്ധ്യപ്പെടുത്തുകയും നേതാക്കളുടെ പ്രസ്താവനയെ നിരാകരിപ്പിക്കുകയും ചെയ്തു. രാത്രിയിൽ മാത്രമാണ് ഞങ്ങൾ ഇതറിഞ്ഞത്. അപ്പോൾ തന്നെ യൂണിയൻ കമ്മിറ്റിയോഗം വിളിച്ചുകൂട്ടിപ്പിക്കുകയും പണിമുടക്ക് കമ്മിറ്റിയുടെ ഭാവിപ്രവർത്തനങ്ങൾ ഇല്ലാതാക്കുന്നതിനായി അതിനെ പിരിച്ചുവിടുകയും ചെയ്തു. എന്തായാലും അവരുടെ ക്യാമ്പിൽ പിളർപ്പുണ്ടാക്കാൻ നമുക്ക് കഴിഞ്ഞിരുന്നു.

മാനേജിങ് കമ്മിറ്റിയും പണിമുടക്ക് കമ്മിറ്റിയും തമ്മിൽ പരസ്യമായ ഒരേറ്റുമുട്ടൽ അനിവാര്യമായിത്തീർന്നു.

സന്ധി വ്യവസ്ഥകൾ പണിമുടക്ക് കമ്മിറ്റിക്ക് അതൃപ്തികരമായിരുന്നു. ആശ്വാസ അലവൻസായി രൂപക്ക് ഒരണവെച്ച് കൂലിക്കൂടുതൽ നല്കാമെന്നും പ്രതികാര നടപടികൾ സ്വീകരിക്കയില്ലെന്നും മുതലാളിമാർ സമ്മതിച്ചു. ഇതിനുപാധിയായി മുതലാളിമാർ മൂന്ന് കാര്യങ്ങൾ ആവശ്യപ്പെട്ടു: പണിമുടക്ക് പിൻവലിക്കുക, സർക്കാർ നടത്താനുറച്ചിരുന്ന അന്വേഷണ കമ്മിഷനോട് സഹകരിക്കുക, കൂടിയ കൂലി പട്ടണത്തിന് വെളിയിലുള്ള ഫാക്ടറികളിലും നല്കപ്പെടുമെന്ന് ഉറപ്പ് വരുത്തുക.

ഈ വ്യവസ്ഥകളെ പണിമുടക്ക് കമ്മിറ്റി ശക്തിയായി എതിർത്തു. ഒന്നാമതായി 'മുതലാളിമാരുടെ സംഘടനയിൽ ചേരാത്ത കമ്പനികളെക്കൊണ്ട് സന്ധിവ്യവസ്ഥകൾ തങ്ങളും സ്വീകരിക്കാമെന്ന് ഒരു തൊഴിലാളി പ്രവർത്തകനും ഏല്ക്കുന്നതല്ല. ഒരു കാരണം പറഞ്ഞ് മുതലാളിമാർക്ക് ഏതു സമയത്തും കൂലി കുറക്കാൻ കഴിയും.' രണ്ടാമതായി 'ചേർത്തല മുതലായ സ്ഥലങ്ങളിലെ പണിമുടക്കിനെ നിർത്തി അവിടത്തെ പണിമുടക്കിയ തൊഴിലാളികളെ ഒറ്റതിരിച്ച് നിരാശ്രയരാക്കിയതും വളരെ തെറ്റായ പ്രവൃത്തിയാകുന്നു' മൂന്നാമതായി 'പണിമുടക്ക് നിർത്താനുള്ള അധികാരം പണിമുടക്കിയ തൊഴിലാളികൾക്കല്ലാതെ മറ്റാർക്കുമില്ല. അങ്ങ

നെയിരിക്കെ പണിമുടക്ക് കമ്മിറ്റിക്ക് മുഴുവൻ തൊഴിലാളികളുടെയും അഭിപ്രായം അറിഞ്ഞൊരു തീരുമാനം ചെയ്യാൻ സമയം അനുവദിക്കാതെ ഇപ്രകാരം ചെയ്ത അവർ തൊഴിലാളി താല്പര്യങ്ങളോടുള്ള അവരുടെ അശ്രദ്ധ വ്യക്തമാക്കി.' പണിമുടക്ക് പിൻവലിക്കുന്നത് സംബന്ധിച്ച് പണിമുടക്ക് കമ്മിറ്റിയുമായി ആലോചിക്കാൻ പോലും നേതാക്കൾ തയ്യാറായില്ല എന്നോർക്കുമല്ലോ. പണിമുടക്ക് രംഗത്ത് ഊർജ്ജിതമായി നിന്നിരുന്നുവെങ്കിൽ ഇതിനേക്കാൾ മെച്ചപ്പെട്ട ഒത്തുതീർപ്പുണ്ടാക്കാമെന്ന അഭിപ്രായമായിരുന്നു പണിമുടക്ക് കമ്മിറ്റിക്കാർക്ക്.

മാനേജിങ് കമ്മിറ്റിയുടെ നടപടിയിൽ ക്ഷുഭിതരായ തൊഴിലാളികളിൽ ചിലർ ആർ സുഗതനെയും വി കെ വേലായുധനെയും മറ്റും കായികമായി ആക്രമിക്കാൻ വരെ ഒരുമ്പെട്ടു. തൊഴിലാളികൾ പണിക്ക് കയറരുതെന്ന് പണിമുടക്ക് കമ്മിറ്റി പ്രവർത്തകർ വാർഡുകൾ തോറും പ്രചാരണം നടത്തി. പുതിയ പരിതഃസ്ഥിതിയെ വിലയിരുത്തുന്നതിനായി പണിമുടക്ക് കമ്മിറ്റിയുടെ അടിയന്തരയോഗം രാത്രിതന്നെ ചേർന്നു. എ കെ ജിയെയും പി കൃഷ്ണപിള്ളയെയും കൂടാതെ ശ്രീകണ്ഠൻനായർ തുടങ്ങിവരും ആ സുപ്രധാന യോഗത്തിൽ പങ്കെടുത്തു

മാനേജിങ് കമ്മിറ്റിയുടെ നടപടി തെറ്റായി പോയെങ്കിലും തൊഴിലാളികളിൽ ഭിന്നിപ്പുണ്ടായിരുന്നതിന്റെയും സ്റ്റേറ്റ് കോൺഗ്രസ് സ്വീകരിച്ച പ്രതികൂല നിലപാടിന്റെയും പശ്ചാത്തലത്തിൽ സമരം അനിശ്ചിതമായി തുടരാൻ തീരുമാനിക്കുന്നത് ആത്മഹത്യാപരമായിരിക്കുമെന്ന് പി കൃഷ്ണപിള്ള തുടങ്ങിയവർ വിശദീകരിച്ചു. കെ കെ കുഞ്ഞന്റെ വിവരണപ്രകാരം

> പണിമുടക്ക് കമ്മിറ്റിക്ക് ഇതംഗീകരിക്കാനും ബോദ്ധ്യപ്പെടാനും വെളുപ്പാൻകാലം വരെ കൃഷ്ണപിള്ളയും എ കെ ജിയും മാറി മാറി വിശദീകരിക്കേണ്ടിവന്നു. ഒടുവിൽ പണിമുടക്ക് പിൻവലിച്ചുകൊണ്ടുള്ള കമ്മിറ്റിയുടെ ബുള്ളറ്റിൻ കല്ലിൽ അച്ചടിച്ചതുമായി നേരം വെളുത്താണ് കമ്മിറ്റി അംഗങ്ങൾ വാർഡുകളിലേക്ക് പുറപ്പെട്ടത്.

വില്യം ഗുഡേക്കറിലെ ഹെയ്ഡൻ സായിപ്പ് 18 ന് ചീഫ് സെക്രട്ടറിക്കെഴുതി.

> എനിക്ക് അറിയാൻ കഴിഞ്ഞിടത്തോളം പട്ടണത്തിലെ ഫാക്ടറികളെല്ലാം സാധാരണ ഗതിയിൽ പ്രവർത്തിച്ചു തുടങ്ങി. സത്യം പറഞ്ഞാൽ ആവശ്യത്തിലധികം തൊഴിലാളികൾ പണിതേടി വന്നതിനാൽ ചിലരെ ഇന്നു പണി നല്കാതെ തിരിച്ചുവിടേണ്ടിവന്നു.

മാനേജിങ് കമ്മിറ്റി നേതാക്കൾക്ക് അവർ ആഗ്രഹിച്ചതുപോലെ കാര്യങ്ങൾ നീക്കാൻ കഴിഞ്ഞെങ്കിലും വർഗ്ഗബോധമുള്ള തൊഴിലാളികൾക്കിടയിൽ അവരുടെ സ്വാധീനം ഗണ്യമായി കുറഞ്ഞു. ആലപ്പുഴയിൽ ചേർന്ന ഒരു സ്റ്റേറ്റ് കോൺഗ്രസ് യോഗനടപടികളെക്കുറിച്ചുള്ള പൊലീസ് റിപ്പോർട്ട് ഇതിന് തെളിവാണ്.

....ഒരണ കൂലിക്കൂടുതൽ വാങ്ങിക്കൊണ്ട് പൊതു പണിമുടക്ക് പിൻവലിക്കുന്നതിന് ആർ സുഗതനോടൊപ്പം മുൻകൈ എടുത്ത തിരുവിതാംകൂർ കയർ ഫാക്ടറി യൂണിയൻ മാനേജിങ് കമ്മിറ്റി അംഗമായ സി കെ വേലായുധനെ പല പ്രാവശ്യം സദസ്യർ കൂകി യിരുത്തി. അദ്ധ്യക്ഷൻ പലതവണ ആവശ്യപ്പെട്ടിട്ടും മുഖ്യമായും തൊഴിലാളികളായിരുന്ന കേൾവിക്കാർ വേലായുധനെ പ്രസംഗി ക്കാനനുവദിച്ചില്ല.

മാനേജിങ് കമ്മിറ്റിയിൽത്തന്നെ മിതവാദികൾക്ക് ഭൂരിപക്ഷം നഷ്ട പ്പെട്ടു. ഡിസ്ട്രിക്ട് മജിസ്ട്രേറ്റ് നവംബർ 20 ന് ചീഫ് സെക്രട്ടറി ക്കെഴുതി. 'നാല്പതംഗ കമ്മിറ്റിയിലെ 25 പേർ പണിമുടക്ക് കമ്മി റ്റിയുടെ കൂടെയാണ്. കമ്മിറ്റിയിൽ ഇന്നും രണ്ടു ഫാക്ഷനുകൾ തുടരുന്നു. ഇത് നമുക്ക് നല്ലതുമാണ്. ഇതിന്റെ പശ്ചാത്തലത്തിൽ ഭൂരിപക്ഷക്കാരായ പണിമുടക്ക് കമ്മിറ്റി അനുഭാവികൾ മറ്റുള്ളവ രുടെ തീരുമാനത്തെ അംഗീകരിക്കുകയില്ല. അതായത് ഭൂരിപക്ഷം സുഗതനോ വേലായുധനോ വേണ്ടി നില്ക്കില്ല. ഇപ്പോഴും ജയി ലിൽ കഴിയുന്ന പി എൻ കൃഷ്ണപിള്ളയെയോ അച്യുതനെയോ മറ്റാരെയെങ്കിലുമോ അന്വേഷണ കമീഷനിലേക്ക് നാമനിർദ്ദേശം ചെയ്യണമെന്നാണ് അവരുടെ ആഗ്രഹം. ഇതാ ഇപ്പോൾ മൂന്നുമ ണിക്ക് ഞാൻ നിയോഗിച്ച പ്രത്യേക ദൂതൻ നല്കുന്ന വിവരം! പതിനെട്ടോ ഇരുപതോ വരുന്ന പണിമുടക്ക് കമ്മിറ്റിക്കാർ ഇന്ന് പതിനൊന്നരക്ക് എസ് എൻ ഡി പി യൂണിയൻ ആപ്പീസിൽ യോഗം ചേർന്നു. ഉച്ചയ്ക്ക് 2 മണിവരെ യോഗം നീണ്ടുനിന്നു. പി എൻ കൃഷ്ണപിള്ളയെയും വി കെ അച്യുതനെയും നാമനിർദ്ദേശം ചെയ്യാൻ അവർ തീരുമാനിച്ചിരിക്കുന്നു.

പൊലീസ് ഭീകരതയുടെ നാളുകളിൽ പണിമുടക്കിനെ വളരെയധികം സഹായിച്ച ഒരു വ്യക്തിയായിരുന്നെങ്കിലും മിതവാദിയായ ഒരു ട്രേഡ് യൂണിയനിസ്റ്റ് ആയിരുന്ന പി എൻ കൃഷ്ണപിള്ള. ഇദ്ദേഹത്തെ കരുവാക്കി തൊഴിലാളി യൂണിയനെ രാഷ്ട്രീയവല്ക്കരിക്കാനുള്ള നീക്കങ്ങൾ അധി കൃതർ ആസൂത്രണം ചെയ്തുതുടങ്ങി.

കെ സി കരുണാകരൻ മുതലാളി ദിവാന്റെ പേഴ്സണൽ സെക്രട്ടറി ചിദംബരത്തിന് ജനുവരി 19 ന് എഴുതിയ കത്ത് ഈ സംഭവ വികാസങ്ങ ളിലേക്ക് വെളിച്ചം വീശുന്നുണ്ട്.

....സ്ഥലത്തെ തൊഴിലാളികളും പി എൻ കൃഷ്ണപിള്ളയുമായുള്ള ബന്ധം ഞാൻ സശ്രദ്ധം വീക്ഷിക്കുന്നുണ്ട്. തിരുവിതാംകൂറിലെ ഒരു രാഷ്ട്രീയ സംഘടനയുമായും യാതൊരു ബന്ധവും തൊഴി ലാളികൾക്കില്ല എന്നൊരു പ്രമേയം തൊഴിലാളികളുടെ പൊതു യോഗത്തിൽ ചെന്ന് പാസാക്കുന്നതിന് ഞങ്ങൾ ശ്രമിച്ചുകൊണ്ടി രിക്കുകയായിരുന്നു. ഇതിന്റെയെല്ലാം ഫലമായി ഈ വാരാദ്യം പി എൻ കൃഷ്ണപിള്ളയും ദിവാനും തമ്മിൽ നടന്ന അഭിമുഖസംഭാ

ഷണത്തിന്റെ തുടർച്ചയായി ഇന്നലെ വൈകുന്നേരം ആറര മണിക്ക് യൂണിയൻ ആപ്പീസിൽ യൂണിയൻ കമ്മിറ്റിയുടെ യോഗം നിശ്ചയിച്ചിരുന്നു. യഥാർത്ഥത്തിൽ യോഗം നടന്നത് പി എൻ കൃഷ്ണപിള്ളയുടെ താമസസ്ഥലത്ത് വച്ചായിരുന്നു. മാനേജിങ് കമ്മിറ്റിയിലെ അദ്ദേഹത്തിന്റെ ഏറ്റവും വിശ്വസ്തരായ ചില അംഗങ്ങൾ മാത്രമായിരുന്നു യോഗത്തിൽ പങ്കെടുത്തതെന്ന് ഇന്നത്തെ രാത്രിതന്നെ അറിയാൻ കഴിഞ്ഞു. ഭാവിയിൽ തൊഴിലാളി യൂണിയന് തിരുവിതാംകൂറിലെ ഒരു രാഷ്ട്രീയ സംഘടനയുമായും ബന്ധം ഉണ്ടായിരിക്കുന്നതല്ലെന്ന ഒരു പ്രമേയം അവർ പാസാക്കി.

ഇത്തരം കമ്മിറ്റി പ്രമേയം പോരെന്നും ഒരു പൊതുയോഗപ്രമേയം തന്നെ വേണമെന്നുമായി മുതലാളിമാർ. അതിനുശേഷം മാത്രമേ തൊഴിലാളികളുടെ മേലുള്ള കേസുകൾ പിൻവലിക്കാൻ പാടുള്ളൂ എന്നവർ ദിവാനെ ഉപദേശിച്ചു. എന്നാൽ പണിമുടക്കത്തെ തുരങ്കം വെക്കുന്നതിൽ വിജയിച്ച അധികൃതർ തൊഴിലാളികളെക്കൊണ്ട് രാഷ്ട്രീയ അടിയറവ് പറയിക്കുന്നതിൽ ദയനീയമായി പരാജയപ്പെട്ടു. എന്തു ത്യാഗം സഹിക്കേണ്ടിവന്നാലും തങ്ങളുടെ രാഷ്ട്രീയനിലപാടു തള്ളിപ്പറയാൻ ആലപ്പുഴ തൊഴിലാളികൾ തയ്യാറായില്ല. അതിനു ശ്രമിച്ച പി എൻ കൃഷ്ണപിള്ളയുടെ നില പരുങ്ങലിലായിത്തുടങ്ങി. കെ സി കരുണാകരൻ മുതലാളി ദിവാനെഴുതി. "യൂണിയൻ പ്രസിഡന്റ് എന്ന പി എൻ കൃഷ്ണപിള്ളയുടെ സ്ഥാനം തന്നെ ഇളകിത്തുടങ്ങിയിരിക്കുന്നു. അതുകൊണ്ട് (നാം ആഗ്രഹിക്കുന്നതുപോലുള്ള) ഒരു പ്രമേയം പാസാക്കുന്നതിന് യൂണിയൻ പൊതുയോഗം വിളിക്കാൻ അയാൾ തയ്യാറല്ല." പി എൻ കൃഷ്ണപിള്ളയും കയർ ഫാക്ടറി തൊഴിലാളികളുമായുള്ള ബന്ധം ക്രമേണ അകന്നു. ഏതാനും കൊല്ലങ്ങൾക്ക് ശേഷം സർക്കാർ ചെലവിൽ വിദേശപഠനം നടത്തി തിരുവിതാംകൂർ ലേബർ ഡിപ്പാർട്ടുമെന്റിൽ ഉദ്യോഗസ്ഥനായി അദ്ദേഹം പ്രവേശിക്കുകയും ചെയ്തു.

മുതലാളിമാരും സർക്കാരും ആഗ്രഹിച്ചതുപോലെ യൂണിയൻ പിളരുകയോ പ്രസ്ഥാനം തകരുകയോ ഉണ്ടായില്ല. സി എസ് പി നേതൃത്വം കൈക്കൊണ്ട ശരിയായ അടവുകളായിരുന്നു ഇതിന് പ്രധാന കാരണം. മിതവാദികളായ നേതാക്കളെ ശക്തിയായി വിമർശിച്ചിരുന്നെങ്കിലും വിമർശനം ഒരു പിളർപ്പിലേക്കെത്തിക്കാതിരിക്കാൻ പി കൃഷ്ണപിള്ള പ്രത്യേകം ശ്രദ്ധിച്ചു. 1938 നവംബർ 28 ന് *പ്രഭാതത്തിൽ* പ്രസിദ്ധീകരിച്ച *ആലപ്പുഴ പൊതു പണിമുടക്കം* എന്ന ലേഖനത്തിന്റെ സ്വഭാവവും ഡിസംബർ 12 ന് *പ്രഭാതത്തിൽ* തന്നെ പ്രസിദ്ധീകരിച്ച *ആലപ്പുഴ തൊഴിലാളികളോട്* എന്ന ലേഖനത്തിലെ നിലപാടും തമ്മിൽ താരതമ്യപ്പെടുത്തിയാൽ ഇത് ബോദ്ധ്യമാകും.

ആദ്യ ലേഖനം മാനേജിങ് കമ്മിറ്റിയുടെ പ്രവൃത്തികളെ നിശിതമായി വിമർശിക്കുന്ന ഒന്നാണ്. എന്നാൽ രണ്ടാമത്തെ ലേഖനത്തിലാകട്ടെ ഐക്യം നിലനിർത്തേണ്ടതിന്റെ ആവശ്യകതയിലാണ് ഊന്നൽ.

> നാം അടിയന്തിരമായി വേണ്ടത് തമ്മിൽ തമ്മിൽ പല കാരണങ്ങൾ കൊണ്ട് ഉണ്ടായിരിക്കുന്ന അസുഖകരങ്ങളായ സംഭവങ്ങൾ മറന്ന് ഭാവി ശോഭനമാക്കാൻ ശക്തിമത്തായി സംഘടിപ്പിക്കുകയാണ്. നാം ഇന്ന് സമ്പാദിച്ച ഈ കാര്യങ്ങളെത്തന്നെ നിലനിർത്തുന്നതിനും കൂടുതൽ അവകാശങ്ങളെ സാധിക്കാനും ഈ സംഘടന അത്യന്താപേക്ഷിതമാക്കുന്നു.. പണിമുടക്കുകൊണ്ടുണ്ടായിട്ടുള്ള അനുഭവങ്ങളെ ഉപയോഗപ്പെടുത്തി പ്രവർത്തകന്മാർ യൂണിയന്റെ ഭാവി പ്രവർത്തനം നടത്തണം. നമ്മുടെ ഭാവി ശക്തിമത്തായ സംഘടനയിലാണ് നിലകൊള്ളുന്നത്.

സി എസ് പി നേതൃത്വം സ്വീകരിച്ച ഈ നയം തത്ത്വാധിഷ്ഠിതമായ പിടിവാശിയും എന്നാൽ ട്രേഡ് യൂണിയൻ ഐക്യം നിലനിർത്തുന്നതിനാവശ്യമായ അയവേറിയ അടവുകളും മിതവാദി നേതാക്കളിൽ ആത്മാർത്ഥതയുള്ളവർക്ക് യൂണിയൻ പ്രവർത്തകരായി തുടരുന്നതിനും അനുഭവത്തിലൂടെ തെറ്റുതിരുത്തുന്നതിനും അവസരം നല്കി. വി കെ വേലായുധനും പി കെ കുഞ്ഞും പി എൻ കൃഷ്ണപിള്ളയും മറ്റും തൊഴിലാളികളിൽ നിന്നകന്നുപോയപ്പോൾ ആർ സുഗതനും സി കെ വേലായുധനും കമ്യൂണിസ്റ്റുകാരായി തുടർന്നു.

ആർ സുഗതന്റെ ജീവചരിത്രകാരന്റെ (പുതുപ്പള്ളി രാഘവൻ) അഭിപ്രായത്തിൽ പണിമുടക്കിന്റെ തീക്ഷ്ണമായ അനുഭവങ്ങൾ സുഗതന്റെ ചിന്താഗതിയിലും പ്രവർത്തനത്തിലും സമ്പൂർണ്ണമായ ഒരു മാറ്റം വരുത്തി. "114 ന് മുമ്പുള്ള സുഗതനല്ല അതിനുശേഷമുള്ള സുഗതൻ" പുതിയ സുഗതൻ 1939 ന്റെ മെയ് ദിനത്തിൽ പ്രഖ്യാപിച്ചു.

"കോട്ടകൊത്തളം പീരങ്കി
തൊട്ടുമുട്ടാളർക്കുള്ള
കോപ്പുകൾ
നമ്മളൊക്കെയൊരുമി-
ച്ചൊന്നേറ്റ്
അനങ്ങുമെങ്കിൽ തകർന്നു
പോം"

(*മേയ് ദിനം* - 1939)

ഈ കവിതാ പ്രഖ്യാപനത്തിന് സുഗതൻ കനത്ത വില തന്നെ നല്കേണ്ടി വന്നു. രാജ്യദ്രോഹക്കുറ്റത്തിന് മൂന്ന് കൊല്ലത്തെ കഠിനതടവ്.

സുഗതൻ മാത്രമല്ല, കെ സി ജോർജ്ജിനെപ്പോലുള്ള മറ്റനേകം സ്റ്റേറ്റ് കോൺഗ്രസ് പ്രവർത്തകർക്ക് കമ്യൂണിസത്തിന്റെ പാത ചൂണ്ടിക്കാണിച്ചു കൊടുത്തത് 1938 ലെ പണിമുടക്കായിരുന്നു. കുപ്രസിദ്ധമായ ഒക്ടോബർ 23 ന്റെ ഒത്തുതീർപ്പിനുശേഷവും സമരത്തിന്റെ കൊടിക്കൂറ താഴ്ത്താതെ ഇഞ്ചിഞ്ച് പൊരുതി നിന്ന ആലപ്പുഴ തൊഴിലാളികൾ സ്റ്റേറ്റ് കോൺഗ്രസിന്റെ ഔദ്യോഗിക നയങ്ങളിൽ നിരാശനായി അതൃപ്തി പൂണ്ടുനിന്നവരുടെ ശ്രദ്ധ പിടിച്ചുപറ്റി ശ്രീകണ്ഠൻ നായർ, സി ജെ ഫിലിപ്പോസ്, കെ

സി ജോർജ്ജ് തുടങ്ങി നിരവധി പ്രവർത്തകർ ആലപ്പുഴയിലെ സമരകേന്ദ്രത്തിലേക്ക് നീങ്ങി. പണിമുടക്ക് പ്രവർത്തനങ്ങളിൽ അവർ സജീവമായി ഏർപ്പെട്ടു. തിരുവിതാംകൂറിലുടനീളം അവർ നടത്തിയ സമരസഹായ പ്രവർത്തനങ്ങൾ പണിമുടക്കിന്റെ സന്ദേശം നാടിന്റെ നാനാഭാഗത്തും എത്തിച്ചു. തൊഴിലാളി സമരവുമായുള്ള സമ്പർക്കം അവരിൽ പലരെയും പുതിയ മനുഷ്യരാക്കിത്തീർത്തു.

കെ സി ജോർജ്ജ് എഴുതുന്നു:

> പണിമുടക്കിൽ ഏർപ്പെട്ടിരുന്ന ആലപ്പുഴ തൊഴിലാളികളുടെ ധീരതയും സ്വാതന്ത്ര്യബോധവും ത്യാഗസന്നദ്ധതയും എല്ലാറ്റിനുമുപരിയായി അവരുടെ സംഘടനാശേഷിയും എന്റെ രാഷ്ട്രീയജീവിതത്തിൽ പുതിയ വെളിച്ചം വീശി... ഏറ്റവും ക്രൂരമായ മർദ്ദനത്തെ നേരിട്ടുകൊണ്ട്, സ്റ്റേറ്റ് കോൺഗ്രസിന്റെ പിന്തുണയില്ലാതെതന്നെ സ്വന്തം ശക്തിയിൽ ആശ്രയിച്ചുകൊണ്ട്, രാജ്യത്തിന്റെ സ്വാതന്ത്ര്യത്തിനുവേണ്ടി സമരം തുടർന്നുകൊണ്ടിരുന്ന തൊഴിലാളിവർഗ്ഗം ഒരു പുതിയ പ്രവർത്തനരംഗവും പുതിയ പ്രവർത്തനശൈലിയും എനിക്ക് കാണിച്ചുതന്നു. അതില്ലായിരുന്നുവെങ്കിൽ അന്നുണ്ടായിരുന്ന നിരാശ എന്നെ എവിടെ കൊണ്ടുചെന്നെത്തിക്കുമായിരുന്നുവെന്ന് എനിക്കിപ്പോൾ പറയാൻ സാധിക്കുകയില്ല.

പണിമുടക്ക് രംഗത്തുണ്ടായ യോജിച്ച പ്രവർത്തനം സി എസ് പിയും യൂത്തുലീഗും തമ്മിലുണ്ടായിരുന്ന ബന്ധത്തെ കൂടുതൽ ദൃഢമാക്കിത്തീർത്തു. ഇതിന്റെ വളർച്ചയായിരുന്നു എം എൻ ഗോവിന്ദൻനായർ സെക്രട്ടറിയായിട്ടുള്ള റാഡിക്കൽ ഗ്രൂപ്പിന്റെ രൂപീകരണം. മലബാറിൽ സി എസ് പി യെ പോലെ തിരുവിതാംകൂറിലെ കോൺഗ്രസിനുള്ളിൽ സംഘടിത വാമപക്ഷമായി പ്രവർത്തിക്കുക എന്നതായിരുന്നു. റാഡിക്കൽ ഗ്രൂപ്പിന്റെ പരിപ്രേക്ഷ്യം.

തൊഴിലാളി പ്രസ്ഥാനവും സ്റ്റേറ്റ് കോൺഗ്രസിന്റെ ഇടതുപക്ഷവും തമ്മിൽ വളർന്നുവന്ന ഐക്യത്തെ അധികൃതർ ഗൗരവത്തോടെ തന്നെ വീക്ഷിച്ചു. പൊലീസ് രഹസ്യറിപ്പോർട്ടിന്റെ വിലയിരുത്തലിതായിരുന്നു.

> തൊഴിലാളികൾ കൂടുതൽ കൂടുതൽ കടന്നാക്രമണ ഭാവത്തിലാണ്. പൊലീസ് നിയന്ത്രണത്തിന് തങ്ങൾ വഴങ്ങില്ല എന്ന ധാരണയുണ്ടാക്കാൻ പ്രവർത്തകർ ബോധപൂർവ്വം ശ്രമിക്കുന്നു. ലഹളക്കേസിൽ പെട്ട് തൊഴിലില്ലാതെ നില്ക്കുന്നവരുടെ പ്രസംഗങ്ങൾ അക്രമാസക്തമാണ്. യൂണിയൻ മാനേജിങ് കമ്മിറ്റിയിലെ പന്ത്രണ്ടുപേർ റാഡിക്കൽ ഗ്രൂപ്പിൽ ചേർന്നത് ഇവരും തീവ്രവാദികളുമായുള്ള ബന്ധത്തെ സൂചിപ്പിക്കുന്നു. ഇത് വരാൻപോകുന്ന വിപത്തിന്റെ നാന്ദിയാണ്.

പൊലീസിന്റെ ആശങ്ക ആസ്ഥാനത്തായിരുന്നില്ല. ശ്രീകണ്ഠൻ നായരുടെ അനുയായികളുടെ ഒരു ചെറിയ വിഭാഗത്തെ മാറ്റിനിർത്തിയാൽ,

ഈ റാഡിക്കൽ ഗ്രൂപ്പുകാരായിരുന്നു നാല്പതുകളിൽ തിരുവിതാംകൂറിലെ കമ്യൂണിസ്റ്റ് പ്രസ്ഥാനത്തിന് അസ്ഥിവാരമിട്ടത്. 1940 ൽ പി എൻ കൃഷ്ണ പിള്ളയെ യൂണിയൻ നേതൃസ്ഥാനത്തുനിന്നും നീക്കി തിരുവിതാംകൂർ കയർ ഫാക്ടറി വർക്കേഴ്സ് യൂണിയന്റെ പ്രസിഡന്റായ ടി വി തോമസ് ഈ റാഡിക്കൽ ഗ്രൂപ്പിന്റെ ചാലിലൂടെയായിരുന്നു രാഷ്ട്രീയത്തിൽ പ്രവേശിച്ചത്.

ഇന്നു തിരിഞ്ഞുനിന്ന് നോക്കുമ്പോൾ 1938 ലെ പണിമുടക്ക് ആലപ്പുഴയിലെ തൊഴിലാളികളുടെ ചരിത്രത്തിൽ ഒരു നാഴികക്കല്ലായിരുന്നു എന്നു കാണുന്നതിന് പ്രയാസമില്ല. എന്നാൽ അന്നാവട്ടെ വെറും ആറേകാൽ ശതമാനം കൂലി വർദ്ധനയുമായി അവസാനിപ്പിക്കേണ്ടിവന്ന പണിമുടക്കിന്റെ നേട്ടങ്ങൾ തർക്കങ്ങൾക്കിട നല്കി. അത്തരം വിമർശനങ്ങൾക്ക് പി കൃഷ്ണപിള്ള നല്കിയ മറുപടിക്ക് ഇന്നും പ്രസക്തിയുണ്ട്.

> പണിമുടക്കിനെ സംബന്ധിച്ചിടത്തോളം അതിന്റെ വിജയം കണക്കാക്കുക എന്തെല്ലാം ആവശ്യങ്ങൾ കിട്ടി എന്നുള്ളതുകൊണ്ടു മാത്രമല്ല, യാതൊരു തരത്തിലും ജയം കിട്ടുകയില്ലെന്ന ബോദ്ധ്യമുണ്ടെങ്കിൽക്കൂടി മുതലാളിമാരുടെ ഭാഗത്തുനിന്നും ഗവൺമെന്റിന്റെ ഭാഗത്തുനിന്നുമുണ്ടാകുന്ന കൂലിക്കുറവ്, തൊഴിലാളികളുടെ മൗലികാവകാശങ്ങളെ ബാധിക്കുന്ന അക്രമപരമായ നിയമങ്ങൾ എന്നിവയെ എതിർക്കാൻ തൊഴിലാളികൾ പണിമുടക്കാറുണ്ട്. ഏറ്റവും വലിയ ത്യാഗങ്ങൾക്കു കൂടി ഒതുങ്ങാറുണ്ട്. അത്തരത്തിൽ മുതലാളിമാരുടെയും അവരെ താങ്ങി നിർത്തുന്ന ഭരണാധികാരികളുടെയും ഭാഗത്തുനിന്നുണ്ടാകുന്ന ഓരോ മർദ്ദനത്തെയും ഇഞ്ചിഞ്ചായി എതിർത്തുകൊണ്ട് മുന്നോട്ടുപോകാൻ വേണ്ടിയാണ് തൊഴിലാളിക്ക് സംഘടനയുടെ ആവശ്യകത. ഓരോ കാശ് കൂലി കൊടുക്കുമ്പോഴും ഓരോ തൊഴിലാളിയുടെ നേർക്ക് കൈ ചൂണ്ടുമ്പോഴും മുതലാളിമാർ അതിന്റെ ഫലമായുണ്ടാക്കുന്ന വമ്പിച്ച പണിമുടക്കത്തെപ്പറ്റിയും അതിന്റെ ഫലമായുണ്ടാകുന്ന കഷ്ടനഷ്ടങ്ങളെപ്പറ്റിയും ഭയങ്കര സ്ഥിതിയെപ്പറ്റിയും ആലോചിക്കാതിരിക്കില്ല. അങ്ങനെ നോക്കിയാൽ ഈ പണിമുടക്കം കൊണ്ടുള്ള പ്രഥമവും പ്രധാനവുമായ വിജയമായി ഞാൻ കണക്കാക്കുന്നത് ഇനി കൂലിക്കുറവ് വരുമ്പോഴും അക്രമങ്ങൾക്കൊതുങ്ങുമ്പോഴും ഈ പണിമുടക്കത്തെപ്പറ്റി മുതലാളിത്തം അധികാരിമാരും സ്മരിക്കാതിരിക്കില്ല എന്നാണ്.

1938 ലെ പണിമുടക്ക് വൻകിട ഫാക്ടറി മേഖലയിലെ കൂലി വെട്ടിക്കുറവിനും അക്രമപ്പിരിവുകൾക്കും ഫൈനുകൾക്കും ചരക്കുകൂലി സമ്പ്രദായത്തിനും അനിയന്ത്രിതമായി കോൺട്രാക്ട് സമ്പ്രദായം അവസാനിപ്പിക്കുന്നതിനും പശ്ചാത്തലമൊരുക്കി. മുപ്പതുകളിലെ കൂലി സേവന വ്യവസ്ഥകളെ വിവരിക്കുന്ന ജോർജ്ജ് കമ്മിറ്റി റിപ്പോർട്ടും നാല്പതുകളിലെ സ്ഥിതിഗതികളെ വിലയിരുത്തുന്ന റീഗേ കമ്മിറ്റി റിപ്പോർട്ടും പരിശോധിച്ചാൽ 1938 ലെ പണിമുടക്കും അനന്തര ട്രേഡ് യൂണിയൻ പ്രസ്ഥാനത്തിന്റെ

വളർച്ചയും കയർഫാക്ടറി തൊഴിലാളികളുടെ സാമ്പത്തിക സേവന നിലയിൽ തന്നെ വരുത്തിയ മാറ്റങ്ങൾ ഏതൊരാൾക്കും ബോദ്ധ്യപ്പെടും.

ഇതിലെല്ലാമുപരി തൊഴിലാളികളുടെ രാഷ്ട്രീയമനോഭാവത്തിൽ വരുത്തിയ വിപ്ലവകരമായ പരിവർത്തനമായിരുന്നു പണിമുടക്കത്തിന്റെ ഏറ്റവും വലിയ നേട്ടം. ഉത്തരവാദിത്വ ഭരണത്തിനുവേണ്ടി നടത്തിയ അനിശ്ചിതകാല പണിമുടക്ക് ബൂർഷ്വാ ദേശീയ നേതൃത്വത്തിന്റെ വഞ്ചനമൂലം താല്ക്കാലികമായി പരാജയപ്പെട്ടെങ്കിലും തൊഴിലാളികളുടെ രാഷ്ട്രീയ ബോധത്തെ അടിമുടി ഉടച്ചുവാർത്തു. ദേശീയപ്രസ്ഥാനത്തിന്റെ ഓരോ വഴിത്താരയിലും തൊഴിലാളിവർഗ്ഗ താല്പര്യങ്ങളും ബൂർഷ്വാ നേതൃത്വവും തമ്മിലുള്ള വൈരുദ്ധ്യങ്ങളെ അത് മറനീക്കി പുറത്തുകൊണ്ടുവന്നു. അവിടങ്ങളിലെല്ലാം തനതായ തൊഴിലാളിവർഗ്ഗ നിലപാട് വളരാൻ തുടങ്ങി.

സവർണ്ണജാതി മേധാവിത്വത്തിനെതിരായ സമരത്തിൽ തൊഴിലാളികളുടെ പങ്കാളിത്തത്തിന്റെ പ്രശ്നം തന്നെയെടുക്കുക. മുഖ്യമായും ഈഴവ ജാതിയിൽ പെട്ട കയർ തൊഴിലാളികൾ ഈഴവജാതി സംഘടനകളുടെ നേതൃത്വത്തിൽ നടന്ന സവർണ്ണമേധാവിത്വ-വിരുദ്ധ സമരങ്ങളിൽ സജീവമായി പങ്കെടുത്തു. മൂർച്ഛിച്ചുവന്ന തൊഴിൽ ബന്ധ സംഘർഷങ്ങളുടെ പശ്ചാത്തലത്തിൽ ട്രേഡ് യൂണിയന്റെ കീഴിൽ ഒരു വർഗ്ഗമെന്ന നിലയിൽ എല്ലാ ജാതിയിലും പെട്ട തൊഴിലാളികളും ഒരുമിച്ച് സമരരംഗത്തു വന്നുവെങ്കിലും സവർണ്ണ ജാതിവിരുദ്ധസമരത്തിൽ ജാതി സംഘടനകളുടെ അധീശത്വം ചോദ്യം ചെയ്യപ്പെട്ടിരുന്നില്ല. സവർണ്ണ മേധാവിത്വത്തിനെതിരെ സമരം ചെയ്യാൻ എസ് എൻ ഡി പി യൂണിയൻ. മുതലാളിമാർക്കെതിരെ സമരം ചെയ്യാൻ ട്രേഡ് യൂണിയൻ- ഇതായിരുന്നു സ്ഥിതിവിശേഷം. ഇത് പാടില്ലെന്നും തൊഴിലാളികൾ ജാതി സംഘടനകളുമായുള്ള ബന്ധം വിടർത്തണമെന്നുള്ള പ്രമേയം 1937 ലെ യൂണിയൻ വാർഷിക സമ്മേളനത്തിൽ സൃഷ്ടിച്ച കോലാഹലം ചില്ലറയല്ലായിരുന്നു. സവർണ്ണ മേധാവിത്വത്തിനെതിരായ സമരത്തെ തുരങ്കം വയ്ക്കുന്നതിനുള്ള ഒരു കുത്സിത ശ്രമമായിട്ടായിരുന്നു മഹാഭൂരിപക്ഷം തൊഴിലാളികലും ആ പ്രമേയത്തെ കണ്ടത്. പ്രമേയം അവതരിപ്പിച്ചവർക്കും എതിർത്തവർക്കും പൊതുവായ ഒരു ഘടകമുണ്ടായിരുന്നു. ഇരുവരും സവർണ്ണ മേധാവിത്വവിരുദ്ധ സമരത്തെ തൊഴിലാളികളുടെ ഒരു വർഗ്ഗകടമയായി കണ്ടില്ല.

ഇവയിൽനിന്നെല്ലാം വ്യത്യസ്തമായി സവർണ്ണമേധാവിത്വ വിരുദ്ധ സമരത്തിൽ തൊഴിലാളിവർഗ്ഗത്തിന്റെ സ്വതന്ത്ര നിലപാട് സംബന്ധിച്ച സി എസ് പിയുടെ നയത്തിന് തൊഴിലാളികളുടെ മേൽ അധീശത്വം നേടാൻ കഴിഞ്ഞത് പണിമുടക്ക് കാലത്തായിരുന്നു. പണിമുടക്ക് ഈഴവ മുതലാളിമാരടക്കമുള്ള മുതലാളിവർഗ്ഗവും എല്ലാ ജാതിയിൽപ്പെട്ടവരുൾക്കൊള്ളുന്ന തൊഴിലാളിവർഗ്ഗവും തമ്മിലുള്ള വൈരുദ്ധ്യത്തെ കേന്ദ്ര പ്രശ്നമായി ഉയർത്തിക്കൊണ്ട് വന്നു. ഈ വൈരുദ്ധ്യത്തെ ആസ്പദമാക്കി സമൂഹത്തിലെ മറ്റെല്ലാ പ്രശ്നങ്ങളോടുമുള്ള തങ്ങളുടെ നിലപാട് നിർവ്വഹിക്കാൻ തൊഴിലാളികൾ നിർബ്ബന്ധിതരായി. തൊഴിലാളികളെ എതിർക്കുന്നതിൽ ഈഴവ മുതലാളി മറ്റേത് മുതലാളിയെക്കാളും പിന്നിലല്ലെന്നും ഇത്തരമൊരു തർക്കത്തിൽ മദ്ധ്യസ്ഥം പിടിക്കാൻ ജാതി സംഘടനകൾക്ക്

കഴിയുകയില്ലെന്നും സാധാരണ തൊഴിലാളികൾക്കുവരെ അനുഭവത്തിൽ നിന്ന് ബോദ്ധ്യപ്പെട്ടു.

ഫ്യൂഡൽ സ്വേച്ഛാധിപത്യ ഭരണവുമായി ബൂർഷ്വാ വർഗ്ഗം കരുപ്പിടിപ്പിച്ചു തുടങ്ങിയ ഒത്തുതീർപ്പ് ഏറ്റവും നാടകീയമായി പ്രകടിപ്പിച്ചത് ഈഴവജാതി സംഘടനയായിരുന്നു. തങ്ങളുടെ സങ്കുചിതവും പരിമിതവുമായ ഉദ്യോഗസംവരണം വിദ്യാഭ്യാസ സൗകര്യങ്ങൾ, നിയമ സഭാപ്രാതിനിദ്ധ്യം തുടങ്ങിയ ആവശ്യങ്ങൾ അംഗീകരിക്കപ്പെട്ടതോടുകൂടി ഇനി സാമുദായ താല്പര്യങ്ങൾ സംരക്ഷിക്കാൻ ഉത്തമം ദിവാനുമായി ഒത്തുതീർപ്പുണ്ടാക്കുകയാണെന്ന നിഗമനത്തിൽ ഈഴവപ്രമാണിമാർ എത്തിച്ചേർന്നു. ഉദാഹരണത്തിന് യുക്തിവാദിയും നിരീശ്വരവാദിയും സ്റ്റേറ്റ് കോൺഗ്രസ് പക്ഷപാതിയുമായ സി കേശവനെതിരെ വടക്കൻ തിരുവിതാംകൂറിലെ 100 ഈഴവപ്രമാണിമാർ ഒപ്പിട്ട പ്രത്യക്ഷ പത്രം വായിക്കൂ.

> നമ്മുടെ സമുദായത്തിലെ അവശതകൾ മിക്കവാറും തീരനിരിക്കുന്നതിനാലും എസ് എൻ ഡി പി യോഗം യാതൊരു പ്രക്ഷോഭങ്ങളിലും പങ്കുകൊള്ളരുതെന്നും അങ്ങനെ പങ്കുകൊള്ളുന്നതായാൽ ആ വിഷയത്തിൽ നിസ്സഹകരണം അനുഷ്ഠിക്കുന്നതാണെന്നും താഴെ പേരെഴുതി ഒപ്പിട്ടിരിക്കുന്നവർ അഭിപ്രായപ്പെടുന്നു."

എസ് എൻ ഡി പി യൂണിയൻ സ്റ്റേറ്റ് കോൺഗ്രസും ഉത്തരവാദിത്വ ഭരണപ്രക്ഷോഭവുമായുള്ള എല്ലാ ബന്ധവും വിച്ഛേദിച്ചും ദിവാൻ ഭരണത്തിന്റെ കുഴലൂത്തുകാരായി. ഈഴവപ്രമാണിമാരായ ജാതിമേധാവികളുടെ വായാടിത്തത്താൽ ആകർഷിക്കപ്പെട്ട് സമരരംഗത്തിറങ്ങിയ സാധാരണക്കാരായ തൊഴിലാളികളെ ഈ സംഭവം ഇരുത്തിച്ചിന്തിപ്പിച്ചു. 1937 ൽ തൊഴിലാളിയോഗത്തിൽപ്പോലും ജാതിസംഘടനകൾക്കെതിരായ വിമർശനം കോലാഹലം സൃഷ്ടിച്ചെങ്കിലും 1939 ആയപ്പോഴേക്കും ജാതിയോഗങ്ങളിൽ പോലും ജാതിമേധാവികളുടെ ജനവിരുദ്ധ നിലപാടുകളെക്കുറിച്ചുള്ള വിമർശം സഹർഷം സ്വീകരിക്കപ്പെടുന്ന കാഴ്ചയാണ് ഈ കാലയളവിലെ ആലപ്പുഴ പ്രദേശത്തെ എസ് എൻ ഡി പി യൂണിയൻ സമ്മേളനങ്ങളുടെ പൊലീസ് റിപ്പോർട്ടുകളിൽ കാണാൻ കഴിയുന്നത്.

തൊഴിലാളികളെല്ലാം ഒന്നടങ്കം യോഗത്തിൽ നിന്നു വിട്ടുപോന്നുവെന്നോ തൊഴിലാളികൾ സവർണ്ണമേധാവിത്വ വിരുദ്ധ സമരങ്ങളിൽ നിന്ന് പിന്മാറിയെന്നോ അല്ല ഇപ്പറഞ്ഞതിനർത്ഥം. മറിച്ച് സവർണ്ണമേധാവിത്വ വിരുദ്ധസമരം പൊതുതൊഴിലാളിവർഗ്ഗ സമരത്തിന്റെ ഭാഗമായി മാറി. ഈ വർഗ്ഗപരമായ കടമ വിപ്ലവകരമായി പൂർത്തീകരിക്കുന്നതിന് ഈഴവമുതലാളിമാർ കൂടി അടങ്ങുന്ന മുതലാളിത്തത്തെയും മുതലാളിത്തം കൂടുതൽ കൂടുതൽ കൈകോർത്തു പിടിച്ചു തുടങ്ങിയ നാടുവാഴിത്ത സാമ്രാജ്യത്വത്തെയും കടപുഴക്കുന്ന സമരത്തിന് മാത്രമേ കഴിയൂ എന്ന ബോധം തൊഴിലാളികളിൽ അങ്കുരിച്ചുതുടങ്ങി.

സ്റ്റേറ്റ് കോൺഗ്രസുമായി സഹകരിക്കേ തന്നെ അതിൽ നിന്നു വ്യത്യസ്തമായ വർഗ്ഗതാല്പര്യങ്ങൾ തങ്ങൾക്കുണ്ടെന്നു മാത്രമല്ല ഈ ദേശീയ സ്വാതന്ത്ര്യസമരത്തിൽ വിട്ടുവീഴ്ചയില്ലാതെ അടിയുറച്ചു നിന്നു പോരാ

ടുന്നതിന് ബൂർഷ്വാ വർഗ്ഗം തയ്യാറാവില്ലെന്നും പണിമുടക്കുകാലത്തെ അനുഭവങ്ങൾ അവരെയും ബോദ്ധ്യപ്പെടുത്തി. ഉത്തരവാദിത്വഭരണ പ്രക്ഷോഭം എന്നാൽ ദിവാനെതിരെ സമരം മാത്രമല്ലെന്നും സാമ്രാജ്യത്വ പിൻബലത്തോടെ നാടുഭരിക്കുന്ന രാജാവു കൂടിയടങ്ങുന്ന മുഴുവൻ നാടുവാഴിത്ത ഭരണത്തോടുമുള്ള സമരമാണെന്നുമവർക്കു ബോദ്ധ്യപ്പെട്ടു. ഇത്തരമൊരു രാഷ്ട്രീയബോധവല്ക്കരണത്തിന്റെ പഠനക്കളരിയായി രൂപാന്തരപ്പെട്ടു പണിമുടക്കം. പി കൃഷ്ണപിള്ളയുടെ വിലയിരുത്തൽ ശ്രദ്ധേയമാണ്.

> സർക്കാർ അഴിച്ചുവിട്ട മർദ്ദനങ്ങളും അക്രമണങ്ങളും ഗവൺമെന്റ് വെറുമൊരു മുതലാളി പക്ഷം പിടിക്കുന്ന സ്ഥാപനമാണെന്ന യാഥാർത്ഥ്യത്തെ തൊഴിലാളികളുടെ കൂട്ടത്തിൽ വളരെ പിന്നോക്കം നില്ക്കുന്ന രാഷ്ട്രീയ ബോധമില്ലാത്തവർക്കുകൂടി വ്യക്തമാക്കിക്കൊടുക്കുകയാണ് ചെയ്തത്.

1937 ലെ ഒരു തൊഴിലാളി യോഗത്തിന്റെ ബാനറിൽ എഴുതിവച്ച മുദ്രാവാക്യം ശ്രദ്ധേയമാണ് “LONG LIVE HIS HIGHNESS THE MAHARAJA” (മഹാരാജാവ് തിരുമനസ്സ് നീണാൾ വാഴട്ടെ!) 1938 ലെ അനുഭവങ്ങളാണ് അന്നദാതാവായ പൊന്നുതമ്പുരാനെ തൊഴിലാളി വൃത്തങ്ങളിൽ നിന്നു ആട്ടിപ്പുറത്തിറക്കിയത്. പണിമുടക്കിനു ശേഷം ആലപ്പുഴയിലെ തൊഴിലാളിയോഗ നടപടികളുടെ പൊലീസ് റിപ്പോർട്ടുകൾ ഭരണകൂടത്തോടുള്ള പുതിയ വീക്ഷണത്തിന് ഉത്തമദൃഷ്ടാന്തങ്ങളാണ്. ഉദാഹരണത്തിന് അഖിലകേരള തൊഴിലാളി കോൺഫറൻസ് കഞ്ഞിക്കുഴിയിൽ യൂണിയൻ ഏറ്റെടുത്തു നടത്തുന്നത് സംബന്ധിച്ച വിമർശനങ്ങൾക്ക് ഒരു പ്രസംഗകൻ നല്കുന്ന മറുപടി വായിക്കുക.

> അത് വിപ്ലവകരമാണെന്ന് ആരോ പറയുന്നത് കേട്ടു. തൊഴിലാളികൾക്കു വിപ്ലവകരമല്ലാത്ത മറ്റൊരു കാര്യവുമില്ല. ഇന്നത്തെ സ്വാച്ഛാധികാരപരമായ ഗവൺമെന്റിനെ അധികാരത്തിൽ നിന്നു തട്ടിത്തെറിപ്പിച്ച് പുതിയൊരു ഭരണവും ഭരണവ്യവസ്ഥയും ഉണ്ടാക്കുന്നതിനാണ് തൊഴിലാളികൾ ശ്രമിക്കുന്നതും ആഗ്രഹിക്കുന്നതും.

സാമ്പത്തികാവശ്യങ്ങളെ മുൻനിർത്തി ആരംഭിച്ച പ്രക്ഷോഭത്തെ രാഷ്ട്രീയവല്ക്കരിക്കുന്നതിനും ആ സമരത്തിലെ അനുഭവങ്ങളെ വിപ്ലവബോധമാക്കി ഉയർത്തുന്നതിനും എങ്ങനെ കഴിഞ്ഞു? ഈ പ്രശ്നം പരിശോധിക്കുമ്പോഴാണ് ആ സമരത്തിലുടനീളം സി എസ് പി ഘടകം വഹിച്ച നേതൃത്വപരമായ പങ്ക് വെളിപ്പെടുന്നത്. വിപ്ലവബോധം പണിമുടക്കനുഭവങ്ങളിൽ നിന്ന് സ്വയംഭൂവായി ഉയർന്നുവന്നതായിരുന്നില്ല. ബോധപൂർവ്വമായ ഇടപെടലിന്റെ സൃഷ്ടിയായിരുന്നു അത്. പണിമുടക്ക് തയ്യാറെടുപ്പിന്റെ ഭാഗമായി നടത്തിയ വിപുലമായ രാഷ്ട്രീയവിദ്യാഭ്യാസ കാമ്പയിൻ, പൊലീസ് ഭീകരതയുടെ നാളുകളിൽ സംഘടിപ്പിച്ച രഹസ്യപ്രചാരണ യോഗങ്ങൾ പ്രചരിപ്പിച്ച പണിമുടക്കു നോട്ടീസുകൾ, മിതവാദികളുടെ

ചാഞ്ചാട്ടങ്ങളെയും ഒത്തുതീർപ്പുകളെയും തുറന്നു കാണിക്കൽ തുടങ്ങിയ സമരത്തിന്റെ ഓരോ ഘട്ടത്തിലും സി എസ് പി നേതൃത്വം നടത്തിയ പ്രചാരണങ്ങളും സ്വീകരിച്ച ശരിയായ അടവുകളും ഇല്ലായിരുന്നെങ്കിൽ പണിമുടക്കം എവിടെച്ചെന്നവസാനിക്കുമായിരുന്നു എന്നത് ആലോചിക്കേണ്ട കാര്യമാണ്.

ചുരുക്കത്തിൽ സാമ്പത്തിക സമരത്തെ രാഷ്ട്രീയവല്ക്കരിക്കുന്നതിന് സാമ്പത്തിക സമരബോധത്തെ വിപ്ലവരാഷ്ട്രീയ ബോധമായി ഉയർത്തുന്നതിന്, ആസൂത്രിതവും ചിട്ടയുമായി പ്രവർത്തിക്കുന്ന ഒരു മുന്നണി സംഘം അഥവാ തൊഴിലാളിവർഗ്ഗ പാർട്ടി കൂടിയേ തീരൂ. 1939 ഏപ്രിൽ 3 ലെ പ്രഭാതത്തിൽ പി കൃഷ്ണപിള്ള എഴുതി...

> അങ്ങനെ സമരത്തെപ്പറ്റി വ്യക്തമായ ബോധമുള്ള ഒരു പാർട്ടിയുടെ നേതൃത്വത്തിൽ ബഹുജനങ്ങൾ നയിക്കപ്പെട്ടെങ്കിൽ മാത്രമേ മുതലാളിത്തത്തിനെതിരായ ഈ സമരം വിജയത്തിൽ കലാശിക്കുകയുള്ളൂ എന്ന് മനസ്സിലാക്കണം. റഷ്യയിലെ തൊഴിലാളികളും കൃഷിക്കാരും അവരുടെ രാഷ്ട്രീയ കക്ഷിയായ ബോൾഷെവിക് പാർട്ടിയുടെ നേതൃത്വത്തിൽ വിപ്ലവം നടത്തുകയും അതിനുശേഷം പ്രവർത്തിക്കുകയും ചെയ്തതിനാലാണ് റഷ്യയിൽ തൊഴിലാളിഭരണം സ്ഥാപിതമായത്.

ഇത്തരത്തിലുള്ള ഒരു മുന്നണിസംഘത്തിന്റെ ബോധപൂർവ്വമുള്ള പ്രവർത്തനത്തെ നിഷേധിക്കുന്നതിനാണ് ഈ അദ്ധ്യായത്തിൽ പരാമർശിച്ച യൂറോപ്യൻ പണ്ഡിതന്മാർ ശ്രമിക്കുന്നത്. ഇന്നത്തെ ബൂർഷ്വാ പണ്ഡിതമൂഢന്മാർ എന്തുതന്നെ പറഞ്ഞാലും എന്താണ് സംഭവിച്ചുകൊണ്ടിരിക്കുന്നതെന്നതിനെക്കുറിച്ച് ആലപ്പുഴയിലെ മുതലാളിമാർക്ക് സംശയമുണ്ടായിരുന്നില്ല.

1938 വരെ ആലപ്പുഴ കയർ വ്യവസായത്തിലെ വെള്ളക്കാരായ മുതലാളിമാരും നാടൻ മുതലാളിമാരും രണ്ട് വ്യത്യസ്ത വ്യവസായ മണ്ഡലങ്ങളിലായി ഭിന്നിച്ചു സംഘടിച്ചു നില്ക്കുകയായിരുന്നു. വെള്ളക്കാരുടെ 'ട്രാവൻകൂർ ചേംബർ ഓഫ് കൊമേഴ്സിനെ' പിന്താങ്ങിയ ദിവാൻ വാട്സിനെതിരെ, 'ആലപ്പി ചേംബർ ഓഫ് കൊമേഴ്സിന്റെ' എം എൽ ജനാർദ്ദനപിള്ളയും എൻ സി ജോണും കൂടി 1928 ൽ അച്ചടിച്ചിറക്കിയ ഒരു തുറന്ന കത്ത് ഒരു സുപ്രധാന രേഖയാണ്. അതിൽ അവർ പ്രഖ്യാപിച്ചു.

> തിരുവിതാംകൂറിന്റെ താല്പര്യങ്ങൾക്കു കടകവിരുദ്ധമാണ് വെള്ളക്കാരുടെ വീക്ഷണങ്ങളെന്ന് നിരവധി ഭൂതകാല അനുഭവങ്ങൾ വെച്ച് ഞങ്ങൾക്ക് ചൂണ്ടിക്കാണിക്കാൻ കഴിയും. ഈ രണ്ടു സമൂഹങ്ങൾക്കും പ്രശ്നങ്ങളെ ഒരു കോണിൽ നിന്നു വീക്ഷിക്കാൻ കഴിയില്ല എന്നത് സംഗതികളുടെ കിടപ്പിൽ തന്നെ അനിവാര്യമായ ഒരു കാര്യമാണ്.

ഈ കുരിശുയുദ്ധ പ്രഖ്യാപനമെല്ലാം 1938 ൽ നാടാർ മുതലാളിമാർ

വിഴുങ്ങി. വളർന്നുവരുന്ന തൊഴിലാളി വർഗ്ഗ പ്രസ്ഥാനത്തിനെതിരായി ദേശ-ജാതി ഭേദമില്ലാതെ എല്ലാ മുതലാളിമാരും ഒരൊറ്റ സംഘടനയിൽ ഒന്നിച്ചു. അതാണ് ട്രാവൻകൂർ മാറ്റ്സ് ആന്റ് മാറ്റിങ് മാനുഫാക്ച്ചേഴ്സ് അസോസിയേഷന്റെ (ടി സി എം എം എം എ) രൂപീകരണത്തിന്റെ പശ്ചാത്തലം.

ഇത്തരം ഒരൊറ്റ സംഘടനയിൽ എല്ലാ മുതലാളിമാരും ഒന്നിക്കേണ്ടതിന്റെ ആവശ്യകതയെ വിശദീകരിച്ചുകൊണ്ട് 'ആലപ്പി ചേംബറി'ന്റെ മുഖപത്രമായ *കമേഴ്സ്യൽ റിവ്യൂ*വിൽ വന്ന ലേഖനം പ്രത്യേക ശ്രദ്ധയർഹിക്കുന്നു. ഏതാനും വരികൾ ഉദ്ധരിക്കട്ടെ.....

> തിരുവിതാംകൂറിലെ തൊഴിലാളികളുടെ നില ആസന്ന ഭാവിയിൽ ഇവിടത്തെ വ്യാവസായിക പുരോഗതിയിൽ നിർണ്ണായക സ്വാധീനം ചെലുത്താൻ പോവുകയാണ്. തങ്ങളും തൊഴിലാളികളും തമ്മിലുള്ള ബന്ധം സംബന്ധിച്ച ജീവത്തായ പ്രശ്നങ്ങളിൽ എല്ലാ മുതലാളിമാരും പൊതുവായ ഒരു ധാരണയിലെത്തേണ്ടത് അടിയന്തരാവശ്യമാണ്...
>
> മുതലാളിമാർ മനസ്സിലാക്കേണ്ടുന്ന ഒരു പ്രശ്നമുണ്ട്. ട്രേഡ് യൂണിയനിസത്തെ കമ്യൂണിസത്തിനെതിരായ ഒരു തടയായി ഉപയോഗപ്പെടുത്താം. തൊഴിലാളികളുടെ ഇന്നുള്ള സാമൂഹ്യ സാമ്പത്തിക നില മെച്ചപ്പെടുത്തണമെന്നു മാത്രമാണ് ട്രേഡ് യൂണിയനിസം ആഗ്രഹിക്കുന്നത്. അതേസമയം കമ്യൂണിസം വിപ്ലവത്തിനുവേണ്ടി നിലകൊള്ളുന്നു. കമ്യൂണിസം സമൂഹത്തിൽ പരന്നു തുടങ്ങിയിരിക്കുന്നു. വ്യവസ്ഥാപിതമായ ട്രേഡ് യൂണിയനുകളിലൂടെ സംഘടിപ്പിക്കപ്പെട്ട സംതൃപ്തരായ തൊഴിലാളികളിലൂടെയല്ലാതെ കമ്യൂണിസ്റ്റ് വേലിയേറ്റത്തെ അണകെട്ടാനാവില്ല.

ട്രേഡ് യൂണിയൻ പ്രസ്ഥാനത്തിന്റെ വളർച്ചയെ നഖശിഖാന്തം എതിർത്തുവന്ന മുതലാളിമാർ അവ അനിഷേദ്ധ്യ യാഥാർത്ഥ്യമായി കഴിഞ്ഞപ്പോൾ അടവുമാറ്റുന്നത് നോക്കൂ. ട്രേഡ് യൂണിയനുകൾ നല്ലത് എന്നാൽ കമ്യൂണിസം മോശം, എങ്ങനെ ട്രേഡ് യൂണിയൻ പ്രസ്ഥാനത്തെ അരാഷ്ട്രീയവല്ക്കരിക്കാം അതിനുള്ളിൽ നേതൃത്വം സ്ഥാപിച്ചുവരുന്ന കമ്യൂണിസ്റ്റ് പാർട്ടിയെ എങ്ങനെ ഇല്ലായ്മ ചെയ്യാം എന്നതായിത്തീർന്നു. അവരുടെ പരിശ്രമം മുഴുവൻ തൊഴിലാളിവർഗ്ഗ പ്രസ്ഥാനത്തെ ട്രേഡ് യൂണിയൻ നിയമാവലികൾക്കുള്ളിൽ ഒത്തുതീർപ്പു വട്ടമേശകൾക്കുചുറ്റും ഒതുക്കിക്കെട്ടാൻ അവർ നടത്തിയ പരിശ്രമങ്ങളുടെ പരാജയത്തിന്റെ- തൊഴിലാളിവർഗ്ഗരാഷ്ട്രീയത്തിന്റെ വിജയത്തിന്റെ- കഥയാണ്. ആലപ്പുഴ തൊഴിലാളിവർഗ്ഗ ചരിത്രത്തിലെ അടുത്ത അദ്ധ്യായം തങ്ങളുടെ താല്പര്യങ്ങൾക്കു ഉതകുംവിധം പ്രയോജനപ്പെടുത്താം എന്ന സമാശ്വാസത്തോടെ മുതാലളിമാർ അംഗീകരിച്ച ചിട്ടകളും ചട്ടങ്ങളും സ്ഥാപനങ്ങളും ഫലപ്രദമായി ഉപയോഗപ്പെടുത്തി തൊഴിലാളിവർഗ്ഗ രാഷ്ട്രീയം പുന്നപ്ര -വയലാർ സമരത്തിലേക്കുയർന്ന ആവേശകരമായ കഥയാണത്.

5

തൊഴിലാളിവർഗ്ഗ അധീശത്വവും തൊഴിലാളിവർഗ്ഗ പാർട്ടിയും ആലപ്പുഴയുടെ അനുഭവപാഠങ്ങൾ

മുതലാളിയുമായുള്ള കൂലിവേലബന്ധമാണ് ആധുനിക തൊഴിലാളി വർഗ്ഗത്തെ നിർവ്വചിക്കുന്നത്. എന്നാൽ ഈ വസ്തുനിഷ്ഠ ബന്ധത്തെക്കുറിച്ചും അതിൽ നിന്നുളവാകുന്ന വൈരുദ്ധ്യങ്ങളെക്കുറിച്ചും അവർ ബോധവാന്മാരാകുമ്പോൾ മാത്രമേ തൊഴിലാളിവർഗ്ഗ രൂപീകരണം പൂർണ്ണമാകുകയുള്ളൂ. ലെനിനെയും[1] ഗ്രാംഷിയെയും[2] പിന്തുടർന്നു ഈ വർഗ്ഗ ബോധവളർച്ചയെ വിവിധ തലങ്ങളായി തിരിക്കാം. ഇതുപ്രകാരം സ്വാതന്ത്ര്യസമരകാലത്തെ ആലപ്പുഴ തൊഴിലാളിവർഗ്ഗ ചരിത്രത്തെ താഴെപ്പറയുന്ന ഘട്ടങ്ങളായി തിരിക്കാവുന്നതാണ്.

1. നിലവിലുള്ള പ്രാങ്മുതലാളിത്ത സാമൂഹ്യ ഗ്രൂപ്പുകളിൽനിന്നുള്ള തൊഴിലാളിവർഗ്ഗത്തിന്റെ വസ്തുനിഷ്ഠമായ രൂപീകരണം.
2. ഈ സാമൂഹ്യ ഉദ്ഭവവും തുടർന്നും നിലനില്ക്കുന്ന പ്രാങ്മുതലാളിത്ത ഘടകങ്ങളും ഇതര സാമൂഹ്യവർഗ്ഗങ്ങളും തൊഴിലാളിയുടെ ബോധമണ്ഡലത്തിൽ ചെലുത്തുന്ന സ്വാധീനം.
3. തങ്ങൾക്ക് പൊതുവും മുതലാളിക്ക് വിരുദ്ധവുമായ സാമ്പത്തിക താല്പര്യങ്ങൾ സംബന്ധിച്ച തൊഴിലാളിവർഗ്ഗബോധത്തിന്റെ വളർച്ച.
4. ഇതര സാമൂഹ്യഗ്രൂപ്പുകളിൽനിന്നും വർഗ്ഗങ്ങളിൽനിന്നും വ്യത്യസ്തമോ വിരുദ്ധമോ ആയ തൊഴിലാളിവർഗ്ഗരാഷ്ട്രീയ-സാമൂഹ്യബോധത്തിന്റെ വളർച്ച-തൊഴിലാളിവർഗ്ഗതാല്പര്യങ്ങൾ സംരക്ഷിക്കപ്പെടണമെങ്കിൽ കോളനിവാഴ്ചയും ജന്മിത്തവും മുതലാളിത്തവും അവസാനിപ്പിക്കപ്പെടണമെന്നുള്ള ബോധം.
5. ഈ തൊഴിലാളിവർഗ്ഗ പരിപാടിക്ക് ആലപ്പുഴപ്രദേശത്തെ കീഴാള വർഗ്ഗങ്ങൾ നല്കിയ അംഗീകാരം അവരുടെ മേലുള്ള തൊഴിലാളി വർഗ്ഗ അധീശത്വത്തിന്റെ വളർച്ച.

ഇവയിൽ ഒന്നാമത്തെ പോയിന്റുമായി പ്രത്യക്ഷമായോ പരോക്ഷ

മായോ ബന്ധപ്പെട്ട വിപുലമായ സാഹിത്യം (പ്രബന്ധങ്ങളും പുസ്തകങ്ങളും മറ്റും) ഇന്ന് ലഭ്യമാണ്. ഇന്ത്യയിലെ വ്യവസായങ്ങളുടെ വളർച്ചയും തൊഴിലാളികളുടെ സേവന-വേതന വ്യവസ്ഥകളും ദയനീയാവസ്ഥയും അവർ വന്ന സാമൂഹ്യ പശ്ചാത്തലവും എല്ലാം വിശദമായ പഠനങ്ങൾക്ക് വിഷയീഭവിച്ചിട്ടുണ്ട്. മോറിസ് ഡി മോറിസിനെ[3]പ്പോലുള്ളവരുടെ പഠനങ്ങളാവട്ടെ തൊഴിലാളികളുടെ ദൗർലഭ്യം ഇന്ത്യൻ വ്യാവസായിക വളർച്ചക്ക് പൊതുവെ ഒരിക്കലും വിലങ്ങുതടിയായിരുന്നില്ല എന്ന് തെളിയിച്ചു. ഇന്ത്യയിൽ വ്യാവസായിക വളർച്ചയുടെ കാലമായപ്പോഴേക്കും പരമ്പരാഗത സാമൂഹ്യഘടനകളുടെ കാർക്കശ്യം കുറഞ്ഞിരുന്നു. ഗ്രാമങ്ങളിലെ സാമ്പത്തിക ഞെരുക്കം അത്രമേൽ അധികരിച്ചിരുന്നു. കീഴ്ജാതിക്കാരായിരുന്ന തൊഴിലാളികളിൽ നല്ലൊരു പങ്കെങ്കിലും അവർ ഏതെങ്കിലും ഒരു ജാതിയിൽപ്പെട്ടവർ മാത്രമായിരുന്നില്ല വൈവിദ്ധ്യമാർന്ന സാമൂഹ്യവിഭാഗങ്ങളിൽ നിന്നായിരുന്നു അവർ വന്നത്.

ജാതി പാരമ്പര്യങ്ങളുടെയും ശീലങ്ങളുടെയും അവശിഷ്ടങ്ങൾ ഫാക്ടറിക്കുള്ളിലെ തൊഴിൽവിഭജനത്തിലും മാനേജീരിയൽ സമ്പ്രദായങ്ങളിലും തൊഴിലാളികളുടെ പെരുമാറ്റത്തിലും കാണാമെങ്കിലും മൊത്തത്തിൽ ഫാക്ടറിയിലെ ജീവിതം പരമ്പരാഗത ലോകത്തിൽ നിന്ന് ഭിന്നമായിരുന്നു.[4] ഫാക്ടറിയിലെ സാമൂഹ്യമായ അദ്ധ്വാനവും പൊതുവായ പ്രശ്നങ്ങളും ഫാക്ടറിക്കുള്ളിൽ തൊഴിലാളികൾക്ക് ഒരു പൊതുസ്വഭാവം പ്രദാനം ചെയ്തു. ജീവിക്കാനായി സമരം ചെയ്യാൻ നിർബ്ബന്ധിതരായ അവർ ട്രേഡ് യൂണിയനുകളിൽ സുസംഘടിതരായി. ഇന്ത്യൻ ട്രേഡ് യൂണിയൻ പ്രസ്ഥാനത്തിന്റെ പ്രാദേശികവും ദേശീയവുമായ വളർച്ചയെക്കുറിച്ച് ഒട്ടനവധി ഗ്രന്ഥങ്ങൾ മുൻകാല ട്രേഡ്യൂണിയൻ പ്രവർത്തകരും അക്കാദമീയ പണ്ഡിതന്മാരും രചിച്ചിട്ടുണ്ട്. ഇവയെല്ലാം പരിശോധിച്ചാൽ മൊത്തത്തിൽ തെളിയുന്നത് ചിത്രമിതാണ്. ജാതിവ്യത്യാസങ്ങൾ പ്രാദേശിക അന്തരങ്ങൾ, രാഷ്ട്രീയ അഭിപ്രായങ്ങൾ തുടങ്ങിയവ സാമ്പത്തിക ആവശ്യങ്ങൾ നേടുന്നതിനായി സംഘടിപ്പിക്കുന്നതിന് ഇന്ത്യൻ തൊഴിലാളികളുടെ മുന്നിൽ അതിഗൗരവമായ പ്രതിബദ്ധങ്ങളായിരുന്നില്ല. ചിലപ്പോഴെല്ലാം പിന്നോട്ടടിക്ക് കാരണമായിട്ടുണ്ടെങ്കിലും അവയൊക്കെ മറികടന്നുകൊണ്ട് വളരാൻ ട്രേഡ് യൂണിയൻ പ്രസ്ഥാനത്തിന് കഴിഞ്ഞിട്ടുണ്ട്.

എന്നാൽ ഈ ട്രേഡ് യൂണിയൻ ബോധം നാലാമതായി വേർതിരിക്കുന്ന രാഷ്ട്രീയ ബോധത്തിൽനിന്ന് വ്യത്യസ്തമാണ്. രാഷ്ട്രീയബോധം സഹജവാസനാബദ്ധമല്ല. ട്രേഡ് യൂണിയൻ ബോധത്തെപ്പോലെ തൊഴിലാളികളുടെ ഫാക്ടറിക്കുള്ളിലെ അനുഭവങ്ങളിൽ നിന്ന് മാത്രമായി സ്വാഭാവികമായി ഉയർന്നുവരുന്ന ഒന്നല്ല അത്. പാർട്ടിയുടെ ബോധപൂർവ്വമുള്ള ഇടപെടലിലൂടെയാണ് ഇത് ഉണ്ടാകൂ. ഇന്ത്യയെപ്പോലുള്ള ഒരു രാജ്യത്ത് ഇതിന് പ്രസക്തി വർദ്ധിക്കുന്നു.

നിർവ്വചനപ്രകാരം തന്നെ രാഷ്ട്രീയബോധം തൊഴിലാളി-മുതലാളി ബന്ധമടക്കം സമൂഹത്തിലെ എല്ലാ സാമൂഹ്യബന്ധങ്ങളോടും പാരമ്പര്യങ്ങളോടും ബന്ധപ്പെട്ടിരിക്കുന്നു. മുതലാളി തൊഴിലാളിബന്ധം വളർന്നുവന്നതും സ്ഥിതി ചെയ്യുന്നതുമായ ഇന്ത്യയിലെ പൊതുസാമൂഹ്യ ചട്ട

ക്കൂട് യൂറോപ്യൻ രാജ്യങ്ങളിലേതിൽനിന്ന് തികച്ചും വ്യത്യസ്തമാണ്. രണ്ട് അടിസ്ഥാന പ്രത്യേകതകളെ എടുത്തു ചൂണ്ടിക്കാണിക്കട്ടെ:

എ. ഇന്ത്യൻ തൊഴിലാളിവർഗ്ഗത്തിന്റെ രൂപവല്ക്കരണത്തിന്റെ പ്രാരംഭദശകൾ കോളനിവാഴ്ചയിലാണ് നടന്നത്. കോളനിമേധാവിത്തത്തിനെതിരായ ദേശീയ സമരമായിരുന്നു മുഖ്യരാഷ്ട്രീയധാര. കാരണമെന്തു തന്നെയായിരുന്നാലും ദേശീയപ്രസ്ഥാനത്തിൽ അധീശത്വം വഹിച്ചത് ഇന്ത്യൻ മുതലാളിവർഗ്ഗമായിരുന്നു.

ബി. യൂറോപ്പിൽ നിന്ന് വ്യത്യസ്തമായി വ്യവസായ വളർച്ചക്ക് പശ്ചാത്തലമൊരുക്കിയ ബൂർഷ്വാവിപ്ലവം ഇന്ത്യയിൽ താരതമ്യേന ദുർബ്ബലമായിരുന്നു. ഇതുമൂലം ഫാക്ടറിക്കു വെളിയിൽ ആധിപത്യം ബൂർഷ്വാ സാമൂഹ്യ ബന്ധങ്ങൾക്കും മൂല്യങ്ങൾക്കുമായിരുന്നില്ല. മറിച്ച് പ്രാങ് മുതലാളിത്ത ഘടനകൾക്കും മൂല്യങ്ങൾക്കും അവയിൽ നിന്നുളവാകുന്ന സാമൂഹ്യ സംഘർഷങ്ങൾക്കുമായിരുന്നു.

ഇവ രണ്ടും ആധുനിക തൊഴിലാളിവർഗ്ഗത്തിന്റെ വീക്ഷണകോണുകളെ വികലപ്പെടുത്തുന്നതിന് വമ്പിച്ച സാദ്ധ്യത സൃഷ്ടിക്കുന്നുണ്ട്. തൊഴിലാളിവർഗ്ഗത്തിന്റെമേൽ അന്യവർഗ്ഗ ചിന്താഗതികൾക്കുള്ള സ്വാധീനത്തിനെതിരെയുള്ള സമരത്തെ അത്യന്തം സങ്കീർണ്ണമാക്കുന്നുണ്ട്. ഇതുകൊണ്ടാണ് ഇന്ത്യയെപ്പോലുള്ള രാജ്യത്തെ തൊഴിലാളിവർഗ്ഗപാർട്ടിയുടെ ബോധപൂർവ്വമുള്ള ഇടപെടലിന്റെ പ്രസക്തി തൊഴിലാളിവർഗ്ഗ രാഷ്ട്രീയ ബോധത്തിന്റെയും അധീശത്വത്തിന്റെയും വളർച്ചയിൽ സുപ്രധാനമാണെന്ന് നേരത്തെ അഭിപ്രായപ്പെട്ടത്. ഈ അദ്ധ്യായത്തിൽ മുഖ്യപ്രമേയം ഇതു സംബന്ധിച്ചതാണ്. അതുകൊണ്ട് ആലപ്പുഴയിലെ കയർ തൊഴിലാളികളുടെ വസ്തുനിഷ്ഠരൂപീകരണം സംബന്ധിച്ചും ട്രേഡ് യൂണിയൻ പ്രസ്ഥാനത്തിന്റെ വളർച്ചയെക്കുറിച്ചും വളരെ സംക്ഷിപ്തമായി മാത്രമേ ഇവിടെ പരിശോധിക്കുന്നുള്ളൂ.

ആലപ്പുഴയിലെ കയർ വ്യവസായ ചരിത്രം 1959 ൽ നിന്ന് തുടങ്ങുന്നുവെങ്കിലും ഒന്നാം ലോകമഹായുദ്ധത്തിനുശേഷം മാത്രമാണ് വ്യവസായം അടിക്കടി അഭിവൃദ്ധിപ്പെടാൻ തുടങ്ങിയത്. കൈത്തറിയെ ആസ്പദമാക്കിയുള്ള കയറുല്പാദനസമ്പ്രദായം തൊഴിൽ പ്രധാനമായിരുന്നു. വ്യവസായത്തിന്റെ ആരംഭകാലത്ത് അനുഭവപ്പെട്ട തൊഴിലാളികളുടെ ദൗർലഭ്യം മുപ്പതുകളിലെ സാമ്പത്തിക തകർച്ചയോടെ ഇല്ലാതായി. മുപ്പതുകളുടെ അവസാനം 25,000–30,000 തൊഴിലാളികൾ ആലപ്പുഴയിലെ കയർ വ്യവസായശാലകളിൽ പണിയെടുത്തിരുന്നു. തൊഴിലാളികളിൽ ബഹുഭൂരിപക്ഷവും ഈഴവജാതിയിൽപ്പെട്ടവരുമായിരുന്നു.

വ്യവസായം ആലപ്പുഴ പട്ടണത്തെ കേന്ദ്രീകരിച്ചാണ് പ്രവർത്തിച്ചതെങ്കിലും മുപ്പതുകളുടെ അവസാനമായപ്പോഴേക്കും പട്ടണത്തിലെ വൻകിട വ്യവസായശാലാ ഉടമസ്ഥരായ കയറ്റുമതിക്കാരിൽ നിന്ന് സബ്കോൺട്രാക്ടടിസ്ഥാനത്തിൽ പണി നടത്തിപ്പോന്ന നിരവധി ചെറുകിട ഫാക്ടറികൾ ഗ്രാമപ്രദേശങ്ങളിൽ മുളച്ചുവന്നു. പട്ടണത്തിലെ പ്രമുഖ വ്യവസായശാലകൾ യൂറോപ്യൻ കമ്പനികളുടെയോ ഗുജറാത്തി തിരുവിതാംകൂർ വർത്തകപ്രമാണിമാരുടേതോ ആയിരുന്നു. ചെറുകിട ഫാക്ട

റികളാവട്ടെ ഈഴവ മുതലാളിമാരുടെയുമായിരുന്നു. ക്രമേണ ഇവരിൽ ഒരു ന്യൂനപക്ഷത്തിന് കയറ്റുമതിക്കാരായി വളരാൻ കഴിഞ്ഞു.

വിവിധ വിഭാഗം കയറ്റുമതി മുതലാളിമാർ തമ്മിൽ - പട്ടണത്തിലെ വൻകിട യൂറോപ്യനും നാടനുമായ മുതലാളിമാർ തമ്മിലും ഇവർ ഇരുവരും ഒരുവശത്തും ഗ്രാമപ്രദേശത്തെ ചെറുകിട ഫാക്ടറി ഉടമസ്ഥരായ കയറ്റുമതിക്കാർ മറുവശത്തുമായും നടമാടിയ കഴുത്തറുപ്പൻ കച്ചവട മത്സരത്തിന്റെ ഫലമായി ഉല്പന്നങ്ങളുടെ വില ഇടിഞ്ഞു. ഫാക്ടറിയൊന്നും ഇല്ലാത്ത കേവലം കച്ചവടക്കാരായ കയറ്റുമതിക്കാരുടെ ഊഹക്കച്ചവടം പ്രശ്നങ്ങളെ സങ്കീർണ്ണമാക്കി.[5]

ഇതിന്റെയെല്ലാം ഫലമായി കൂലി നിരന്തരമായി വെട്ടിക്കുറക്കപ്പെട്ടു. തൊഴിൽ സാഹചര്യങ്ങൾ അധഃപതിച്ചു, സബ് കോൺട്രാക്ടിങ് സമ്പ്രദായം വ്യാപകമായി. ഇവയുടെയും വ്യവസായശേഷിയുടെ ലക്കുംലഗാനുമില്ലാത്ത വികസനത്തിന്റെയും ഫലമായി ആളോഹരി തൊഴിൽ ലഭ്യതയിലും വരുമാനത്തിലും ഉണ്ടായ ഇടിവ് ട്രേഡ് യൂണിയൻ സമരങ്ങളിലേക്ക് തൊഴിലാളികളെ നയിച്ചു. 1922 ൽ ട്രേഡ് യൂണിയൻ എന്നതിനെക്കാൾ കേവലം ജീവകാരുണ്യ സംഘടനയായി രൂപമെടുത്ത തിരുവിതാംകൂർ ലേബർ അസോസിയേഷൻ, അണികളുടെ നിരന്തരമായ സമ്മർദ്ദങ്ങളുടെ ഫലമായി കേരളത്തിലെ ഏറ്റവും ഉശിരൻ ട്രേഡ് യൂണിയനായി രൂപാന്തരപ്പെട്ടതെങ്ങനെയെന്ന് വേറൊരിടത്ത് വിശദമായി പ്രതിപാദിച്ചിട്ടുണ്ട്.[6]

ഇപ്രകാരം ഫാക്ടറിക്കുള്ളിൽ ഒരു വർഗ്ഗമെന്ന നിലയിൽ തങ്ങളുടെ സാമ്പത്തിക താല്പര്യ സംരക്ഷണാർത്ഥം തൊഴിലാളികൾ ട്രേഡ് യൂണിയനിൽ സുസംഘടിതരായിരുന്നുവെങ്കിലും ഫാക്ടറിക്ക് പുറത്ത് അവർ ജാതിസംഘടനകളുടെയും പ്രസ്ഥാനങ്ങളുടെയും സജീവപ്രവർത്തകരായിരുന്നു. ഈ ഗാഢബന്ധം മനസ്സിലാക്കണമെങ്കിൽ ഈ നൂറ്റാണ്ടിന്റെ ആരംഭകാലത്തെ തിരുവിതാംകൂറിലെ സാമൂഹ്യ-സാമ്പത്തിക ഘടന പഠിക്കണം. അവർണ്ണജാതികളിലും സമുദായങ്ങളിലും നിന്ന് ഉയർന്നുവന്നുകൊണ്ടിരിക്കുന്ന ബൂർഷ്വാ സാമൂഹ്യശക്തികളുടെ വളർച്ചയ്ക്ക് തങ്ങളുടെ ജാതികൾക്കുള്ളിൽ തന്നെയുള്ള ഘടനകളും പുറത്ത് നിലവിലിരുന്ന സവർണ്ണമേധാവിത്തവും തടസമായിത്തീർന്നു. 19-ാം നൂറ്റാണ്ടിന്റെ അവസാനത്തിലും 20-ാം നൂറ്റാണ്ടിന്റെ ആരംഭത്തിലുമായി ഈ സമുദായങ്ങളിൽ ഉയർന്നുവന്ന സാമൂഹ്യപരിഷ്കരണ പ്രസ്ഥാനങ്ങളുടെ ലക്ഷ്യം ഇത്തരം പ്രാങ്മുതലാളിത്ത പ്രതിബന്ധങ്ങളെ തട്ടിമാറ്റുക എന്നതായിരുന്നു.

ഈ സാമൂഹ്യ ഉണർവ്വിന്റെ ഏറ്റവും വിപ്ലവകരമായ വശങ്ങൾ ഈഴവ സാമൂഹ്യ പരിഷ്കരണ പ്രസ്ഥാനത്തിലായിരുന്നു. ബൂർഷ്വാ റാഡിക്കലിസം അതിന്റെ പാരമ്യതയിലെത്തുന്നത് ഇവിടെയാണ്. വളരുന്ന ഈഴവ ബൂർഷ്വാസി തങ്ങളുടെ പുതിയ സാമ്പത്തിക നിലക്കനുസൃതമായ സാമൂഹ്യ പദവിക്കുവേണ്ടിയുള്ള പോരാട്ടത്തിൽ ഈഴവ ബഹുജനങ്ങളെ വിജയകരമായി അണിനിരത്തി. ഈ പ്രസ്ഥാനങ്ങളിലൂടെയാണ് കയർ തൊഴിലാളികൾ തിരുവിതാംകൂറിലെ സാമൂഹ്യ രാഷ്ട്രീയ രംഗവേദിയിൽ

പ്രവേശിക്കുന്നത്. ഈഴവ സാമൂഹ്യ പരിഷ്കരണ പ്രസ്ഥാനത്തിലെ ദേശീയതയുടെയും ബൂർഷ്വാ റാഡിക്കലിസത്തിന്റെയും ധാരകൾ അവരെ ലഹരി പിടിപ്പിച്ചു.[7]

അങ്ങനെ മൊത്തത്തിൽ പരിശോധിച്ചാൽ കയർ തൊഴിലാളികൾ ഇരട്ട ജീവിതമായിരുന്നു നയിച്ചത് എന്ന് കാണാൻ കഴിയും. ഫാക്ടറിക്കുള്ളിൽ തൊഴിലാളി, ഫാക്ടറിക്ക് പുറത്ത് ഈഴവൻ. സവർണ്ണമേധാവിത്തത്തിനെതിരെ സമരം ചെയ്യാൻ എസ് എൻ ഡി പി യൂണിയൻ, മുതലാളിമാർക്കെതിരെ സമരം ചെയ്യാൻ ട്രേഡ് യൂണിയൻ ഇതായിരുന്നു സ്ഥിതിവിശേഷം. ഇത് പാടില്ലെന്നും തൊഴിലാളികൾ ജാതിസംഘടനകളുമായുള്ള ബന്ധം വിടർത്തണമെന്നുമുള്ള പ്രമേയം 1937 ലെ യൂണിയൻ വാർഷിക സമ്മേളനത്തിൽ സൃഷ്ടിച്ച കോലാഹലം ചില്ലറയല്ല.[8] സവർണ്ണ മേധാവിത്തത്തിനെതിരായി സമരത്തെ തുരങ്കം വയ്ക്കുന്നതിനുള്ള ഒരു കുത്സിതശ്രമമായിട്ടായിരുന്നു മഹാഭൂരിപക്ഷം തൊഴിലാളികളും ആ പ്രമേയത്തെ കണ്ടത്. അവസാനം എത്തിച്ചേർന്ന ഒത്തുതീർപ്പ് പഴയ നില മാറ്റമില്ലാതെ തുടരട്ടെ എന്നായിരുന്നു. ട്രേഡ് യൂണിയനുള്ളിൽ ജാതിമത പരിഗണനകൾ പാടില്ല. എന്നാൽ ഫാക്ടറിക്ക് പുറത്ത് സാമൂഹ്യ താല്പര്യങ്ങൾ സംരക്ഷിക്കുന്നതിനായി ഇഷ്ടമുള്ള ജാതിമത സംഘടനകളിൽ യൂണിയൻ അംഗങ്ങൾക്ക് പ്രവർത്തിക്കാം. ചരിത്രകാരന്റെ മുന്നിലുള്ള പ്രശ്നം ഇതാണ്. കയർത്തൊഴിലാളികളുടെ ജീവിതത്തിലെ ഈ വിഭജനം എങ്ങനെയാണ് ഇല്ലാതായത്? താൻ പ്രാഥമികമായി തൊഴിലാളിവർഗ്ഗത്തിലെ ഒരംഗമാണെന്നും മറ്റെല്ലാം ഇതിന് കീഴ്പെട്ടതാണെന്നുമുള്ള ബോധത്തിലേക്ക് എങ്ങനെ ഉയർന്നു?

പണിമുടക്ക് സമരങ്ങൾ വ്യാവസായം വ്യാപകമായതോടുകൂടി ഈഴവമുതലാളിമാരടക്കമുള്ള മുതലാളിവർഗ്ഗവും എല്ലാ ജാതിയിലും പെട്ടവരുൾക്കൊള്ളുന്ന തൊഴിലാളിവർഗ്ഗവും തമ്മിലുള്ള വൈരുദ്ധ്യം തൊഴിലാളി ജീവിതത്തിലെ കേന്ദ്രപ്രശ്നമായി ഉയർന്നുവന്നു. ഈ വൈരുദ്ധ്യത്തെ ആസ്പദമാക്കി സമൂഹത്തിലെ മറ്റെല്ലാ പ്രശ്നങ്ങളോടുമുള്ള തങ്ങളുടെ നിലപാട് നിർവ്വചിക്കാൻ തൊഴിലാളികൾ നിർബ്ബന്ധിതരായി. തൊഴിലാളികളെ എതിർക്കുന്നതിൽ ഈഴവമുതലാളി മറ്റേത് മുതലാളിയേക്കാളും പിന്നിലല്ലെന്നും ഇത്തരമൊരു തർക്കത്തിൽ മാദ്ധ്യസ്ഥം പിടിക്കാൻ ജാതിസംഘടനകൾക്ക് കഴിയില്ലെന്നും സാധാരണ തൊഴിലാളികൾക്കുവരെ അനുഭവത്തിൽനിന്ന് ബോദ്ധ്യപ്പെട്ടു.

മാത്രമല്ല, മുപ്പതുകളുടെ അവസാനമായപ്പോഴേക്കും തങ്ങളുടെ അടിയന്തര ജാതി അവശതകൾ പരിഹരിക്കപ്പെട്ടതോടുകൂടി ഇനി സമുദായ താല്പര്യങ്ങൾ സംരക്ഷിക്കുന്നതിന് ഉത്തമം ദിവാനുമായി ഒത്തുതീർപ്പുണ്ടാക്കുകയാണെന്ന നിഗമനത്തിൽ ഈഴവപ്രമാണിമാർ എത്തിച്ചേർന്നു. എസ് എൻ ഡി പി യൂണിയൻ സ്റ്റേറ്റ് കോൺഗ്രസും ഉത്തരവാദിത്വഭരണ പ്രക്ഷോഭവുമായുള്ള എല്ലാ ബന്ധങ്ങളും വിച്ഛേദിച്ച് ദിവാൻ ഭരണത്തിന്റെ കുഴലൂത്തുകാരായി. ഈഴവപ്രമാണിമാരായ ജാതിമേധാവികളുടെ വിപ്ലവവായാടിത്തത്തിൽ ആകർഷിക്കപ്പെട്ട് സമരരംഗത്തിറങ്ങിയ സാധാരണക്കാരായ തൊഴിലാളികളെ ഈ സംഭവം ഇരുത്തിച്ചിന്തിപ്പിച്ചു. 1937 ൽ

തൊഴിലാളിയോഗങ്ങളിൽപ്പോലും ജാതിസംഘടനകൾക്കെതിരായ വിമർശനം കോലാഹലം സൃഷ്ടിച്ചെങ്കിൽ 1839 ആയപ്പോഴേക്കും ജാതി യോഗങ്ങളിൽപോലും ജാതിപ്രമാണിമാരുടെ ജനവിരുദ്ധ നിലപാടുകളെക്കുറിച്ചുള്ള വിമർശനം സഹർഷം സ്വീകരിക്കപ്പെടുന്ന കാഴ്ചയാണ് ഈ കാലയളവിലെ ആലപ്പുഴ പ്രദേശത്തെ എസ് എൻ ഡി പി യൂണിയൻ സമ്മേളനങ്ങളുടെ പൊലീസ് റിപ്പോർട്ടുകളിൽ കാണാൻ കഴിയുന്നത്.[9]

എന്നാൽ സവർണ്ണ മേധാവിത്തത്തിനെതിരായ സമരത്തിൽ ഈഴവ ജാതിപ്രസ്ഥാനം ചരിത്രപരമായ ഒരു കടമ നിറവേറ്റുന്നുണ്ടായിരുന്നുവെന്നത് വിസ്മരിക്കാനാവില്ല. 1937 ലെ യൂണിയൻ സമ്മേളനത്തിലെ പ്രമേയ അവതാരകർക്കും എതിർപ്പുകാർക്കും പൊതുവായ ഒരു ഘടകമുണ്ടായിരുന്നു. ഇരുവരും സവർണ്ണമേധാവിത്തവിരുദ്ധസമരത്തെ തൊഴിലാളികളുടെ വർഗ്ഗകടമയായി കണ്ടില്ല. സവർണ്ണവിരുദ്ധസമരവും മുതലാളി വിരുദ്ധസമരവും തമ്മിലുള്ള വിടവ് നികത്തണമെങ്കിൽ സവർണ്ണവിരുദ്ധസമരം തൊഴിലാളികളുടെ വർഗ്ഗകടമയായി വീക്ഷിക്കുന്ന ഒരു രാഷ്ട്രീയനിലപാട് ഉയർന്നുവരേണ്ടിയിരുന്നുവെന്ന് കാണിക്കുന്നതിന് പ്രയാസമില്ല. ഈ കർത്തവ്യം നിർവ്വഹിച്ചത് സി എസ് പി യും പിന്നീട് കമ്യൂണിസ്റ്റ് പാർട്ടിയുമായിരുന്നു. 1938 ലെ പൊതുപണിമുടക്ക് ഒരു നിർണ്ണായക വഴിത്തിരിവായിരുന്നു. ഈ പൊതുപണിമുടക്കിന്റെ തയ്യാറെടുപ്പിലും നിർവ്വഹണത്തിലും ഉപസംഹാരത്തിലും സി എസ് പി ഘടകം വഹിച്ച രാഷ്ട്രീയവും അടവുപരവുമായ നേതൃത്വം തൊഴിലാളി സാമാന്യത്തെ തൊഴിലാളിവർഗ്ഗ രാഷ്ട്രീയ നിലപാടിലേക്ക് എങ്ങനെ അടുപ്പിച്ചു എന്നത് മുമ്പൊരിക്കൽ വിശദമായ വിശകലനത്തിന് വിധേയമാക്കിയിട്ടുണ്ട്.[10] 1938 ലെ പൊതുപണിമുടക്ക് എല്ലാ അർത്ഥത്തിലും ഒരു ബഹുജനരാഷ്ട്രീയ പാഠശാലയായി രൂപാന്തരപ്പെട്ടു.

1938 ലെ പണിമുടക്കിനെക്കുറിച്ചുള്ള പഠനത്തിൽ വാദിച്ചത് ഇതായിരുന്നു: ജാതിബോധത്തിന്റെ നിഷേധം അനിവാര്യമാക്കുന്നത് വർഗ്ഗസമരത്തിന്റെ മൂർച്ഛിക്കലാണ്. എന്നാലിത് സാധിതമാക്കിയത് പാർട്ടിയുടെ (ആലപ്പുഴയിൽ സി എസ് പി ഘടകത്തിന്റെ) ബോധപൂർവ്വമുള്ള ഇടപെടലാണ്.

1938 ലെ പൊതുപണിമുടക്ക് തിരുവിതാംകൂറിന്റെ ദേശീയ സ്വാതന്ത്ര്യസമരത്തിലും ഒരു നാഴികക്കല്ലായിരുന്നു. സ്റ്റേറ്റ് കോൺഗ്രസിന്റെ മുദ്രാവാക്യങ്ങൾക്ക് പിന്തുണ നല്കിക്കൊണ്ടുകൂടിയായിരുന്നു കയർത്തൊഴിലാളികൾ അനിശ്ചിതകാല പണിമുടക്കാരംഭിച്ചത്. തിരുവിതാംകൂറിന്റെ രാഷ്ട്രീയമണ്ഡലത്തിൽ പുതിയൊരു വർഗ്ഗശക്തികളുടെ ഉദയത്തിന്റെ പ്രഖ്യാപനവും കൂടിയായിത്തീർന്നു ഈ പണിമുടക്ക്. ഒക്ടോബർ 23 ന് സർക്കാർ അനുവദിച്ച ചില സൗജന്യങ്ങൾക്കൊണ്ട് തൃപ്തിയടഞ്ഞ് ഫലത്തിൽ സമരത്തിൽ നിന്ന് സ്റ്റേറ്റ് കോൺഗ്രസ് പിൻവലിഞ്ഞപ്പോൾ ആലപ്പുഴ തൊഴിലാളികളാവട്ടെ, സ്റ്റേറ്റ് കോൺഗ്രസിന്റെ കുത്തിത്തിരുപ്പുകളെല്ലാം ഉണ്ടായിരുന്നിട്ടും നവംബർ 14 വരെ പണിമുടക്ക് സമരത്തിൽ ഉറച്ചു നിന്നു. അങ്ങനെ ബൂർഷ്വാ ഒത്തുതീർപ്പുരാഷ്ട്രീയത്തിനെതിരെ തൊഴിലാളിവർഗ്ഗത്തിന്റെ വെല്ലുവിളി ഉയർത്തിക്കൊണ്ടായിരുന്നു 25

ദിവസം നീണ്ടു നിന്ന ആ പണിമുടക്ക് അവസാനിച്ചത്. എല്ലാ പ്രതികൂല സാഹചര്യങ്ങളെയും ഒറ്റയ്ക്ക് നേരിട്ടുകൊണ്ട് സമരത്തിന്റെ പതാക ഉയർത്തിപ്പിടിച്ച ആലപ്പുഴ തൊഴിലാളികൾ സ്റ്റേറ്റ് കോൺഗ്രസിലെ അസംതൃപ്തരായ യുവജനപ്രവർത്തകരെ ആവേശഭരിതരാക്കി. ഇവരും തൊഴിലാളിപ്രസ്ഥാനവും തമ്മിലുള്ള സഹകരണം റാഡിക്കൽ ഗ്രൂപ്പിന്റെ രൂപീകരണത്തിൽ ഒരു പ്രധാന ഘടകമായിരുന്നു. റാഡിക്കൽ ഗ്രൂപ്പിലെ അംഗങ്ങൾ ഒട്ടുമിക്കപേരും പിന്നീട് കമ്യൂണിസ്റ്റ് പാർട്ടി പ്രവർത്തകരായി മാറി.

1938 ന്റെ സമരത്തിന്റെ കഥ പറയാൻ ശ്രമിച്ച ബൂർഷ്വാ ചരിത്രകാരന്മാർ പൊതുവെ ഈ സമരത്തിൽ തിരുവിതാംകൂറിലെ തൊഴിലാളിവർഗ്ഗം വഹിച്ച പങ്കിനെ അവഗണിക്കുകയാണ് ചെയ്തത്. തൊഴിലാളികളുടെയും കർഷകരുടെയും വിപുലമായ സമരപങ്കാളിത്തത്തെ വിവരിക്കുന്നില്ല എന്നല്ല വിമർശനം. ഉത്തരവാദിത്വ ഭരണ പ്രക്ഷോഭത്തിന് മുമ്പുതന്നെ വിവിധ മതസമുദായപരിഷ്കരണപ്രസ്ഥാനങ്ങളിലും പൗരാവകാശങ്ങൾക്കായുള്ള പ്രക്ഷോഭങ്ങളിലും ബഹുജനങ്ങൾ സജീവമായി പങ്കെടുത്തിരുന്നു. എന്നാൽ അവയിലെല്ലാം അവർ പൂർണ്ണമായും ബൂർഷ്വാ നേതൃത്വത്തിന്റെ അധീശത്വത്തിലായിരുന്നു. ഇതിനൊരു മാറ്റം സംഭവിച്ചുതുടങ്ങുന്നത് 1938 ലെ സമരത്തോടെയാണ്. ഈ ഗുണപരമായ പുതിയ ഘടകത്തെ ബൂർഷ്വാചരിത്രകാരന്മാർ വിസ്മരിക്കുന്നു അല്ലെങ്കിൽ മറച്ചുവെക്കുന്നു.

സ്റ്റേറ്റ് കോൺഗ്രസുമായി സഹകരിക്കവെ തന്നെ അതിൽനിന്ന് വ്യത്യസ്തമായ വർഗ്ഗതാല്പര്യങ്ങൾ തങ്ങൾക്കുണ്ടെന്നും മാത്രമല്ല ദേശീയ സ്വാതന്ത്ര്യസമരത്തിൽ വിട്ടുവീഴ്ചയില്ലാതെ അടിയുറച്ചുനിന്ന് പോരാടുന്നതിന് ബൂർഷ്വാവർഗ്ഗം തയ്യാറാവില്ലെന്നും പണിമുടക്കുകാലത്തെ അനുഭവം തൊഴിലാളികളെ ബോദ്ധ്യപ്പെടുത്തി. ഉത്തരവാദിത്വഭരണമെന്നാൽ ദിവാനെതിരായ സമരം മാത്രമല്ലെന്നും സാമ്രാജ്യത്വ പിൻബലത്തോടെ നാടുഭരിക്കുന്ന രാജാവുകൂടിയടങ്ങുന്ന മുഴുവൻ നാടുവാഴിത്ത ഭരണത്തോടുമുള്ള സമരമാണെന്നും അവർക്ക് ബോദ്ധ്യപ്പെട്ടു. തൊഴിലാളിയോഗങ്ങളിൽനിന്ന് വഞ്ചീശമംഗളഗാനത്തെയും രാജസ്തുതിബാനറുകളെയും എന്നെന്നേക്കുമായി ഇല്ലായ്മ ചെയ്തത് 1938 ലെ പണിമുടക്കിന്റെ അനുഭവങ്ങളായിരുന്നു. പി കൃഷ്ണപിള്ള അഭിപ്രായപ്പെട്ടതുപോലെ "ഗവൺമെന്റ് വെറുമൊരു മുതലാളിപക്ഷം പിടിക്കുന്ന സ്ഥാപനമാണെന്ന യാഥാർത്ഥ്യത്തെ തൊഴിലാളികളുടെ കൂട്ടത്തിൽ ഏറ്റവും പിന്നോക്കം നില്ക്കുന്ന രാഷ്ട്രീയ ബോധമില്ലാത്തവർക്കും കൂടി വ്യക്തമാക്കി കൊടുക്കുകയാണ് (പണിമുടക്കുകാലത്തെ മർദ്ദനങ്ങൾ) ചെയ്തത്."[11]

പണി മുടക്കിനുശേഷമുള്ള ആലപ്പുഴയിലെ തൊഴിലാളിയോഗ നടപടികളുടെ പൊലീസ് റിപ്പോർട്ടുകൾ ഭരണകൂടത്തോടുള്ള പുതിയ വീക്ഷണത്തിന് ഉത്തമദൃഷ്ടാന്തങ്ങളാണ്. ഉദാഹരണത്തിന്, അഖിലകേരള തൊഴിലാളി കോൺഫറൻസ് കഞ്ഞിക്കുഴിയിൽ യൂണിയൻ ഏറ്റെടുത്തു നടത്തുന്നത് സംബന്ധിച്ച വിമർശനങ്ങൾക്ക് ഒരു പ്രസംഗകൻ നല്കിയ മറുപടി വായിക്കുക: "അത് വിപ്ലവകരമാണെന്ന് ആരോ പറയുന്നത് കേട്ടു. തൊഴിലാളികൾക്ക് വിപ്ലവകരമല്ലാതെ മറ്റൊരു കാര്യവുമില്ല. ഇന്നത്തെ

സ്വേച്ഛാധികാരപരമായ ഗവൺമെന്റിനെ അധികാരത്തിൽ നിന്ന് തട്ടിത്തെറിപ്പിച്ച് പുതിയൊരു ഭരണവും ഭരണവ്യവസ്ഥയും ഉണ്ടാക്കുന്നതിനാണ് തൊഴിലാളികൾ ശ്രമിക്കുന്നതും ആഗ്രഹിക്കുന്നതും."[12]

ഈ പുതിയ രാഷ്ട്രീയബോധം കൂടുതൽ ദൃഢവും വ്യാപകവുമായിത്തീർന്ന കാലമായിരുന്നു രണ്ടാം ലോകമഹായുദ്ധകാലം. രണ്ടാം ലോകമഹായുദ്ധകാലം ആലപ്പുഴയിലെ കമ്യൂണിസ്റ്റ് പ്രസ്ഥാനത്തെ സംബന്ധിച്ചിടത്തോളം തളർച്ചയുടെയല്ല, മറിച്ച് വളർച്ചയുടെ ഒരു കാലമായിരുന്നു. കമ്യൂണിസ്റ്റ് പാർട്ടിയുടെ ഔപചാരികഘടകങ്ങൾ ആലപ്പുഴയിൽ രൂപീകൃതമായി. മുൻ സി എസ് പി റാഡിക്കൽ ഗ്രൂപ്പ് അംഗങ്ങളായിരുന്നു പാർട്ടിയുടെ കാതൽ. യൂണിയൻ നേതൃത്വം പൂർണ്ണമായും കമ്യൂണിസ്റ്റുകാരോ കമ്യൂണിസ്റ്റനുഭാവികളോ ആയിരുന്നു. യൂണിയൻ അംഗത്വമാവട്ടെ 1939-40 ൽ 8,309 ആയിരുന്നത് 1945-46 ആയപ്പോഴേക്കും 18,549 ആയി വർദ്ധിച്ചു. ഇവരിൽ 7042 അംഗങ്ങൾ പൂർണ്ണമായി വരിസംഖ്യ അടച്ചവരായിരുന്നു. ക്വിറ്റിന്ത്യാ സമരകാലത്ത് ഇന്ത്യയിൽ പൊതുവെ പാർട്ടിക്ക് അനുഭവപ്പെട്ട താല്ക്കാലികമായ ഒറ്റപ്പെടലും തളർച്ചയും ആലപ്പുഴയിൽ അനുഭവപ്പെട്ടില്ല എന്ന് വേണമെങ്കിൽ പറയാം.

ആലപ്പുഴയിൽ യുദ്ധകാലത്ത് നിലവിലിരുന്ന സാമ്പത്തിക ഞെരുക്കത്തിന്റെ പശ്ചാത്തലത്തിൽ ഈ പ്രതിഭാസം ആശ്ചര്യം ഉളവാക്കുമെന്നതിൽ സംശയമില്ല.

ഒന്ന് യുദ്ധംമൂലം ആലപ്പുഴയിൽ നിന്നുള്ള കയറ്റുമതി സ്തംഭിച്ചു. യുദ്ധാവശ്യങ്ങൾക്കായുള്ള ഉല്പന്നങ്ങളുടെ ഡിമാന്റ് വ്യവസായ സ്തംഭനത്തെ ഒട്ടൊക്കെ പരിഹരിച്ചെങ്കിലും മൊത്തം ഉല്പാദനം യുദ്ധത്തിന് മുമ്പുണ്ടായിരുന്നതിനേക്കാൾ 20-30 ശതമാനം കുറവായിരുന്നു. അതേസമയം യുദ്ധഓർഡറുകൾ തിടുക്കത്തിൽ ചെയ്തുതീർത്ത് കൊടുക്കേണ്ടിവന്നതിനാൽ ഒട്ടനവധി താല്ക്കാലിക പണിക്കാരെ വ്യവസായത്തിലേക്ക് റിക്രൂട്ട് ചെയ്യേണ്ടിവന്നു. ടി സി എം എം എ അംഗങ്ങളായിട്ടുള്ള ആലപ്പുഴയിലെ പ്രമുഖ വ്യവസായശാലകളിൽ പണിയെടുക്കുന്ന ഫാക്ടറി ആക്ടനുസരിച്ചുള്ള സ്ഥിരം തൊഴിലാളികളുടെ എണ്ണം 6000 ത്തിൽ താഴെ ആയിരുന്നു. എന്നാൽ 1943 ജൂണിലെ അരി വിതരണ കണക്കുപ്രകാരം താല്ക്കാലിക തൊഴിലാളികളടക്കം മൊത്തം തൊഴിലാളികളുടെ എണ്ണം 14,170 ആയിരുന്നു. ഗ്രാമപ്രദേശത്ത് രൂക്ഷമായ തൊഴിലില്ലായ്മ മൂലം പട്ടിണി. കൂലിക്ക് തൊഴിലെടുക്കാൻ ആളുകൾ തയ്യാറായതിനെ ചൂഷണം ചെയ്തുകൊണ്ട് കൂണുപോലെ ചെറുകിട ഫാക്ടറികൾ ഉയർന്നുവരാൻ തുടങ്ങി. 1936 ൽ 249 ഗ്രാമീണ ഫാക്ടറികളും അവയിൽ 6795 തറികളുമാണുണ്ടായിരുന്നത്. 1946 ആയപ്പോഴേക്കും 20 തറിയിൽ താഴെ ഉല്പാദനശേഷിയുള്ള 474 ചെറുകിട ഗ്രാമീണ ഫാക്ടറികളിൽ മാത്രം 8142 തറികൾ പ്രവർത്തിച്ചിരുന്നു.[13] ഇവയുടെയെല്ലാം ഫലമായി പരമ്പരാഗതമായി കയർപണിയിലേർപ്പെട്ട തൊഴിലാളികൾക്ക് ലഭിച്ച തൊഴിൽ യുദ്ധകാലത്ത് ചുരുങ്ങി.,

രണ്ട്: വിലക്കയറ്റമാവട്ടെ, ഈ ചുരുങ്ങിയ വരുമാനത്തെ വീണ്ടും ശോഷിപ്പിച്ചു. 1939 നും 1944 നും ഇടയ്ക്ക് വിലകൾ 200 ശതമാനത്തോളം

ഉയർന്നപ്പോൾ ക്ഷാമബത്ത ഉയർന്നത് 75 ശതമാനമായിരുന്നു. ബർമ്മയിൽ നിന്നുള്ള അരിയുടെ വരവ് നിലച്ചതോടെ ആലപ്പുഴയിൽ ഊണിന്റെ വില 9 പൈസയിൽ നിന്ന് 38 പൈസയായി കുതിച്ചുയർന്നു. തൊഴിലാളികളുടെ ജീവിതനിലവാരത്തിൽ ഇത് സൃഷ്ടിച്ച തകർച്ചയുടെ ചിത്രം 1938 നും 1944 നും ഇടയ്ക്ക് അവരുടെ ഭക്ഷണക്രമത്തിൽ വന്ന മാറ്റം പഠിച്ചാൽ ബോദ്ധ്യമാകും. (പട്ടിക 1 നോക്കുക) പ്രതിവാരമുള്ള ഭക്ഷണച്ചെലവ് 8.78 രൂപയിൽ നിന്ന് 13.49 രൂപയായി ഉയർന്നിട്ടുണ്ടെങ്കിലും വിലക്കയറ്റംമൂലം യഥാർത്ഥത്തിൽ ലഭിച്ച ഭക്ഷണം ഇടിഞ്ഞിരിക്കാനാണ് സാദ്ധ്യത. മൊത്തം ഭക്ഷണച്ചെലവിൽ അരിഭക്ഷണത്തിനുള്ള തുക പകുതിയായി കുറഞ്ഞു. അതേസമയം വില കുറഞ്ഞ കപ്പയുടെ ഉപഭോഗം 8 ഇരട്ടി വർദ്ധിച്ചു. തേങ്ങയുല്പന്നങ്ങൾ 1944 ൽ മുഖ്യമായും പണ്ട് പശുവിന് കൊടുത്ത തേങ്ങാപ്പിണ്ണാക്കായിരുന്നു. കെട്ടിമേയാത്ത വീടുകളുടെ എണ്ണം വർദ്ധിച്ചു. വസ്ത്രത്തിനായുള്ള ചെലവുചുരുക്കൽമൂലം പഴന്തുണികൾ കൊണ്ട് ആളുകൾക്ക് തൃപ്തിപ്പെടേണ്ടിവന്നു. 1944-ലെ ഓണക്കാലത്ത് വയലാറിൽ നടന്ന സർവ്വേ ചെയ്യപ്പെട്ട, 407 ആളുകളിൽ 232 പേർക്കേ കീറാത്ത ഒരു കഷണം പഴന്തുണിയെങ്കിലും ഉണ്ടായിരുന്നുള്ളൂ

പട്ടിക 1

ചേർത്തല പ്രദേശത്തെ തൊഴിലാളി കുടുംബത്തിലെ ഭക്ഷണക്രമത്തിൽ 1938 നും 1944 നും ഇടക്ക് വന്നുചേർന്ന മാറ്റം (ഒരാഴ്ച)

ചില ഇനങ്ങൾ	1938 രൂപ	1944 രൂപ
മൊത്തം ഭക്ഷണച്ചെലവ് (പുറം ഭക്ഷണച്ചെലവ് കൂടാതെ)	8.78	13.49
അരി	4.83	2.33
കപ്പ	0.56	4.01
ഗോതമ്പ്, ബജ്റ	-	1.09
തേങ്ങയുല്പന്നങ്ങൾ	0.33	0.55
മീൻ	0.61	0.75
പാർപ്പിടം	1.28	0.35
വസ്ത്രം	0.94	0.30

(മൂലം: കെ ജി ശിവസ്വാമി: Food Famine and Nutritional Diseases in Tranvancore, കോയമ്പത്തൂർ 1945

മൂന്ന്: റേഷൻ വിതരണത്തിലെ അപാകതകളും തടുക്കുല്പാദനം നിലച്ചതുകൊണ്ട് ബീച്ചു കയറുപിരി സ്തംഭിച്ചതും കാലവർഷച്ചതിയും കൂടി ആയപ്പോൾ ഗ്രാമപ്രദേശത്ത് ക്ഷാമം കൊടുമ്പിരിക്കൊണ്ടു. ചേർത്തലയിലെ പള്ളിക്കൂടങ്ങളിൽ ഉച്ചഭക്ഷണം കഴിക്കാതിരുന്ന കുട്ടികളുടെ ശതമാനം 1940-41 ൽ 80 ആയിരുന്നത്. 1941-42 ൽ 70 ശതമാനമായും 1942-43 ൽ

90 ശതമാനമായും വർദ്ധിച്ചു. 30 ശതമാനം ജനങ്ങൾക്ക് രണ്ടോ അതിൽ കൂടുതലോ ദിവസത്തിലൊരിക്കലേ ഒരു നേരത്തെ ഊണ് ലഭിച്ചിരുന്നുള്ളൂ. ഇതിന്റെ ഫലമായി പട്ടിണിമരണം വ്യാപകമായി. 1941 ൽ അമ്പലപ്പുഴ - ചേർത്തല താലൂക്കിലെ മൊത്തം ജനസംഖ്യ 499249 ആയിരുന്നു. 1940 -41/1943-44 കാലത്ത് മൊത്തം 61.632 ആളുകൾ ഈ പ്രദേശത്ത് മരണമടഞ്ഞു. 1000 ത്തിന് 15 പ്രകാരമുള്ള മുൻകാലത്തെ മരണനിരക്ക് പ്രകാരം 29940 പേരേ മരണമടയാൻ പാടുള്ളൂ. എന്നുവച്ചാൽ 4 വർഷത്തിൽ ഈ രണ്ട് താലൂക്കുകളിലും 31693 അധിക മരണങ്ങൾ നടന്നു.[14]

നാല്: ഈ വിധമുള്ള അതിരൂക്ഷമായ ജീവിതനിലവാരത്തകർച്ചയുടെ പശ്ചാത്തലത്തിൽ തിളഞ്ഞുപൊങ്ങുന്ന ജനകീയ അസംതൃപ്തിക്ക് ഉശിരൻ സമരമാർഗ്ഗങ്ങളിലൂടെ സംഘടിതരൂപം നല്കാനുള്ള ഒരു നയം കൈക്കൊള്ളാൻ കമ്യൂണിസ്റ്റ് പാർട്ടിക്കും യൂണിയനുകൾക്കും കഴിഞ്ഞില്ല. കാരണം ലോകത്തെ ഏക സോഷ്യലിസ്റ്റ് രാഷ്ട്രം ഫാസിസ്റ്റു ശക്തികൾക്കെതിരെ ജീവന്മരണ പോരാട്ടം നടത്തിക്കൊണ്ടിരുന്ന സന്ദർഭമായിരുന്നു അത്. ഫാസിസ്റ്റ് വിരുദ്ധ സമരത്തെ തടസ്സപ്പെടുത്തുന്ന അടവുകൾ, ആത്യന്തികമായി തൊഴിലാളിവർഗ്ഗ താല്പര്യത്തിന് അനുഗുണമായിരിക്കില്ലെന്നും തന്മൂലം ജാപ്പ് ഫാസിസ്റ്റ് ഭീഷണിക്കും നാട്ടിൽ നടമാടുന്ന ക്ഷാമത്തിനുമെതിരായ 'ഉല്പാദന വർദ്ധനനയ'മായിരിക്കണം ഫാക്ടറികളിൽ സ്വീകരിക്കേണ്ടത് എന്നുമായിരുന്നു യൂണിയനുകളുടെ പൊതുലൈൻ. ആലപ്പുഴയിൽ വ്യാപകമായി അച്ചടിച്ച് പ്രചരിപ്പിക്കപ്പെട്ട എ കെ ടി യു സി യുടെ *ക്ഷാമം തീർക്കാൻ, കുഴപ്പം തീർക്കാൻ ഉല്പാദനം* വർദ്ധിപ്പിക്കുക ഒരു ലഘുലേഖയിൽ നിന്ന് ഉദ്ധരിക്കട്ടെ.

> .... വർഗ്ഗസമരായുധമേന്തിയിരിക്കുന്ന തൊഴിലാളിവർഗ്ഗം അതിനുപയോഗിക്കേണ്ടത് പൊതുജനരക്ഷക്കുവേണ്ടിയാണ്, ഈ വർഗ്ഗസമരം ഇന്ന് ക്ഷാമം തീർക്കാനുള്ള ഉല്പാദനം വർദ്ധിപ്പിക്കലാണ്. കുഴപ്പം തീർക്കാനും രാജ്യത്തെ രക്ഷിക്കാനുമുള്ള ഐക്യം സൃഷ്ടിക്കലാണ്... രാജ്യത്തെ ശക്തിയായും ഫലപ്രദമായും ജാപ്പാക്രമണത്തിൽനിന്നും രക്ഷിക്കുക, ഭക്ഷണക്കുഴപ്പം തീർക്കാൻ ജനങ്ങൾക്ക് സാധനസാമഗ്രികൾ സൃഷ്ടിക്കുക, ദേശീയ ഐക്യം സ്ഥാപിക്കുക, രാജ്യം രക്ഷിക്കുക ഇവയാണ് അടിയന്തരാവശ്യങ്ങൾ. ഗവൺമെന്റോ മുതലാളിമാരോ തൊഴിലാളികളുടെ സഹകരണം ആവശ്യപ്പെടുമെന്ന് വിചാരിച്ചുകൂടാ. ജാപ്പാക്രമണത്തിനെതിരായി രാജ്യംരക്ഷിക്കലും കുഴപ്പം തീർക്കലും അഞ്ചാം പത്തിയെ തകർക്കലും നമുക്കാണിന്ന് അത്യാവശ്യമായിരിക്കുന്നത്. ഏകോപിപ്പിച്ച് സംഘടിതരായി ഉല്പാദനം വർദ്ധിപ്പിക്കാൻ തൊഴിലാളികൾ ഉടനെ മുൻകൈ എടുക്കുക. എല്ലാ ഫാക്ടറികളിലുമുള്ള തൊഴിലാളികൾ യോജിക്കുക. കേന്ദ്ര സംഘടനയായ യൂണിയന്റെ മേൽനോട്ടത്തിൽ ഉല്പാദനകമ്മിറ്റികൾ സ്ഥാപിക്കുക. ഉല്പാദനം വർദ്ധിപ്പിക്കാനുള്ള പദ്ധതി തയ്യാറാക്കുക. ഉല്പാദനം വർദ്ധിപ്പിച്ചുതുടങ്ങുക.[14]

നൂലിന്റെ ഉല്പാദനം പ്രതിദിനം 5240 റാത്തലിൽനിന്ന് 6240 റാത്തലായി വർദ്ധിപ്പിച്ച തിരുവണ്ണൂർ കോട്ടൺമിൽ തൊഴിലാളികളായിരുന്നു കേരളത്തിന് മുഴുവൻ മാതൃക:

> ....തിരുവണ്ണൂർ തൊഴിലാളികൾ ഏറ്റവും കുറഞ്ഞകൂലി വാങ്ങുന്നവരാണ്. അവർ സുസംഘടിതരാണ്. ദേശരക്ഷയ്ക്കായി ദേശാഭിമാനബോധത്തോടുകൂടിയാണ് അവർ ഈ ഉല്പാദനം വർദ്ധിപ്പിക്കൽ ആരംഭിച്ചത്... അവർ ഇന്ത്യക്ക് മാതൃകയാണ്. കോട്ടൺമിൽ തൊഴിലാളികൾ നീണാൾ ജീവിക്കട്ടെ..[16]

ഭീകരമായ ദുരിതങ്ങൾക്കിടയിൽ ഇത്തരമൊരു നയം വ്യാപകമായ അസംതൃപ്തിക്കിടവരുത്താനാണ് കൂടുതൽ സാദ്ധ്യത എന്നത് വിശദീകരിക്കേണ്ടതില്ലല്ലോ. ഇതിന്റെ പശ്ചാത്തലത്തിലാണ് യുദ്ധകാലത്ത് ആലപ്പുഴ പാർട്ടിക്കുണ്ടായ മുന്നേറ്റം കൂടുതൽ ശ്രദ്ധേയമായിത്തീരുന്നത്. ഈ മുന്നേറ്റത്തിന് സഹായകരമായ രണ്ട് അനുകൂല ഘടകങ്ങൾ ആലപ്പുഴയിൽ ഉണ്ടായിരുന്നത് ആദ്യം വിശദീകരിക്കട്ടെ.

ഒന്ന്. 1938 ലെ സമരത്തിനുശേഷം സർക്കാരും സ്റ്റേറ്റ് കോൺഗ്രസും തമ്മിലെത്തിച്ചേർന്ന ഒത്തുതീർപ്പിനെത്തുടർന്ന് സ്റ്റേറ്റ് കോൺഗ്രസ് തികച്ചും നിർജ്ജീവമായിരുന്നു. ഇതുമൂലം നാട്ടുരാജ്യസംസ്ഥാനമായ തിരുവിതാംകൂറിൽ ക്വിറ്റിന്ത്യാ സമരം കാറ്റു പിടിക്കുകയുണ്ടായില്ല. എന്തെങ്കിലും ചലനങ്ങൾ ഉണ്ടായത് കമ്യൂണിസ്റ്റിതര സോഷ്യലിസ്റ്റുകാർക്ക് സ്വാധീനമുണ്ടായിരുന്ന കൊല്ലം തൊഴിലാളിമേഖലയിൽ മാത്രമായിരുന്നു. തന്മൂലം ഇതരഭാഗങ്ങളിലെന്നപോലെ ആലപ്പുഴയിലെ പ്രസ്ഥാനത്തിന് നീന്തിക്കയറേണ്ട ഒഴുക്കിന്റെ തീവ്രത താരതമ്യേന ദുർബ്ബലമായിരുന്നു.

രണ്ട്. കയർ വ്യവസായത്തിൽ 1938 ലെ സമരത്തെ തുടർന്ന് മുതലാളിമാർ സ്വീകരിച്ചുതുടങ്ങിയ അനുരഞ്ജനനയം ഉല്പാദനനയം വിജയകരമായി നടപ്പാക്കുന്നതിന് സഹായകരമായിരുന്നു. ഒരു പൊതു വ്യാപാര സംഘടനയിൽ വൻകിട മുതലാളിമാർ - വെള്ളക്കാരും നാട്ടുകാരും യോജിച്ചതോടെ കയറുവ്യാപാരം പൂർണ്ണമായും ഇവരുടെ കുത്തകയായി മാറി. കച്ചവടമത്സരം ഇല്ലാതായി. ഈ മുതലാളി സംഘമാവട്ടെ, മുതലാളി - തൊഴിലാളി ബന്ധങ്ങൾ വ്യവസ്ഥാപിതമാക്കുന്നതിന് മുൻകൈയെടുത്തു. സുശക്തമായ ട്രേഡ്‌യൂണിയൻ പ്രസ്ഥാനത്തെ അവഗണിച്ചുകൊണ്ട് മുന്നോട്ടു പോകുന്നതിന് അവർക്ക് കഴിയുമായിരുന്നില്ല. 1938 ലെ സമരത്തെ തുടർന്ന് പാസാക്കപ്പെട്ട ഫാക്ടറീസ് ആക്ടും ട്രേഡ് യൂണിയൻ ആക്ടും ട്രേഡ് ഡിസ്പ്യൂട്ട് ആക്ടും 1943 ലെ വർക്ക്മെൻസ് കോമ്പൻസേഷൻ ആക്ടും 1944 ലെ തിരുവിതാംകൂർ പേയ്മെന്റ് ഓഫ് മറ്റേർണിറ്റി ബെനഫിറ്റ് ആക്ടും ഈ പുതിയ വ്യവസായ സമീപനത്തിന് നിയമപരമായ ചട്ടക്കൂട് നല്കി. ആലപ്പുഴയിൽ ഒരു വ്യവസായ ബന്ധക്കമ്മിറ്റി രൂപീകൃതമായി. തൊഴിൽ സംബന്ധമായ എല്ലാ കാര്യങ്ങളുടെയും ആലോചനാ തീരുമാന വേദിയായി മാറിയ ഈ ഐ ആർ സി തിരുവിതാംകൂ

റിന് മുഴുവൻ മാതൃകയായി ഉയർത്തിക്കാട്ടപ്പെട്ടു. ഐ ആർ സി രൂപം നല്കിയ പെരുമാറ്റച്ചട്ടങ്ങൾ-ഫാക്ടറി കമ്മിറ്റികളുടെ അംഗീകാരം. ഡിപ്പാർട്ടുമെന്റ് ഫാക്ടറി തലങ്ങളിൽ പ്രശ്നങ്ങൾ ചർച്ച ചെയ്ത് തീർക്കാനുള്ള സംവിധാനങ്ങൾ, മാനേജ്മെന്റിനും ട്രേഡ് യൂണിയനുമുള്ള പെരുമാറ്റച്ചട്ടങ്ങൾ തുടങ്ങി - ഒരു അനുരഞ്ജന അന്തരീക്ഷം ആലപ്പുഴയിൽ സൃഷ്ടിക്കുന്നതിൽ വിജയിച്ചു.

യുദ്ധകാലത്തെ മുന്നേറ്റം മുൻപറഞ്ഞ അനുകൂലഘടകങ്ങളുടെ കേവലമായ സൃഷ്ടിയായിരുന്നില്ല. അവയെ ബോധപൂർവ്വം ഉപയോഗപ്പെടുത്തിയ പാർട്ടിയുടെ വിജയമായിരുന്നു അത്. ഇത് വിസ്മരിക്കുന്നത് ഗുരുതരമായ തെറ്റായിരിക്കും.

1. ഉല്പാദനനയം യാന്ത്രികമായി നടപ്പാക്കുകയല്ല ചെയ്തത്. മുഹമ്മ യൂണിയൻ റിപ്പോർട്ട് തുറന്ന് സമ്മതിക്കുന്നതുപോലെ.

> നമ്മുടെ ഉല്പാദനനയത്തെ പല ദുർവ്യാഖ്യാനങ്ങളും അഭിപ്രായ വ്യത്യാസങ്ങളും കൊണ്ട് ആദ്യം കുഴക്കിയിരുന്നു. ഈ നയത്തെ ചിലർ ബലഹീനതയായും അടിയന്താരവശ്യങ്ങൾ നേടാനുള്ള കുറുക്കുവഴിയായും കണ്ടു. ആദ്യഘട്ടത്തിൽ സഖാക്കൾക്ക് തന്നെയും വിശ്വസിക്കാൻ കഴിഞ്ഞില്ല. പണിമുടക്കുകളും ശക്തി ഉപയോഗിച്ചുകൊണ്ടുള്ള പ്രവർത്തനങ്ങളും കൊണ്ടുമാത്രമേ അടിയന്തരാവശ്യങ്ങൾ കിട്ടുകയുള്ളൂ എന്ന പാരമ്പര്യത്തിൽ വളർന്ന നമുക്കിത് തോന്നിയതിൽ എന്താണ് അതിശയം..?[17]

എന്നാൽ ചിട്ടയോടുകൂടിയതും വിപുലവുമായ രാഷ്ട്രീയ കാമ്പയിനുകളിലൂടെ പുതിയ ലൈനിലേക്ക് ബഹുജനങ്ങളെ കൊണ്ടുവരുന്നതിൽ പാർട്ടി വിജയിച്ചു. ഈ കാമ്പയിനുകളുടെ വൈപുല്യം നമ്മെ അദ്ഭുതപ്പെടുത്തും. ഉദാഹരണത്തിന് 1942-43 ൽ തിരുവിതാംകൂർ കയർ ഫാക്ടറി വർക്കേഴ്സ് യൂണിയൻ സംഘടിപ്പിച്ച 1514 ഫാക്ടറിതല യോഗങ്ങളിൽ മാത്രമായി 1 37 740 തൊഴിലാളികൾ പങ്കെടുത്തു. 1945-46 ആയപ്പോഴേക്കും യോഗങ്ങളുടെ എണ്ണം 3113 ആയും പങ്കെടുത്ത തൊഴിലാളികളുടെ എണ്ണം 299836 ആയും ഉയർന്നു.

2. 1948 ലെ പാർട്ടി കോൺഗ്രസ്സിൽ പരിഹാസ വിമർശനത്തിന് വിധേയമായ ഉല്പാദനഭ്രാന്ത്[18] ആലപ്പുഴയെ ഇളക്കുകയുണ്ടായില്ല. ഉല്പാദന നയത്തിൽ ഉറച്ച് നിന്നപ്പോൾ തന്നെ ലാഭക്കൊതിയന്മാരായ മുതലാളിമാരെ തുറന്ന് കാട്ടുന്നതിനും തൊഴിലാളി താല്പര്യങ്ങൾ സംരക്ഷിക്കുന്നതിനുവേണ്ടി അനുരഞ്ജന സംവിധാനങ്ങളും ബഹുജന സമരസമ്മർദ്ദ തന്ത്രങ്ങളും പുതിയ യൂണിയൻ ഫലപ്രദമായി ഉപയോഗപ്പെടുത്തി. യുദ്ധകാലത്ത് നിർണ്ണയിക്കപ്പെട്ട പുതിയ ജനങ്ങൾക്കുള്ള കൂലനിനിരക്കുകളുടെ ഉയർന്ന നിലവാരം ഇതിന് തെളിവാണ്. ദിവസക്കൂലിക്കാരുടെ കൂലി പുതുക്കി നിശ്ചയിച്ചു. ക്ഷാമബത്ത ഒൻപതു തവണ പുതുക്കി. അടിസ്ഥാന കൂലിതന്നെ 1945 ൽ 25 ശതമാനം വർദ്ധിപ്പിച്ചു. 1938 ലെ സമരത്തിന്

കാണങ്ങളായിരുന്ന അന്യായഫൈനുകൾ, മൂപ്പന്മാരുടെയും കോൺട്രാക്ടർമാരുടെയും അതിക്രമങ്ങൾ, കൂലി വിതരണത്തിലെ അപാകതകൾ തുടങ്ങിവയെല്ലാം പുതിയ തൊഴിൽ നിയമവകുപ്പുകൾ ഉപയോഗിച്ച് വ്യവസായരംഗത്ത് നിന്ന് നിർമ്മാർജ്ജനം ചെയ്തു. പ്രസവാനുകൂല്യനിയമം 1944 ൽ മാത്രമേ പാസാക്കിയുള്ളൂവെങ്കിലും 1944-45 ൽ 288 കേസുകൾ തിരുവിതാംകൂർ കയർഫാക്ടറി വർക്കേഴ്സ് യൂണിയൻ ഏറ്റെടുക്കുകയുണ്ടായി. അതേസമയം 1939 മുതൽ ഈ നിയമം പ്രാബല്യത്തിലിരുന്ന കൊച്ചിയിലെ കയർഫാക്ടറികളിൽ ഒരൊറ്റ സ്ത്രീക്കുപോലും അതുവരെ ഈ ആനുകൂല്യം നല്കപ്പെട്ടിരുന്നില്ല എന്നതും ശ്രദ്ധേയമാണ്.[19]

3. സാമ്പത്തിക ആവശ്യങ്ങൾ നേടാനായി അനുരഞ്ജന സമിതികളെ ഉപയോഗപ്പെടുത്തുമ്പോൾ തന്നെ സാധാരണ അണികളെ പ്രവർത്തനോന്മുഖരാക്കുന്നതിൽ യൂണിയനുകൾ പ്രത്യേകം ശ്രദ്ധിച്ചു. എല്ലാ ഫാക്ടറികളിലും ഫാക്ടറി കമ്മിറ്റികളും ഡിപ്പാർട്ടുമെന്റൽ കമ്മിറ്റികളും രൂപീകരിക്കപ്പെട്ടു. യൂണിയന്റെ അടിസ്ഥാന ഘടകങ്ങളായി അവ മാറി. അവ സജീവമായതോടെ ഏറ്റവും വിപുലമായ ജനാധിപത്യ പങ്കാളിത്തം യൂണിയൻ പ്രവർത്തനങ്ങളിൽ ഉറപ്പ് വരുത്തപ്പെട്ടു. പട്ടിക 2 ഉം 3 ഉം പരിശോധിച്ചാൽ ഈ അടിസ്ഥാന ഘടകങ്ങൾക്ക് യൂണിയൻ പ്രവർത്തനത്തിൽ കൈവന്നുകൊണ്ടിരുന്ന വർദ്ധിച്ച പങ്കാളിത്തം വ്യക്തമായി മനസ്സിലാക്കാം.

പട്ടിക 2

തിരുവിതാംകൂർ കയർ ഫാക്ടറി വർക്കേഴ്സ് യൂണിയന്റെ ഫാക്ടറി കമ്മിറ്റികൾ

	1942-43			1944-45		
	പുരുഷൻ	സ്ത്രീ	മൊത്തം	പുരുഷൻ	സ്ത്രീ	മൊത്തം
ഫാക്ടറി കമ്മിറ്റികൾ	30	15	45	112	30	142
ഫാക്ടറി കമ്മിറ്റി അംഗങ്ങൾ	401	101	562	673	125	799
പൊതു ഫാക്ടറി കമ്മിറ്റി ജനറൽ ബോഡികൾ	50	40	96	57	51	108
ഫാക്ടറി തല കമ്മിറ്റി യോഗങ്ങൾ	324	144	468	859	511	1400
പൊതുയോഗങ്ങൾ	355	181	546	971	321	1092

(അവലംബം: തിരുവിതാംകൂർ കയർ ഫാക്ടറി വർക്കേഴ്സ് യൂണിയൻ അഞ്ചും ഏഴും വാർഷിക റിപ്പോർട്ടുകൾ)

പട്ടിക 3

ആലപ്പുഴയിലെ 12 പ്രമുഖ ഫാക്ടറികളിലെ തൊഴിൽ തർക്കങ്ങളുടെ വിശദാംശങ്ങൾ

	1942–43	1944–45
മൊത്തം നടന്ന ഫാക്ടറി കമ്മിറ്റി യോഗങ്ങൾ	306	334
ഫാക്ടറി കമ്മിറ്റികൾ ഏറ്റെടുത്ത തൊഴിൽ തർക്കങ്ങൾ	439	708
ഫാക്ടറി കമ്മിറ്റികൾ പരിഹരിച്ച തർക്കങ്ങൾ	371	642
തുടർന്നും നിലനില്ക്കുന്നതോ പരാജയപ്പെട്ടതോ ആയ തർക്കങ്ങൾ	68	65

(അവലംബം : പട്ടിക 2 ന്റേത് തന്നെ)

4. വിപ്ലവ രാഷ്ട്രീയം തൊഴിലാളികളുടെ വീട്ടിലേക്കുകൂടി കടന്നു ചെന്നു. സ്ത്രീകളുടെ പ്രസ്ഥാനങ്ങളുടെ വ്യാപനമായിരുന്നു ഇതിന് വഴി തെളിച്ചത്.[20] പട്ടിക 2 ൽ കാണാവുന്നതുപോലെ ഫാക്ടറികളിൽ സ്ത്രീതൊഴിലാളികൾക്ക് പൊതു ട്രേഡ് യൂണിയനുള്ളിൽ തന്നെ പ്രത്യേക സംഘടനാ സംവിധാനങ്ങൾ ഇക്കാലത്തുണ്ടായി. യൂണിയൻ കോൺഫറൻസുകളോടൊപ്പം സ്ത്രീകളുടെ പ്രത്യേക കോൺഫറൻസുകളും സംഘടിപ്പിക്കുക പതിവായി. ഇത്തരം ഒരു യോഗത്തിലായിരുന്നു 1944 ൽ അമ്പലപ്പുഴ താലൂക്ക് മഹിളാസംഘം രൂപീകൃതമായത്. ഭക്ഷ്യക്ഷാമത്തിനും വിലക്കയറ്റത്തിനും കരിഞ്ചന്തയ്ക്കുമെതിരായ സമരങ്ങളിൽ സ്ത്രീകൾ വ്യാപകമായി പങ്കെടുത്തു. സ്ത്രീകളുടെ രാഷ്ട്രീയവല്ക്കരണം ക്ഷാമത്തിന്റെ കൊടുതിയിലും പിന്നീടുവന്ന മർദ്ദനമാരണത്തിലും വിപ്ലവാവേശം കെടാതെ നിലനിർത്തിയതിൽ സുപ്രധാന പങ്ക് വഹിക്കുകയുണ്ടായി.

ട്രേഡ് യൂണിയൻപ്രസ്ഥാനത്തെ അരാഷ്ട്രീയവല്ക്കരിക്കാനുള്ള കയർ മുതലാളിമാരുടെ ശ്രമങ്ങളിൽ തൊഴിലാളിപ്രസ്ഥാനം കുടുങ്ങിയില്ല. പുതിയ അനുരഞ്ജന വ്യവസായബന്ധ സമീപനത്തെ വിശദീകരിച്ചുകൊണ്ട് ആലപ്പി ചേംബറിന്റെ മുഖപത്രം പ്രസ്താവിച്ചത് ഇവിടെ ശ്രദ്ധേയമാണ്.

> തിരുവിതാംകൂറിലെ തൊഴിലാളികളുടെ നില ആസന്നഭാവിയിൽ ഇവിടത്തെ വ്യാവസായിക പുരോഗതിയിൽ നിർണ്ണായക സ്വാധീനം ചെലുത്താൻ പോവുകയാണ്. തങ്ങളും തൊഴിലാളികളും തമ്മിലുള്ള ബന്ധം സംബന്ധിച്ച ജീവത്തായ പ്രശ്നങ്ങളിൽ എല്ലാ മുതലാളിമാരും പൊതുവായ ഒരു ധാരണയിലെത്തേണ്ടത് അടിയന്തരാവശ്യമാണ്... മതുലാളിമാർ മനസ്സിലാക്കേണ്ടുന്ന ഒരു പ്രശ്നമുണ്ട്. ട്രേഡ് യൂണിയനിസത്തെ കമ്യൂണിസത്തിനെതിരായ ഒരു തടയായി ഉപയോഗപ്പെടുത്താം. തൊഴിലാളികളുടെ ഇന്നുള്ള സാമൂഹ്യ

> സാമ്പത്തികനില മെച്ചപ്പെടുത്തണമെന്നുമാത്രമാണ് ട്രേഡ് യൂണിയനിസം ആഗ്രഹിക്കുന്നത്. അതേസമയം കമ്യൂണിസം വിപ്ലവത്തിനുവേണ്ടി നിലകൊള്ളുന്നു. കമ്യൂണിസം സമൂഹത്തിൽ പരന്നു തുടങ്ങിയിരിക്കുന്നു. വ്യവസ്ഥാപിതമായ ട്രേഡ് യൂണിയനുകളിലൂടെ സംഘടിപ്പിക്കപ്പെട്ട സംതൃപ്തരായ തൊഴിലാളികളിലൂടെയല്ലാതെ കമ്യൂണിസ്റ്റ് വേലിയേറ്റത്തെ അണകെട്ടാനാവില്ല...[21]

എങ്ങനെ ട്രേഡ് യൂണിയൻ പ്രസ്ഥാനത്തെ അരാഷ്ട്രീയവല്ക്കരിക്കാം, അതിനുള്ളിൽ നേതൃത്വം സ്ഥാപിച്ചുവരുന്ന കമ്യൂണിസ്റ്റ് പാർട്ടിയെ എങ്ങനെ ഇല്ലായ്മ ചെയ്യാം എന്നതായിരുന്നു മുതലാളിമാരുടെ പരിശ്രമം മുഴുവൻ. ട്രേഡ് യൂണിയൻ പ്രസ്ഥാനത്തെ നിയമാവലികൾക്കുള്ളിൽ ഒത്തുതീർപ്പുവട്ടമേശയ്ക്ക് ചുറ്റും ചില അപ്പക്കഷണങ്ങൾക്കുപിന്നിൽ, ഒതുക്കി നിർത്താൻ അവർ നടത്തിയ പരിശ്രമങ്ങളുടെ പരാജയത്തിന്റെ തൊഴിലാളിവർഗ്ഗ രാഷ്ട്രീയത്തിന്റെ കഥയാണ് രണ്ടാംലോകമഹായുദ്ധ കാലത്തെ അനുഭവങ്ങൾ. മുഹമ്മ യൂണിയൻ റിപ്പോർട്ട് പ്രഖ്യാപിച്ചതുപോലെ. "... വ്യവസായത്തിലുടമാവകാശം സ്ഥാപിക്കലാണ് നമ്മുടെ ലക്ഷ്യം. ഇന്നത്തെ കൂലിക്കും അലവൻസിനും വേണ്ടി മാത്രമല്ല നാം പണിയെടുക്കുന്നത്..."[22] ഇത്തരത്തിൽ സാമ്പത്തികവാദത്തിനെതിരായി തൊഴിലാളിവർഗ്ഗ രാഷ്ട്രീയത്തിനായി, നടത്തിയ ബോധപൂർവ്വമുള്ള പോരാട്ടമാണ് യുദ്ധകാല സാമ്പത്തിക ഞെരുക്കത്തിൽ തകരാതെ പ്രസ്ഥാനത്തെ മുന്നോട്ടുകൊണ്ടുപോയത്.

യുദ്ധകാലത്തെ ദുരിതങ്ങളെല്ലാം ആത്മസംയമനത്തോടെ നേരിട്ട തൊഴിലാളികൾ യുദ്ധത്തിനുശേഷം സാമ്പത്തികനില മെച്ചപ്പെട്ടപ്പോൾ ഒരു രാഷ്ട്രീയ സായുധസമരത്തിലേക്ക് കുതിച്ചിറങ്ങിയത് യുദ്ധകാലത്ത് അവരാർജ്ജിച്ച ഉയർന്ന രാഷ്ട്രീയബോധത്തിന്റെ ഉത്തമ നിദർശനമാണ്. ആലപ്പുഴ കയർത്തൊഴിലാളികൾ നയിച്ച ദിവാൻഭരണത്തിനെതിരായ പുന്നപ്ര വയലാർ സമരം ഇന്ത്യൻ തൊഴിലാളിവർഗ്ഗ ചരിത്രത്തിൽതന്നെ ഒരു അപൂർവ്വ സംഭവമാണ്. വ്യാവസായിക തൊഴിലാളികൾ പ്രത്യയശാസ്ത്രപരമായി മാത്രമല്ല കായികമായിത്തന്നെ ഗ്രാമീണ ജനസാമാന്യത്തിന്റെ ഒരു കലാപത്തിന് ആലപ്പുഴയിൽ നേതൃത്വം നല്കി.

തൊഴിലാളിവർഗ്ഗത്തിന് ആലപ്പുഴയിലെ ഇതര കീഴാള വർഗ്ഗങ്ങളുടെമേൽ അധീശത്വം സ്ഥാപിക്കാൻ എങ്ങനെ കഴിഞ്ഞു?

ഒന്ന്. കയർ ഫാക്ടറികൾ നാട്ടിൻപുറങ്ങളിലേക്ക് വ്യാപിച്ചുകിടന്നതുകൊണ്ടും കയർഫാക്ടറിത്തൊഴിലാളികളിൽ മുഖ്യപങ്കും നാട്ടിൻപുറത്തായിരുന്നു താമസിച്ചത് എന്നതുകൊണ്ടും കയർത്തൊഴിലാളികൾക്ക് ഗ്രാമീണ ജനതയുമായി ഗാഢബന്ധമുണ്ടായിരുന്നു. നാട്ടിൻപുറത്തെ പട്ടിണിപ്പാവങ്ങളുടെ തൊഴിൽ സംഘടനകൾ കെട്ടിയുയർത്തുന്നതിന് നേതൃത്വം നല്കിയത് ഉശിരന്മാരായ കയർ ട്രേഡ് യൂണിയൻ പ്രവർത്തകരായിരുന്നു. മത്സ്യത്തൊഴിലാളികൾ, മരപ്പണിക്കാർ, കയറുപിരിക്കാർ തെങ്ങുകയറ്റക്കാർ, ചെത്തുതൊഴിലാളികൾ എന്നിവരുടെയെല്ലാം പ്രത്യേക യൂണിയനുകൾ വളർത്തിയെടുത്തത് അവരായിരുന്നു. ഇതില

വർ പ്രകടിപ്പിച്ച ഉത്സാഹവും ത്യാഗമനോഭാവവും കയർത്തൊഴിലാളികളെ ഗ്രാമീണ ജനതയുടെ നേതാക്കളാക്കി. കുട്ടനാട്ടിലെ കർഷകത്തൊഴിലാളികളെ സംഘടിപ്പിച്ചത് സംബന്ധിച്ച് ഒരു വിവരണം വായിക്കൂ:

> ഒരു സംഘടിത വിപ്ലവവിഭാഗം എന്ന നിലയിൽതന്നെ കയർ ഫാക്ടറിതൊഴിലാളികൾ കർഷകത്തൊഴിലാളികളെ സംഘടിപ്പിക്കുന്നതിൽ നേരിട്ടിടപ്പെട്ടു. ഫാക്ടറിയിലെ പണി ഉപേക്ഷിച്ച് പാടങ്ങളിൽ സംഘടനാ പ്രവർത്തനത്തിനിറങ്ങിയ തൊഴിലാളികളും അവരുടെ പ്രവർത്തകരും മാത്രമല്ല ഫാക്ടറികളിൽ പണിചെയ്തവരും ത്യാഗോജ്ജ്വലമായി പ്രവർത്തിക്കുകയുണ്ടായി. എന്തെങ്കിലും ഒരു ഡിപ്പാർട്ടുമെന്റിൽനിന്ന് ഒന്നോ രണ്ടോ തൊഴിലാളികൾ പ്രവർത്തനത്തിനായി കുട്ടനാട്ടിലേക്ക് പോയിട്ടുണ്ടെങ്കിൽ, ബാക്കി ഡിപ്പാർട്ടുമെന്റിലുള്ളവർ എല്ലാവരും കൂടി ജോലിചെയ്തുകിട്ടുന്ന കൂലി, പ്രവർത്തനത്തിനുപോയിട്ടുള്ള സഖാക്കളെയും ചേർത്ത് വീതിക്കുകയും ആ വീതമാവട്ടെ സഖാക്കളുടെ വീടുകളിൽ എത്തിക്കുകയും ചെയ്തു പോന്നു.[23]

രണ്ട് ഇങ്ങനെ ഗ്രാമീണ ജനങ്ങളുടെ സമരസംഘടനകൾ വളർത്തിയെടുക്കുന്നതിന് നേതൃത്വം നല്കുക മാത്രമല്ല അവരുടെ പ്രശ്നങ്ങൾ ഏറ്റെടുത്ത് സമരം ചെയ്യുന്നതിനും കയർത്തൊഴിലാളികൾ തയ്യാറായി. കയറുപിരിക്കാരുടെ കയർ വിലയുടെ പ്രശ്നം, കേരകർഷകരുടെ സിലോൺ കൊപ്രയിറക്കുമതി പ്രശ്നം, കാർഷികോല്പന്നങ്ങളുടെ വില തുടങ്ങി പല പ്രശ്നങ്ങളും കയർ യൂണിയനുകൾ ഏറ്റെടുത്തു. നാട്ടിൻപുറത്തെ തൊഴിലില്ലാത്തവർക്ക് പൊതുമരാമത്ത് റിലീഫ്പണികൾ നടത്തുന്നതിനും റേഷൻ വിതരണത്തിലെ അപാകതകൾ നീക്കുന്നതിനും വേണ്ടി തൊഴിലാളികൾ പ്രത്യക്ഷസമരങ്ങൾ - പണിമുടക്കമടക്കം - സംഘടിപ്പിച്ചു. പണിമുടക്കിന്റെ ഫലമായി സൗജന്യ നിരക്കിൽ സർക്കാർ വിതരണം ചെയ്തുതുടങ്ങിയ 7000 ഊണിന്റെ കൂപ്പണുകൾ യൂണിയൻ ആപ്പീസുകളിൽ നിന്നോ അല്ലെങ്കിൽ ഇതിനായി യൂണിയൻ പ്രത്യേകം തുറന്ന ആഫീസുകളിൽ നിന്നോ ആയിരുന്നു പൊതുജനങ്ങൾക്ക് വിതരണം ചെയ്തത്. യൂണിയൻ മുൻകൈ എടുത്ത് പിരിച്ചെടുത്ത റിലീഫ് ഉല്പന്നങ്ങളും പണവും തൊഴിലാളികൾ തനിച്ച് വീതിച്ചെടുക്കുകയല്ല ചെയ്തത്. മറിച്ച് മറ്റെല്ലാ ജനവിഭാഗങ്ങൾക്കുംകൂടി ആവശ്യാനുസരണം വീതിച്ചുകൊടുക്കുകയാണ് ചെയ്തത്. നാട്ടിൻപുറത്തെ ജനകീയ മുന്നേറ്റത്തിനെതിരെ പിന്തിരിപ്പന്മാർ സംഘടിപ്പിച്ച ഭ്രാന്തൻ അക്രമങ്ങൾക്കെതിരെ സ്വയം പ്രതിരോധിക്കാൻ ജനങ്ങളെ സജ്ജരാക്കുന്നതിനും നാട്ടിൻപുറങ്ങളിൽ ഉയർന്നുവന്ന സ്വയം പ്രതിരോധ വളണ്ടിയർ ക്യാമ്പുകൾക്ക് നേതൃത്വം നല്കുന്നതിനും മുന്നോട്ടുവന്നത് കയർ തൊഴിലാളികളായിരുന്നു.

ചുരുക്കത്തിൽ ഗ്രാമീണ ജനങ്ങൾ കയർ തൊഴിലാളികളെ അവരുടെ വിമോചകരും നേതാക്കളുമായി വീക്ഷിക്കാൻ തുടങ്ങി. ഗ്രാമപ്രദേശത്തെ

കുടുംബപരവും സ്വത്തുസംബന്ധവും എന്നുവേണ്ട ഒട്ടെല്ലാ സാമൂഹ്യ തർക്കങ്ങൾക്കും തീർപ്പുകല്പിക്കുന്ന ആർബിട്രേഷൻവേദിയായി ട്രേഡ് യൂണിയൻ കമ്മിറ്റികൾ നാല്പതുകളിൽ രൂപാന്തരപ്പെട്ടത് യൂണിയനുകൾ ആർജ്ജിച്ച ബഹുജനസമ്മതിയുടെയും വിശ്വാസത്തിന്റെയും ഉത്തമ നിദർശനമാണ്.[24]

ഗ്രാമീണ ജനതയുടെമേൽ തൊഴിലാളിവർഗ്ഗം നേടിയ അധീശത്വം വളരെ സുപ്രധാനമായ ഒരു സംഭവവികാസമായിരുന്നു. ഒരർത്ഥത്തിൽ ദേശീയ പ്രസ്ഥാനത്തിനുള്ളിൽ ബൂർഷ്വാ വർഗ്ഗവും തൊഴിലാളിവർഗ്ഗവും തമ്മിൽ നിരന്തരമായി നടത്തിവന്ന പോരാട്ടത്തിന്റെ കേന്ദ്ര ബിന്ദു കർഷക ജനസാമാന്യത്തിന്റെമേൽ അധീശത്വം നേടുന്നതിനുള്ള സമരമായിരുന്നു. ഇന്ത്യയിൽ മൊത്തത്തിൽ ഗാന്ധിയും അനുയായികളുമാണ് ഈ സമരത്തിൽ വിജയിച്ചതെങ്കിൽ ആലപ്പുഴ വിജയം കമ്യൂണിസ്റ്റ് പാർട്ടിക്കും തൊഴിലാളി വർഗ്ഗത്തിനുമായിരുന്നു. ഈ നേട്ടമായിരുന്നു സുപ്രസിദ്ധമായ പുന്നപ്ര-വയലാർ സമരത്തിന്റെ പശ്ചാത്തലം.

ആലപ്പുഴ ഗ്രാമപ്രദേശങ്ങളിൽ മൂർച്ഛിച്ചുകൊണ്ടിരുന്ന വർഗ്ഗസംഘർഷങ്ങളെയും ജനങ്ങളുടെ സ്വയം പ്രതിരോധസന്നാഹങ്ങളെയും 1946 ലെ പുതിയ രാഷ്ട്രീയ ലൈനിനനുസൃതമായി ദിവാൻ ഭരണത്തിനെതിരായുള്ള അവസാന കടന്നാക്രമണ യുദ്ധവുമായി ബന്ധപ്പെടുത്തുന്നതിന് കമ്യൂണിസ്റ്റ് പാർട്ടി പ്ലാനിട്ടു. ദിവാൻ സ്വപ്നം കണ്ട സ്വതന്ത്ര തിരുവിതാംകൂർ ഭരണഘടനയിൽനിന്നും സ്റ്റേറ്റ് കോൺഗ്രസ് നേതൃത്വം പ്രകടിപ്പിച്ച ഒത്തുതീർപ്പ് ചാഞ്ചാട്ടങ്ങളിൽ നിന്നും ദേശീയ താല്പര്യങ്ങളെ സംരക്ഷിക്കുന്നതിന് പാർട്ടി മുന്നിട്ടിറങ്ങി. 1938 ലെ പോലെ ദേശവ്യാപകമായ ഒരു പ്രക്ഷോഭം ഉണ്ടാകുമെന്നായിരുന്നു പ്രതീക്ഷ. എന്നാൽ 1938 ൽ നിന്ന് വ്യത്യസ്തമായി ദേശവ്യാപകമായ ഒരു പൊതു പണിമുടക്കിലൂടെ തൊഴിലാളികളായിരിക്കും ഈ സമരത്തെ നയിക്കുക. സ്റ്റേറ്റ് കോൺഗ്രസ് നേതൃത്വത്തിന്റെ എതിർപ്പും വഞ്ചനയും മൂലം ദേശവ്യാപകമായ സമരം രൂപം കൊണ്ടില്ല. ഒറ്റപ്പെട്ടുപോയ ആലപ്പുഴ തൊഴിലാളികളെ പട്ടാളശക്തിയുപയോഗിച്ച് നിഷ്ഠുരമായി അടിച്ചമർത്തുന്നതിന് ദിവാന് കഴിഞ്ഞു.

പുന്നപ്ര-വയലാർ സമരത്തിന്റെ വിശദാംശങ്ങൾ ഇവിടെ ചർച്ച ചെയ്യുന്നില്ല. എന്നാൽ ഒരു കാര്യം മാത്രം ചൂണ്ടിക്കാണിക്കട്ടെ: ഈ സമരത്തിലൂടെ തൊഴിലാളിവർഗ്ഗം– 1938 ലെ പണിമുടക്കിൽ ഒരു സ്വതന്ത്ര രാഷ്ട്രീയ വർഗ്ഗശക്തിയായി പിച്ചവെച്ചുതുടങ്ങിയ തൊഴിലാളിവർഗ്ഗം - തിരുവിതാംകൂറിലെ ദേശീയ സമരത്തിന്റെ നേതൃത്വത്തിലേക്ക് ഉയർന്നു. ഈ ഉയർച്ചയുടെ മൂന്നു സുപ്രധാന ഘട്ടങ്ങൾ നമ്മൾ പരിശോധിച്ചു. ജാതിബോധത്തിൽനിന്നും ബൂർഷ്വാദേശീയതയിൽനിന്നും തൊഴിലാളി വർഗ്ഗ- ജാതി വിരുദ്ധ - ദേശീയ നിലപാടിലേക്കുള്ള പരിവർത്തനം, രണ്ടാം ലോകമഹായുദ്ധകാലത്തെ ഏറ്റവും ദുഷ്കരമായ സാഹചര്യത്തിൽ പോലും ഈ ബോധം നിലനിന്നതും ദൃഢമായതും, അവസാനമായി ആലപ്പുഴയിലെ ഗ്രാമീണ ജനതയുടെ മേൽ അധീശത്വം നേടാൻ തൊഴിലാളിവർഗ്ഗത്തിനു കഴിഞ്ഞതും. ഇവയോരോന്നിലും തൊഴിലാളി വർഗ്ഗ രാഷ്ട്രീയത്തിന്റെ വിജയത്തിനടിസ്ഥാനം ബോധപൂർവ്വമുള്ള പ്രവർത്തനം. അതായത്, പാർട്ടി

യുടെ ബോധപൂർവ്വമായ ഇടപെടലായിരുന്നു. തൊഴിലാളികളെ രാഷ്ട്രീയവല്ക്കരിക്കാൻ കെല്പുള്ള ഒരു പാർട്ടി, ബൂർഷ്വാദേശീയ കുത്തിത്തിരിപ്പുകളെ എതിർത്ത് ഒറ്റപ്പെടുത്താൻ കെല്പുള്ള ഒരു പാർട്ടി, നാട്ടിൻപുറത്തെയും പട്ടണത്തിലെയും പ്രസ്ഥാനങ്ങളെ കൂട്ടിയിണക്കാൻ കെല്പുള്ള ഒരു പാർട്ടി, ഈ പാർട്ടിയുടെ വിജയമായിരുന്നു ആലപ്പുഴയിലെ തൊഴിലാളിവർഗ്ഗം നേടിയ അസൂയാവഹമായ പദവിക്കടിസ്ഥാനം.

ഇതിലിത്രയേറെ ഊന്നാനെന്തിരിക്കുന്നു എന്ന ചോദ്യം ഉന്നയിക്കപ്പെട്ടേക്കാം. ആധുനിക സാമൂഹ്യ പ്രസ്ഥാനങ്ങൾ സംബന്ധിച്ചുള്ള ഇക്കാലത്തെ പഠനങ്ങളുടെ അടിയൊഴുക്കുകൾ പരിശോധിച്ചിട്ടുള്ള ഒരാൾക്ക് ഈ അപഗ്രഥനത്തിന്റെ സാംഗത്യം വ്യക്തമാകും. പാർട്ടിയുടെ അനിവാര്യതയെസംബന്ധിച്ച് ലെനിനിസ്റ്റ് നിലപാടിനെ തിരസ്കരിക്കുന്ന ഒട്ടനവധി പുത്തൻ ഇടതുപക്ഷ ചരിത്രകാരന്മാർ ഇന്ന് പ്രസിദ്ധമാണ്. തന്നത്താൻ പൊട്ടിപ്പുറപ്പെടുന്ന തൊഴിലാളികളുടെ ചെറുത്തുനില്പുകളെയും എതിർപ്പുരൂപങ്ങളെയും പ്രതിരോധബോധത്തെയും ആദർശവല്കരിച്ചുകൊണ്ടു തൊഴിലാളിവർഗ്ഗപാർട്ടിയെ 'പുറമെ' നിന്നുള്ള കുത്തിത്തിരിപ്പായി കാണുന്ന ഇടതുപക്ഷ പഠനങ്ങൾ ഇന്ന് നിരവധി കാണാൻ കഴിയും. ഈ കാഴ്ചപ്പാടാണ് ഒട്ടേറെ മേന്മകളും തികച്ചും സ്വീകാര്യവും അഭികാമ്യവുമായ ഒട്ടനവധി സങ്കേതങ്ങളും ഉണ്ടെങ്കിലും സബാൾടേൺ പഠനങ്ങ[25]ളുടെ പോരായ്മ. ഈ പഠനങ്ങളിലൂടെ ആദർശവല്ക്കരിക്കപ്പെടുന്ന സ്വയംഭൂവായ പ്രസ്ഥാനങ്ങളുടെ ദുരന്തപരിണാമത്തിനുള്ള മറുപടിയാണ് ആലപ്പുഴയിലെ തൊഴിലാളിവർഗ്ഗ ചരിത്രം.

കുറിപ്പുകൾ

1. ലെനിൻ, What is to be done? മോസ്കോ പ്രോഗ്രസ് പബ്ലിഷേഴ്സ്
2. Antonio Gramsci, Notes on Italian History Prison Note Books, Lawrence and Wischart, London
3. മോറിസ് ഡി മോറിസ് The Emergence of an Industrial Labour Force in India, A study of Bombay Cotton Mills, ബോംബെ ഒ യു പി, 1965 രഞ്ജിത് ദാസ് ഗുപ്ത "Factory Labour in Eastern India: Sources of Supply 1855-1946, Some Preiliminary Findings" IESHR Vol. XIII No. 3, 1976"
4. ഉദാഹരണത്തിന് നോക്കുക, ചിത്രജോഷി 'Kanpur Texile Labour, some Structureal Features of Formative years, EPW Vol. XVI No. 44-46 ഉമാരാമസ്വാമി Work Union and Community Industrial Man in South India. ദൽഹി, യു പി തുടങ്ങിയവ.
5. ജോർജ് കെ Report of the Board of Conciliation of Trade Disputes in Mats and Matting Industry, തിരുവനന്തപുരം: സർക്കാർ പ്രസ് 1953
6. തോമസ് ഐസക്, *തൊഴിലാളി* ചിന്താവാരിക. പുസ്തകം 19, ലക്കം 22, ജനുവരി 14, 1983 ലക്കം 23, ജനുവരി 21, 1983.

7. തോമസ് ഐസക്, ഈഴവസാമൂഹ്യ പരിഷ്കരണ പ്രസ്ഥാനത്തിലെ വർഗ്ഗീയതയും വിപ്ലവാത്മകതയും ചിന്താവാരിക പുസ്തകം 19 ലക്കം 2 ആഗസ്ത് 27, ലക്കം 3 സെപ്തംബർ 3 ലക്കം 4 സെപ്തംബർ 10, ലക്കം 5 സെപ്തംബർ 17, ലക്കം 7 സെപ്തംബർ 24, 1982.
8. *കേരള കൗമുദി* തിരുവനന്തപുരം മെയ് 30 1937, പേജ് 16 നോക്കുക.
9. ഉദാഹരണത്തിന് പുന്നപ്ര വടക്കുംഭാഗം എസ് എൻ ഡി പി യൂണിയൻ ബ്രാഞ്ച് നമ്പർ 609 ന്റെയും തെക്കൻ ആര്യനാട് എസ് എൻ ഡി പി യൂണിയൻ ബ്രാഞ്ച് നമ്പർ 296 ന്റെയും വാർഷികയോഗ നടപടി റിപ്പോർട്ടുകൾ വായിക്കുക Cs No. D Dis 3690/44, Cs D Dis 3660/44 ഇംഗ്ലീഷ് റെക്കോർഡ്സ് സെല്ലർ, തിരുവനന്തപുരം.
10. തോമസ് ഐസക്, 114 ലെ പൊതുപണിമുടക്കിന്റെ 45-ാം വാർഷികം ചിന്താവാരിക ഒക്ടോബർ 21, 28 നവംബർ 4, 11, 18, 1983.
11. പി കൃഷ്ണപിള്ള, 'ആലപ്പുഴയിലെ പൊതുപണിമുടക്കം' ആണ്ടലാട്ട് (എ ഡി) *സഖാക്കളെ മുന്നോട്ട്* പേജ് 66.
12. പൊലീസ് ഇൻസ്പെക്ടർ ജില്ലാ മജിസ്ട്രേറ്റിന് 11-10-114 ന് എഴുതിയ കത്ത്. Cs No. Dis 295/39, ഇംഗ്ലീഷ് റെക്കോർഡ്സ് സെല്ലർ
13. അഹമ്മദ് മുക്താർ, Report on the Labour Conditions in Coir Mats and Matting Industry, സിംല സർക്കാർ പ്രസ് 1945.
14. കെ ജി ശിവസ്വാമി തുടങ്ങിയവർ Food famine and Nutritional Diseases in Tranvancore, കോയമ്പത്തൂർ എസ് ഐ എസ് 1945
15. എൻ സി ശേഖർ "ക്ഷാമം തീർക്കാൻ - കുഴപ്പം തീർക്കാൻ ഉല്പാദനം വർദ്ധിപ്പിക്കുക" കോഴിക്കോട് എ കെ ടി യു സി, 1943.
16. മുകളിലത്തേത് തന്നെ.
17. കെ ദാസ്, മുഹമ്മ കയർ ഫാക്ടറി വർക്കേഴ്സ് യൂണിയൻ അഞ്ചാമത് വാർഷിക റിപ്പോർട്ട്, മുഹമ്മ: 1945 പേജ് 25.
18. ബി ടി രണദിവെ "Report on Reformist Deviation" എം ഡി റാവേ, (എ ഡി: Documents of the History of the C PI Vol. VII 1948-50 ന്യൂഡൽഹി പി പി എച്ച്
19. മുഹമ്മദ് മുക്താർ മുൻപുദ്ധരിച്ചതുതന്നെ.
20. കാളിക്കുട്ടി ആശാട്ടി, 'മഹിളാ സംഘം ഇന്നലെ ഇന്ന് നാളെ' തിരുവിതാംകൂർ കയർ ഫാക്ടറി വർക്കേഴ്സ് യൂണിയൻ കനകജൂബിലി സുവനീർ, കൊല്ലം. 1972.
21. എ ആർ കൃഷ്ണയ്യർ, Labour Wither Bound? Need for Employers to Unite Commerical Review Vol. IV No. 3 March 1939
22. അഹമ്മദ് മുക്താർ മുൻപുദ്ധരിച്ചതുതന്നെ
23. എസ് കെ ദാസ്, 'കുട്ടനാട്ടിലെ കർഷകത്തൊഴിലാളി സംഘടന'തി ക ഫാ വ യു ക ജു സുവനീർ, കൊല്ലം 1972.
24. കെ സി ജോർജ്, *പുന്നപ്രവയലാർ*, തിരുവനന്തപുരം പ്രഭാത്, 1972 പേജ് 41-42.
25. രണജിത് ഗുഹ *Writing on South Asian History and Society* ദൽഹി: ഒ യു പി, 1981

www.ingramcontent.com/pod-product-compliance
Lightning Source LLC
LaVergne TN
LVHW040816051026
849519LV00007BA/2650